ഗ്രീൻ ബുക്സ്

ഉൾക്കണ്ണിലേക്കൊരു കണ്ണ്

സ്വാമി പൂർണ്ണചൈതന്യ

അനുഗൃഹീതനായ എഴുത്തുകാരൻ, പ്രഭാഷകൻ.
നെതർലാൻഡിൽ ജനനം.
പിതാവ് ഡച്ച് വംശജൻ. മാതാവ് ഭാരതീയവംശജ.
മാതാവിന്റെ ശിക്ഷണത്തിലൂടെയിലും
ജീവിതചര്യകളിലൂടെയുമാണ് സ്വാമിജിക്ക്
ഭാരതീയ സംസ്കാരത്തിലും തത്ത്വചിന്തകളിലും
അഭിരുചി ഉടലെടുത്തത്.
പതിനാറാമത്തെ വയസ്സിൽ ആർട്ട് ഓഫ് ലിവിംഗ്
ഫൗണ്ടേഷന്റെ ഗുരുവായ ശ്രീ ശ്രീ രവിശങ്കറിനെ
കാണാനിടയായതാണ് പൂർണ്ണചൈതന്യയുടെ
ജീവിതത്തിലെ വഴിത്തിരിവായത്.
അനവധി ശിഷ്യന്മാരുടെ ആത്മീയഗുരു.
യോഗയും ധ്യാനതന്ത്രങ്ങളും ആദ്ധ്യാത്മിക
വിഷയങ്ങളും പഠിക്കുവാനായി അനേകായിരം
ശിഷ്യന്മാർ അദ്ദേഹത്തെ തേടിയെടുത്തുന്നു.

വിവർത്തനം: **ഇ. മാധവൻ**

പ്രസിദ്ധ കവി ഇടശ്ശേരി ഗോവിന്ദൻനായരുടെയും
ഇ. ജാനകിയമ്മയുടെയും മകൻ.
ഇടശ്ശേരി സ്മാരക സമിതിയുടെ സെക്രട്ടറി.
റിസർവ് ബാങ്കിൽനിന്ന് ജനറൽ മാനേജരായി വിരമിച്ചു.

ആത്മീയം

ഉൾക്കണ്ണിലേക്കൊരു കണ്ണ്

ധ്യാനം:
മാറിക്കൊണ്ടിരിക്കുന്ന ജീവിതസാഹചര്യങ്ങളെ
അതിജീവിക്കാനുള്ള സുസ്ഥിര മാർഗ്ഗം

സ്വാമി പൂർണ്ണചൈതന്യ

വിവർത്തനം
ഇ. മാധവൻ

ഗ്രീൻബുക്സ്

green books private limited
gb building, civil lane road, ayyanthole,
thrissur- 680 003, kerala, ph: +91 487-2381066, 2381039
website: www.greenbooksindia.com
e-mail: info@greenbooksindia.com

branches:
thrissur 0487-2422515
thiruvananthapuram 0471-2335301
calicut 0495 4854662

original english title
looking inward
meditating to survive in a changing world

malayalam
ulkkannilekkoru kannu
spiritual
by
swami purnachaitanya

translated by
e madhavan

published december 2022

original english edition published by
penguin random house india pvt. ltd.

cover design : rajesh chalode

printed in india
manipal technologies ltd

isbn : 978-93-95878-42-5

₹ 220.00
GBPL/1273/2022

മുഖക്കുറി

മനസ്സ് പ്രസാദാത്മകമായിത്തീർന്നാൽ എല്ലാ ദുഃഖങ്ങൾക്കും അറുതി ഉണ്ടാകുന്നു. മനസ്സ് പ്രസന്നമായവന്റെ ബുദ്ധി വളരെ വേഗത്തിൽ ആത്മാവിൽ ഉറച്ചുനിൽക്കുകയും ചെയ്യുന്നു. ഭഗവദ്ഗീതയിലെ ഈ അടിസ്ഥാനതത്ത്വത്തിന്റെ തന്നെ ഒരു മറുവശമാണ് ആത്മസ്വരൂപജ്ഞാനമുണ്ടാകുന്നവന് മനശ്ശാന്തിയും ആത്മസുഖവും ലഭിക്കുമെന്നത്. ഭാരതീയ സംസ്കൃതിയിലെ വേദോപനിഷത്തുക്കളോളം ആഴത്തിൽ ചിത്തത്തെക്കുറിച്ചും മനസ്സിന്റെ ഉള്ളറകളിലേക്കും വെളിച്ചം വീശുന്ന കൃതികൾ ഉണ്ടായിട്ടുണ്ടെന്ന് തോന്നുന്നില്ല. പുറത്തേക്ക് മാത്രം തുറന്നുവെച്ചിട്ടുള്ള മനുഷ്യന്റെ പഞ്ചേന്ദ്രിയങ്ങൾ ഒപ്പിയെടുക്കുന്ന വിഷയങ്ങളിൽനിന്നും മനസ്സിനെ നിയന്ത്രിക്കുക എളുപ്പമല്ല. വിഷയങ്ങൾക്ക് വശംവദനായിരിക്കുന്ന മനസ്സിനെ നിയന്ത്രിച്ച് ഉൾക്കണ്ണിന്റെ ഉള്ളിലേക്ക് ശ്രദ്ധ തിരിക്കാനുള്ള മാർഗ്ഗമാണ് ഈ ഗ്രന്ഥത്തിലൂടെ സ്വാമി പൂർണ്ണചൈതന്യ നമുക്കു പകർന്നു നൽകുന്നത്.

ദുർഗ്രാഹ്യതകളൊന്നുമില്ലാതെ, വളരെ ലളിതമായ ആഖ്യാനരീതിയിലൂടെയാണ് സ്വാമിജി നമുക്ക് ധ്യാനത്തിലൂടെ മാനസികസംഘർഷങ്ങളെ ഒഴിവാക്കാനുള്ള മാർഗ്ഗങ്ങൾ സ്വാമിജി ഉപദേശിക്കുന്നത്.

അടക്കും ചിട്ടയുമില്ലാതെ അലങ്കോലപ്പെട്ട്, പ്രക്ഷുബ്ധമായിക്കിടക്കുന്ന മനസ്സിനെ എങ്ങനെ ശാന്തവും തെളിമയുമുള്ളതാക്കാമെന്ന് സ്വന്തം അനുഭവങ്ങളിലൂടെ സ്വാമിജി വിശദീകരിക്കുന്നുണ്ട്. ഒരു ദിവസം കാലത്ത് വളരെ സാധാരണമായ രീതിയിൽ റൊട്ടി വാങ്ങുന്നതും അത് മനസ്സറിഞ്ഞ് ആസ്വദിച്ച് കഴിക്കുന്നതുമായ ഒരു സംഭവം വിവരിക്കുന്നതിലൂടെ, ജീവിതത്തിൽ നമ്മൾ ഒട്ടും ആസ്വദിക്കാതെ

അവഗണിച്ച് കടന്നുപോകുന്ന ആനന്ദങ്ങളെ ഓർമ്മപ്പെടു ത്തുകയാണ് സ്വാമിജി. സൂര്യോദയം, മഴ, കുഞ്ഞുങ്ങൾ, നല്ല ചിരി തുടങ്ങിയ എന്തെല്ലാം അമൂല്യങ്ങളായ, ആനന്ദ ദായികളായ കാര്യങ്ങളാണ് നിത്യവും നഷ്ടപ്പെടുത്തി, അപ്രാപ്യമായ സുഖത്തിനുവേണ്ടി ആഗ്രഹങ്ങളുടെ പുറകേ നമ്മൾ പായുന്നത്.

അന്തസ്സത്ത ഒട്ടും ചേർന്നുപോകാതെ ലളിതമായ ഭാഷ യിൽ ഈ കൃതി വിവർത്തനം ചെയ്ത ശ്രീ. ഇ. മാധവൻ ഇതിനെ ആസ്വാദ്യകരമായ ഒരു വായനാനുഭവമാക്കി യിരിക്കുന്നു. സംഘർഷഭരിതമായ ഈ കാലഘട്ടത്തിൽ വിദ്യാർത്ഥികൾക്കും ചെറുപ്പക്കാർക്കും വളരെ സഹായക മായേക്കാവുന്ന ഈ രചന ഗ്രീൻ ബുക്സ് വായനക്കാർ ക്കായി സസന്തോഷം സമർപ്പിക്കുന്നു.

എഡിറ്റർ

വിവർത്തകക്കുറിപ്പ്

സ്വാമി പൂർണ്ണചൈതന്യ രചിച്ച 'Looking Inward' എന്ന കൃതി, അശാന്തിയിൽനിന്നും അസ്വതന്ത്രതയിൽനിന്നും മനുഷ്യന് മോചനം കിട്ടാൻ അവനവന്റെ അന്തരംഗത്തിലേക്ക് നോക്കുകയാണ് വേണ്ടത് എന്ന പരമസത്യത്തെ ധ്യാനമാർഗ്ഗത്തിൽ അനുസന്ധാനം ചെയ്യുന്നു. മാത്രമല്ല, അത് എപ്രകാരം കൈവരിക്കാം എന്ന് ചിട്ടയായി പരിശീലിപ്പിക്കുക കൂടി ചെയ്യുന്നു. സ്വാമിജി ഇതിനെ പ്രയോജനകരമായ ഒരു കൈപ്പുസ്തകം എന്നു ലളിതമായി വിശേഷിപ്പിക്കുന്നു. ഒരു പാട് തെറ്റിദ്ധാരണകളും വികലസങ്കല്പങ്ങളും മാറ്റിയെടുക്കാനായി ഒരു പുസ്തകം അടിയന്തിരമായി എഴുതേണ്ടതാണെന്ന് തോന്നിയതിന്റെ ഫലമത്രെ ഈ അപൂർവ്വഗ്രന്ഥം.

'ധ്യാനം ശരിയായി മനസ്സിലാക്കാൻ താത്പര്യമുള്ള ഏതൊരാൾക്കും അമിതമായ അനുഷ്ഠാനപരതയിലോ അപര്യാപ്തമായ അറിവിലോ പെട്ടുപോകാതെ ധ്യാനത്തെ ശരിയായ വിധത്തിൽ മനസ്സിലാക്കാൻ പ്രയോജനപ്പെടുന്ന ഒരു പുസ്തകം' എന്നിങ്ങനെയാണ് സ്വാമിജി തന്റെ ഗ്രന്ഥത്തെ കൃത്യമായി അടയാളപ്പെടുത്തുന്നത്. ഈ കാലഘട്ടത്തിലെ യഥാർത്ഥ ജ്ഞാനിയായ ധ്യാനഗുരു എന്നാണ് സ്വാമിജി തന്റെ ഗുരുവായ ഗുരുദേവ് ശ്രീ ശ്രീ രവിശങ്കറിനെ പരിചയപ്പെടുത്തുന്നത്. ആ ഗുരുവര്യനിൽനിന്ന് പഠിച്ചെടുത്ത രീതികളെ പിന്തുടരുന്നതും വിലപ്പെട്ട ഉൾക്കാഴ്ചകൾ പങ്കിടുന്നതും പുസ്തകത്തെ മൂല്യവത്താക്കുന്നു. മലയാളി വായനക്കാർക്ക് ഈ പുസ്തകം വിശേഷിച്ചും പ്രയോജനപ്പെടുമെന്ന് വിശ്വസിക്കാൻ കാരണമുണ്ട്.

മലയാളിയുടെ വിശിഷ്ടമായ പ്രകൃതത്തിന്റെ ധാതുക്കളാണ് നർമ്മബുദ്ധി, അന്വേഷണോത്സുകത, പുരോഗമന ചിന്താഗതി തുടങ്ങിയവ. ഇതിനൊപ്പം തന്നെ അയാളിൽ പലപ്പോഴും അകാരണമായ വിഷാദത്തിലേക്ക് വീഴുന്ന മാനസികപ്രവണതയും

ദൃശ്യമാണ്. അടുത്ത കാലത്ത് നടന്ന ഗവേഷണങ്ങൾ വിരൽ ചൂണ്ടുന്നത് കേരള ജനതയുടെ തകർന്നുകൊണ്ടിരിക്കുന്ന മാനസികാരോഗ്യത്തിലേക്കാണ്. മഹാമാരി, യുദ്ധം, കാലാവസ്ഥാ വ്യതിയാനം തുടങ്ങിയ കാരണങ്ങളാൽ ആഗോളവ്യാപകമായി പരന്നുകൊണ്ടിരിക്കുന്ന അശുഭചിന്തകൾ നമ്മെ മാനസികമായി തളർത്തുന്നു. അങ്ങനെയിരിക്കെ, മലയാളിയുടെ ഈ വിഷാദ പ്രകൃതം ജീവിതത്തിൽ വരുന്ന വെല്ലുവിളികളെ നേരിടുന്നതിൽ അയാൾക്ക് ഒട്ടും സഹായകമാകുന്നില്ല. കേരളം ആത്മഹത്യയുടേയും ആത്മഭീരുത്വത്തിന്റേയും നാടായി പിന്നോട്ടടിക്കുകയാണോ എന്ന ശങ്ക അസ്ഥാനത്തല്ല എന്ന് തോന്നിക്കുന്നതാണ് നമുക്കു ചുറ്റും നടക്കുന്ന പല സംഭവങ്ങളും. യുവാക്കൾക്കിടയിൽ കനം കൂടി വരുന്ന നിരാശയും ഭീതിയും പ്രത്യേകിച്ചും ആശങ്കാവഹമാണ്.

ദൈവവിശ്വാസവും ആത്മീയചിന്തകളും മെച്ചപ്പെട്ട ജീവിത സാഹചര്യങ്ങളും എല്ലാം ഉണ്ടായിട്ടും ഇന്ന് മനുഷ്യൻ അസ്വസ്ഥത അനുഭവിക്കുന്നു. ആധുനികജീവിതത്തിന്റെ സങ്കീർണ്ണതയിൽ കൈമോശം പോയ ശാന്തിയും സ്വാതന്ത്ര്യവും മനോധൈര്യവും സദാ തേടിക്കൊണ്ടിരിക്കുകയാണ് ഇന്ന് മനുഷ്യൻ. സമാധാനത്തിനായി ബാഹ്യമായ സംഗതികളെ അവലംബിക്കുന്നതിനു പകരം നമ്മുടെ അന്തരംഗത്തിലേക്കു തന്നെ നോക്കുക എന്ന ആശയം ഭാരതീയ തത്വചിന്തയുടെ കാതലായ വശമാണ്. സ്വാന്തരംഗത്തിലേക്കുള്ള (ആത്മാവിലേക്കുള്ള) നോട്ടം പരിശീലിപ്പിക്കുന്ന ഈ ഇംഗ്ലീഷ് ഗ്രന്ഥത്തിന്റെ മലയാള വിവർത്തനം മലയാളികൾ സ്വീകരിക്കുമെന്ന് വിശ്വസിക്കുന്നു.

സന്ത്രാസം അനുഭവിക്കുന്ന പരിഷ്കൃത മനുഷ്യന് ധ്യാനത്തിലേക്ക് വഴികാട്ടുന്ന ഈ പുസ്തകം മലയാളത്തിലേക്ക് വിവർത്തനം ചെയ്യാൻ പ്രോത്സാഹിപ്പിച്ചത് ഗ്രീൻ ബുക്സ് എം.ഡിയായ ശ്രീ ഇ.കെ. നരേന്ദ്രനാണ്. അദ്ദേഹത്തോടുള്ള നിസ്സീമമായ കടപ്പാട് ഇവിടെ രേഖപ്പെടുത്തുന്നു. പുസ്തകത്തിന്റെ കരട് ക്ഷമാപൂർവ്വം വായിച്ച് അപാകതകൾ ചൂണ്ടിക്കാണിച്ചു തന്ന് സഹായിച്ച എന്റെ അനുജൻ ഡോ. ഇ. ദിവാകരനും അദ്ദേഹത്തിന്റെ സഹധർമ്മിണി ശ്രീമതി ശോഭനയ്ക്കും അകമഴിഞ്ഞ നന്ദി. ഗരിമയുള്ള ഈ പുസ്തകം ഭംഗിയായി അച്ചടിച്ച് വായനക്കാരനിലേക്ക് എത്തിച്ച ഗ്രീൻ ബുക്സിനോടുള്ള കൃതജ്ഞതാസഹിതമായ അഭിനന്ദനം ഇവിടെ രേഖപ്പെടുത്തട്ടെ.

ഇ. മാധവൻ

ഉള്ളടക്കം

ആമുഖം
പുതിയ ഒരു സമീപനം

നമ്മുടെ അറിവിലുള്ള ഈ ലോകം ദ്രുതഗതിയിൽ മാറിക്കൊണ്ടിരിക്കുകയാണ്. ആഗോളതാപനം, മഹാമാരി, കാട്ടുതീവേഗത്തിൽ പടരുന്ന വിവരങ്ങൾ, കള്ളവാർത്തകൾ, മാറുന്ന സാമൂഹികഘടനകൾ, ജീവിതരീതികൾ- ഇവയുടെയെല്ലാം പരിമാണവും പ്രഹരശേഷിയും നമ്മുടെ ആരോഗ്യത്തേയും പ്രവർത്തനക്ഷമതയേയും മാത്രമല്ല സന്തോഷത്തേയും ആത്മശാന്തിയെപോലും ബാധിക്കുന്നു. നാം അഭിമുഖീകരിക്കുന്ന മറ്റ് നിരവധി വെല്ലുവിളികൾ ഇതിന് ആക്കംകൂട്ടുന്നു. ഇത്തരം കാലങ്ങളിലാണ് മിക്കവർക്കും വല്ലാത്ത സമ്മർദ്ദവും, ആകാംക്ഷയും ചിലപ്പോൾ മനോവിഷാദം തന്നെയും അനുഭവപ്പെടുന്നത്. അതിനാൽ തന്നെ മനോബലത്തിനും ശ്രദ്ധയ്ക്കും മനസ്സമാധാനത്തിനും വേണ്ടി നാം നമുക്കുള്ളിൽ തന്നെ തിരയേണ്ടി വന്നിരിക്കുകയാണ്, അഭൂതപൂർവ്വമായ വിധത്തിൽ.

ആകാംക്ഷയുടെ, സമ്മർദ്ദത്തിന്റെ, പൊറുതികേടിന്റെ മൂലസ്ഥാനം തേടിയുള്ള നിങ്ങളുടെ യാത്രയിൽ ഞാൻ സഹായിക്കാം. ധ്യാനപ്രയോഗത്തിലൂടെ അവയെ അഭിമുഖീകരിക്കുവാനും അതിജീവിക്കുവാനും വഴിതെറ്റിയ ചിന്തകളെ നേർവഴിക്കാക്കുവാനും അങ്ങനെ വർത്തമാനത്തിലേക്ക് നിങ്ങളുടെ ഊർജ്ജം പുനർകേന്ദ്രീകരിക്കുവാനും പുനരുജ്ജീവനശേഷി വളർത്താനും ആവശ്യമായ മാർഗ്ഗദർശനം ഈ കൈപ്പുസ്തകത്തിലുണ്ട്.

മാറിവരുന്ന ബാഹ്യലോകത്തെ ഉൾക്കൊണ്ട് നിങ്ങളുടെ ആന്തരികമായ ഊർജ്ജത്തിന്റെ കരുതൽശേഖരത്തെ വർദ്ധിപ്പിച്ച് മാറ്റങ്ങളെ നേരിടാനുള്ള ശേഷി കൂട്ടുകയാണ്

ആവശ്യം. യാഥാർത്ഥ്യത്തിൽ നിന്ന് ഓടിപ്പോകുകയോ തിക്താനുഭവങ്ങൾ ഇല്ലെന്ന് നടിക്കുകയോ എല്ലാം ഭംഗിയായി നടക്കുന്നു എന്ന മിഥ്യാബോധത്തിൽ ആശ്വാസം കണ്ടെത്തുകയോ അല്ല ഇതിന്റെ ഉദ്ദേശ്യം. മറിച്ച് മനസ്സിന്റെ പ്രവർത്തനരീതിയെ കൃത്യമായി മനസ്സിലാക്കിയും നിയന്ത്രിച്ചും മനസ്സിനപ്പുറത്തേക്ക് കടന്നുചെന്ന് സമാധാനത്തിന്റേയും ആഹ്ലാദത്തിന്റേയും മുക്തിയുടേയും പ്രഭവസ്ഥാനത്ത് എത്തുകയാണ്. ബാഹ്യലോകത്തിൽ സംഭവിക്കുന്ന മാറ്റങ്ങൾ ബാധിക്കാത്ത, മാറ്റമില്ലാത്ത ഒരിടമാണ് അത്.

വിവിധ പശ്ചാത്തലങ്ങളിൽ നിന്നുമുള്ള ആൾക്കാരെ ആർട്ട് ഓഫ് ലിവിങ്ങിന്റെ ധ്യാനരീതികൾ അഭ്യസിപ്പിക്കുകയാണ് വർഷങ്ങളായി ഞാൻ ചെയ്തുകൊണ്ടിരിക്കുന്നത്. ഇവരിൽ വടക്ക് കിഴക്കേ ഇന്ത്യയിലെ ഉൾനാട്ടുകാർ മുതൽ അന്താരാഷ്ട്ര കമ്പനികളുടെ ചീഫ് എക്സിക്യൂട്ടിവ് ഓഫീസർമാർ വരെ, കോളേജ് വിദ്യാർത്ഥികൾ, വീട്ടമ്മമാർ മുതൽ കലാകാരന്മാരും രാഷ്ട്രീയക്കാരും വരെ - ഇവർക്കെല്ലാം താന്താങ്ങളുടെ ജീവിതത്തിലെ ഏതെങ്കിലും സംഗതിയുമായി ബന്ധപ്പെട്ട് ധ്യാനംകൊണ്ട് മെച്ചമുണ്ടായിട്ടുണ്ട്. ജീവിതത്തിന്റെ ഉന്നതതലങ്ങളിലെത്തിച്ചേരാൻ ഫലപ്രദമായ മാർഗ്ഗങ്ങൾ തേടുന്ന വ്യക്തികൾക്ക് ഈ വിലപ്പെട്ട അറിവ് കൂടുതൽ കൂടുതൽ ആവശ്യമായി വരികയാണെന്ന് മനസ്സിലാക്കിയിട്ടാണ് ഞാൻ ഈ പുസ്തകം രചിക്കാൻ തീരുമാനിച്ചത്.

കഴിഞ്ഞ ഇരുപത്തഞ്ചു വർഷങ്ങളായി ഗുരുദേവ് ശ്രീ ശ്രീ രവിശങ്കർ എന്ന എന്റെ ഗുരുവിന്റെ മാർഗ്ഗദർശനത്തിൽ നടത്തിവന്ന ധ്യാനപരിശീലനത്തിനിടെ ഞാൻ പഠിച്ചെടുത്ത രീതികളും വിലപ്പെട്ട ഉൾക്കാഴ്ചകളും നിങ്ങളിപ്പോൾ വായിക്കുന്ന ഈ പുസ്തകത്തിൽ ഉൾക്കൊള്ളിച്ചിരിക്കുന്നു. ഈ കാലഘട്ടത്തിലെ യഥാർത്ഥ ജ്ഞാനിയായ ഒരു ധ്യാനഗുരുവാണ് അദ്ദേഹം. ജീവിതത്തെ കുറേക്കൂടി അടുത്തറിഞ്ഞ് അതിലെ വെല്ലുവിളികളെ നേരിടാൻ പുതിയൊരു സമീപനം തേടുന്ന (അത് വാസ്തവത്തിൽ ചിരപുരാതനം തന്നെയാണ്) അത് തങ്ങളുടെ ആരോഗ്യത്തേയും സന്തോഷത്തേയും സമാധാനത്തേയും എങ്ങനെ ബാധിക്കുന്നു എന്ന് ആത്മാർത്ഥമായി അന്വേഷിക്കുന്ന വ്യക്തികൾക്കായി ഞാൻ എന്റെ അറിവും അനുഭവവും സമർപ്പിക്കുകയാണ്.

അനായാസമായി മനസ്സിലാക്കാനുതകുന്ന ഭാഷയും പ്രയോഗരീതികളും ഉപയോഗിച്ച് ഈ അറിവ് പകർന്നു നൽകുകയാണ്. അതുവഴി നിങ്ങൾക്ക് മനസ്സിനെ കാര്യക്ഷമമാക്കുവാനും അതിനെ പൂർണ്ണമായി അറിയുവാനുമുള്ള പ്രായോഗികമായ സമീപനമാണ് ഞാൻ നൽകുന്നത്.

ധ്യാനത്തെ സംബന്ധിച്ചേടത്തോളം ഇക്കാലത്ത് മാത്രമല്ല, കഴിഞ്ഞ ഏതാനും ദശാബ്ദങ്ങളായിത്തന്നെ തെറ്റായ പല അനുമാനങ്ങളും അഭിപ്രായങ്ങളും നിലനിന്നു വരുന്നുണ്ട്. ഹിമാലയത്തിൽ അർദ്ധനഗ്നരായ യോഗികൾ അനുഷ്ഠിക്കുന്ന എന്തോ മന്ത്രവാദ പ്രയോഗം എന്നതിൽ നിന്ന് യോഗയെക്കുറിച്ചുള്ള ധാരണ മാറി പരിഷ്ക്കാരികൾക്കും ജീവിതവിജയം നേടിയവർക്കും മാനസികാരോഗ്യം പ്രദാനം ചെയ്യുന്ന -മൂന്നു മിനുട്ടിൽ സന്തോഷവും സമാധാനവും വാഗ്ദാനം ചെയ്യുന്ന- ക്ഷിപ്രഫലം നൽകുന്ന ധ്യാനം സാദ്ധ്യമാക്കുന്ന മൊബൈൽ ആപ്പുകൾ എന്ന പരിപ്രേക്ഷ്യത്തിലേക്ക് പരിവർത്തനപ്പെട്ടത് ഇക്കഴിഞ്ഞ ദശാബ്ദങ്ങളിലാണ് . അതിലുപരി ശ്രദ്ധാപൂർണ്ണത എന്ന വാക്കിനെ ധ്യാനത്തിന് മതേതരമായ ബദൽ സംജ്ഞയായി പ്രയോഗിക്കുവാനും തുടങ്ങി. സാധാരണക്കാർക്കും കോർപ്പറേറ്റ് മേലാളന്മാർക്കും ഒരുപോലെ ബോധിക്കുന്നത് എന്ന നിലയിൽ തെളിഞ്ഞുവന്ന വിപണനസാദ്ധ്യതയായിരുന്നു ഇതിന് പിറകിൽ. പക്ഷേ ധ്യാനവും ശ്രദ്ധാപൂർണ്ണതയും ഒന്നല്ല, പലപ്പോഴും നേരെ വിപരീതങ്ങളും ആണെന്ന യാഥാർത്ഥ്യം തിരിച്ചറിയാതെ പോയി.

ഇത്തരുണത്തിലാണ് ഒരു പാട് തെറ്റിദ്ധാരണകളും വികലസങ്കല്പങ്ങളും മാറ്റിയെടുക്കാനായി ഒരു പുസ്തകം അടിയന്തിരമായി എഴുതേണ്ടതാണെന്ന് തോന്നിയത്; ധ്യാനം ശരിയായി മനസ്സിലാക്കാൻ താത്പര്യമുള്ള ഏതൊരാൾക്കും അമിതമായ ധൂപത്തിലോ അപര്യാപ്തമായ അറിവിലോ പെട്ടുപോകാതെ ധ്യാനത്തെ ശരിയായ വിധത്തിൽ മനസ്സിലാക്കാൻ പ്രയോജനപ്പെടുന്ന ഒരു പുസ്തകം.

മനസ്സിനെ നിയന്ത്രിക്കുവാൻ മാത്രമല്ല, മറികടക്കാൻ കൂടി ഫലപ്രദമെന്ന് കാലാകാലമായി തെളിഞ്ഞു കഴിഞ്ഞ ഒരു അനുഷ്ഠാനമാണ് ധ്യാനം. ഇതിന്റെ സദ്ഫലങ്ങൾ അനേകമാണ്- സാമൂഹികവും ഔദ്യോഗികവുമായ ജീവിതത്തിലും ആരോഗ്യം, സന്തുഷ്ടി, സ്വാതന്ത്ര്യം, സാഫല്യ

ബോധം മുതലായവ അനുഭവവേദ്യമാക്കുന്നതിലും. ധ്യാന രീതിയെ തനതായ സന്ദർഭത്തിൽ നിന്നും പാരമ്പര്യത്തിൽ നിന്നും അടർത്തി മാറ്റുമ്പാൾ ചെയ്യുന്നത് ഈ വിദ്യ ഇന്നോളം കാത്തുസംരക്ഷിച്ച ഗുരുക്കളോടുള്ള അനീതി മാത്രമല്ല ധ്യാനത്തിന്റെ പ്രയോഗത്തിൽ നിന്ന് അതിന്റെ ഏറ്റവും ഫലസിദ്ധി നൽകുന്നതും അവശ്യവുമായ ഭാഗ ങ്ങളെ മാറ്റിക്കളയുകയുമാണ്.

അതേസമയം ആധുനികലോകവും ജീവിതരീതികളും ആവശ്യപ്പെടുന്നത്, ധ്യാനത്തിന്റെ അനേക സാദ്ധ്യതകളെ പ്രയോജനപ്പെടുത്താൻ ആഗ്രഹിക്കുന്ന ഏതൊരാൾക്കും അത് ലളിതമായി മനസ്സിലാകുന്ന വിധത്തിലും അതുമായി സംവദിക്കാനാവുന്ന വിധത്തിലും ഈ പ്രാചീനമായ ജ്ഞാനം ലഭ്യമാക്കുക എന്നതാണ്. കൂടുതൽ ആരോഗ്യവും സന്തു ഷ്ടിയും അനുരഞ്ജനവും സാദ്ധ്യമാകുന്ന തരത്തിൽ ജീവിതം നയിക്കുവാനായി ഈ പുസ്തകത്തിലെ നിർദ്ദേശ ങ്ങൾ നിങ്ങളെ സഹായിക്കും.

ഈ പുസ്തകത്തിന്റെ ഘടനയനുസരിച്ച് ഓരോ അദ്ധ്യാ യവും നിങ്ങളുടെ യാത്ര സുഗമമാക്കുവാനായി ഓരോരോ സുപ്രധാനമായ തത്ത്വങ്ങൾ പഠിപ്പിക്കുകയും നിങ്ങളുടെ ധ്യാനക്രമത്തിലേക്ക് ആവശ്യമായ അറിവും പ്രയോഗരീതി കളും ഒരുമിച്ച് ഉൾച്ചേർക്കുകയും ചെയ്യും. ഈ പേജുകളിൽ മുന്നേറുമ്പോൾ നിങ്ങൾ പഠിക്കുന്ന പല തത്ത്വങ്ങളും നിങ്ങളെ കൂടുതൽ സാഫല്യവും കാര്യക്ഷമതയും ഉള്ളവ രാക്കിമാറ്റുക മാത്രമല്ല, ദൈനംദിനകർമ്മങ്ങളിൽ ഊർജ്ജ സ്വലരുമാക്കും. മനസ്സ് എന്ന അജ്ഞേയതയെയും അതിന്റെ പല വിധ ചാഞ്ചാട്ടങ്ങളേയും കൂടുതൽ സമർത്ഥമായി കൈകാര്യം ചെയ്യുവാനും നിങ്ങൾ പഠിക്കും. ഇത് നിങ്ങൾക്ക് ജീവിതം കൂടുതൽ സുഖകരവും, ആസ്വാദ്യകരവും ചാരി താർത്ഥ്യകരവുമാക്കും. പക്ഷേ നിങ്ങൾ ഞാൻ ഇവിടെ പങ്കുവെക്കുന്ന കാര്യങ്ങൾ വായിക്കുകയും മനസ്സിലാക്കു കയും പരിശീലിക്കുകയും വേണം.

ധ്യാനം കഠിനമായ ശ്രദ്ധയും ഏകാഗ്രതയും ആവശ്യ മില്ലാത്തതാണെന്നും മറിച്ച് ഒരുപാട് ഉൾക്കാഴ്ചകൾക്ക് അവസരം നൽകുന്ന ആനന്ദകരമായ യാത്രയാണെന്നും നിങ്ങൾ മനസ്സിലാക്കും. ഇത് ശ്രമത്തിൽ നിന്ന് വിശ്രാന്തിയി ലേക്കും പ്രവർത്തനനിരതതയിൽനിന്ന് നിശ്ചലതയിലേക്കും

ആകാംക്ഷയിൽനിന്നും നിരാശതയിൽനിന്നും സമാധാനത്തിന്റേയും ശാന്തിയുടേയും അവസ്ഥകളിലേക്കുള്ള യാത്രയാണ്. ഒരു കാര്യം പക്ഷേ അടിവരയിട്ടു പറയാൻ ഞാൻ ആഗ്രഹിക്കുന്നു. അതായത്, നമ്മൾ അഭിമുഖീകരിക്കുന്ന പ്രശ്നങ്ങൾക്ക് കേവലമായ നിർദ്ധാരണം മാത്രമല്ല ധ്യാനം. ധ്യാനത്തെ പ്രശ്നങ്ങളെ മറികടക്കാൻ മാത്രമുള്ള ഒരു ഉപാധിയായി കണ്ടാൽ ജീവിതത്തിലെ കോളിളക്കങ്ങൾ മാറിയാൽ നിങ്ങൾ ധ്യാനത്തെ കൈവെടിയും. കൂടുതൽ ഉയരത്തിൽ ലക്ഷ്യം വെക്കാനും വിശാലമായി ചിന്തിക്കാനും ഞാൻ നിങ്ങളെ പ്രേരിപ്പിക്കും. ധ്യാനം നിങ്ങൾക്ക് മേൽ സൂചിപ്പിച്ച എല്ലാ സദ്ഫലങ്ങളും പ്രദാനം ചെയ്യും, പക്ഷേ അവയെല്ലാം പാർശ്വഫലങ്ങൾ പോലെയാണ്. ഉള്ളിൽത്തന്നെയുള്ള യഥാർത്ഥനിധി അതിനെല്ലാം അപ്പുറത്താണ്, ആരാണോ തന്റെ ഉള്ളിലേക്ക് നോക്കാൻ തയ്യാറാകുന്നത് അയാൾക്കു മാത്രം ഗോചരമാകുന്നതാണ്.

അപ്പോൾ വരിക, ധ്യാനം നിങ്ങൾക്ക് തികച്ചും പുതിയൊരു വിഷയമാകാം, അല്ലെങ്കിൽ നിങ്ങൾ വർഷങ്ങളായി ചിട്ടയായോ അല്ലാതേയോ ധ്യാനിക്കുന്നവരാകാം. ഞാനാവശ്യപ്പെടുന്നത് ഒന്നു മാത്രം. ഈ മോഹിപ്പിക്കുന്ന യാത്രയിൽ നിങ്ങൾ തുറന്ന മനസ്സോടെയിരിക്കണം. ഇത് നിങ്ങൾക്ക് സാധിച്ചാൽ ഞാനുറപ്പു നൽകുന്നു, നിങ്ങൾ ഒരുപാട് കാര്യങ്ങൾ പഠിക്കുകയും മനസ്സിലാക്കുകയും ചെയ്യും. അവയാകട്ടെ, നിങ്ങളുടെ ധ്യാനക്രമത്തിന്റെ ആഴംകൂട്ടാനും അതുവഴി ജീവിതത്തെ മൂല്യവത്താക്കുവാനും നിങ്ങളെ സഹായിക്കും. ഇന്നത്തെ ലോകത്ത് ധ്യാനം ഒരു ആർഭാടമല്ല, ആവശ്യമാണ്. എത്ര നേരത്തെ ഇക്കാര്യം മനസ്സിലാക്കുന്നുവോ അത്രയും നല്ലത്.

സ്വാമി പൂർണ്ണ ചൈതന്യ

ഇളകിമറിയാത്ത മനസ്സാണ്
ധ്യാനം

വർത്തമാനകാലത്തിൽ
സന്നിഹിതമായ മനസ്സാണ്
ധ്യാനം

മനസ്സല്ലാതാകുന്ന മനസ്സാണ്
ധ്യാനം

സന്ദേഹങ്ങളില്ലാത്ത,
പ്രതീക്ഷകളില്ലാത്ത മനസ്സാണ്
ധ്യാനം

പ്രഭവത്തിലേക്ക്
കൂടണഞ്ഞ മനസ്സാണ്
ധ്യാനം

–ഗുരുദേവ് ശ്രീ ശ്രീ രവിശങ്കർ

1
അതെ, ലോകം മാറുകയാണ്

ഞാനെന്റെ ഫോണെടുത്ത് വാട്ട്സ്ആപ്പ് സംഭാഷണങ്ങളിലൂടെ കണ്ണോടിച്ചു. അതാ! ദൽഹിയിലെ എന്റെ സുഹൃത്തിന്റെ നമ്പർ. രണ്ടു മാസത്തോളമായി എന്നെ കോവിഡ്-19 മഹാമാരി ജോഹനസ്സ്ബർഗിലെ ഒരു അപ്പാർട്ട്മെന്റിൽ തടവിലാക്കിയിരിക്കയാണ്. ഇന്ത്യ അതിർത്തികളും വിമാനത്താവളങ്ങളും പൊടുന്നനെ അടച്ച ഉടനെ ഞാൻ ഘാനയിൽ നിന്ന് ദക്ഷിണാഫ്രിക്കയിലേക്ക്, (ഈ രണ്ട് രാജ്യങ്ങളും തങ്ങളുടെ അതിർത്തികൾ അടയ്ക്കുന്നതിന് തൊട്ടു മുമ്പായി), എത്തിയിരുന്നു. എനിക്ക് ആവശ്യമുള്ളിടത്തോളം കാലം തങ്ങാൻ ജോഹനസ്ബർഗ്ഗിലെ ഒരു സ്നേഹിതൻ എനിക്കൊരു സ്ഥലം ഒരുക്കാം എന്നും സമ്മതിച്ചിരുന്നു. ഞാനതിന് നന്ദിയുള്ളവനാണ് കാരണം, ഭൂരിപക്ഷം പേരും ആഗോളവ്യാപകമായ അടച്ചുപൂട്ടലിനിടയിൽ ഇത്ര ഭാഗ്യമുള്ളവരായിരുന്നില്ല, യാത്രയുടെ കാര്യത്തിൽ മാത്രമല്ല ജീവിതവ്യാപാരത്തിന്റെ മിക്ക രംഗങ്ങളിലും.

‘‘ഹേയ്, സമീർ, എന്തൊക്കെയാണ് വിശേഷങ്ങൾ? ഞാൻ നിങ്ങളെയെല്ലാം ഓർത്തുകൊണ്ടിരിക്കയായിരുന്നു. കുടുംബം സുഖമായിരിക്കുന്നവോ?’’

‘‘സ്വാമിജീ, അങ്ങയുടെ വിശേഷം കേൾക്കുന്നത് എത്ര സന്തോഷകരം! എല്ലാം സുമാർ ഓക്കെയാണ്, ഞങ്ങൾ കാര്യങ്ങൾ കൊണ്ടു നടത്തുന്നുണ്ട്.’’ അയാളുടെ വാക്കുകളിലെ ആത്മവിശ്വാസം ശബ്ദത്തിലില്ലായിരുന്നു. ‘‘എന്റെ സഹോദരൻ തിരിച്ചെത്തിയിട്ടുണ്ട്. ഞങ്ങളെല്ലാവരും വീണ്ടും വീട്ടിൽ ഒരുമിച്ചിരിക്കുന്നു.’’

ഏതാനും വർഷങ്ങളായി എനിക്ക് സമീറിനെ അറിയാം, ഞങ്ങൾ നല്ല സ്നേഹിതരുമായിക്കഴിഞ്ഞിരുന്നു. അയാൾ ഒരു പ്രൊഫഷണൽ ഫോട്ടോഗ്രാഫർ ആണ്. മിക്കവാറും വിവാഹങ്ങളായിരുന്നു എടുത്തിരുന്നത്. ഇന്ത്യയിൽ ധാരാളം അവസരങ്ങൾ ഉള്ള ഒരു ബിസിനസ്സാണ് ഇത്. പ്രത്യേകിച്ച് നിങ്ങൾ നല്ലൊരു ഛായാഗ്രാഹകനാണെങ്കിൽ. സമീർ ഏതാനും വർഷങ്ങളായി വിവാഹിതനായിരുന്നു. അയാളുടെ സഹോദരനാകട്ടെ, അടുത്തുതന്നെ ഒരച്ഛനാകാൻ പോകുകയാണ്. സമീർ ഭാര്യയോടൊപ്പം തന്റെ മാതാപിതാക്കളുടെ കൂടെയാണ് താമസിച്ചിരുന്നത്. സഹോദരനാകട്ടെ, ജോലിസംബന്ധമായി നല്ല അവസരങ്ങൾ തേടി കുറച്ചുകാലത്തേക്കായി പശ്ചിമബംഗാളിലേക്ക് മാറിയിരുന്നു. കുറച്ചുകൂടി വലിയ ഒരു വീട് വാങ്ങാനായി അവരെല്ലാം പണം സ്വരുക്കൂട്ടുകയായിരുന്നു.

അവർ ഇപ്പോൾ താമസിക്കുന്ന സ്ഥലം അവരുടെ ആവശ്യങ്ങൾക്ക് അപര്യാപ്തമായിരുന്നു, പ്രത്യേകിച്ച് സഹോദരർ രണ്ടുപേരും വിവാഹിതരായ സ്ഥിതിക്ക്. ദൽഹിയിൽ മറ്റൊരിടത്ത് അവർ ചെറിയൊരു സ്ഥലം വാങ്ങിയിരുന്നു. കുടുംബത്തിലെ എല്ലാവർക്കും സ്ഥലസൗകര്യമുള്ള ഒരു വീട് അവിടെ വെക്കുകയായിരുന്നു ഉദ്ദേശ്യം. അതിൽ ഒരു നില മാതാപിതാക്കൾക്കും ഒന്ന് സമീറിനും ഭാര്യയ്ക്കും ഏറ്റവും മുകളിൽ സഹോദരനും. ഇപ്രകാരം അവർക്ക് എല്ലാവർക്കും സൗകര്യമായി ജീവിക്കുവാൻ വേണ്ടത്ര സ്ഥലം ഉണ്ടാകും. ഇടയ്ക്ക് ബിസിനസ്സ് പിന്നോട്ടടിച്ചപ്പോൾ കുറച്ച് താമസമുണ്ടായെങ്കിലും വരാൻ പോകുന്ന വിവാഹസീസണിൽ ധാരാളം പണം സമ്പാദിച്ച് പുതിയ വീടിന്റെ പണി തുടങ്ങാം എന്നായിരുന്നു സമീർ കണക്കുകൂട്ടിയിരുന്നത്. സ്വന്തമായി ഒരു വീട് എന്നത് അവരുടെ ആത്യന്തികമായ സ്വപ്നമായിരുന്നു.

''വീടിന്റെ കാര്യം എവിടം വരെയെത്തി? കഴിഞ്ഞ തവണ സംസാരിച്ചപ്പോൾ ഇക്കാര്യം അന്വേഷിക്കാൻ ഞാൻ വിട്ടുപോയി. വീടുപണി നിങ്ങൾ ഉടനെ ആരംഭിക്കാൻ പോകുകയായിരുന്നു എന്നാണ് എന്റെ ഓർമ്മ, ശരിയല്ലേ? പക്ഷേ കോവിഡ് ലോക്ഡൗണിൽ അത് വൈകുകയാണോ?''

''സ്വാമിജീ, വാസ്തവം പറഞ്ഞാൽ വീടുപണി തുടങ്ങാൻ ഞങ്ങൾക്ക് സാധിക്കില്ല. എന്തായാലും ഉടനെത്തന്നെ

പറ്റില്ല. ഇപ്പോഴാണ് ഞങ്ങൾ അറിയുന്നത് സഹോദരന് ജോലി നഷ്ടപ്പെടുകയാണ്. ഇന്നത്തെ സാഹചര്യത്തിൽ കമ്പനിക്ക് ജോലിക്കാർ എല്ലാവരേയും നിർത്താൻ സാദ്ധ്യമല്ല. അപ്പോൾ സമ്പാദിച്ചുവച്ച പണമെല്ലാം കുടുംബത്തിന്റെ ദൈനംദിന ചെലവുകൾക്കായി വേണ്ടിവരും. എനിക്കും കഴിഞ്ഞ ഏതാനും മാസങ്ങളായി ഫോട്ടോഗ്രഫിയിൽ നിന്ന് കാര്യമായി സമ്പാദിക്കാൻ കഴിഞ്ഞിട്ടില്ല. ഈ ലോക്ഡൗൺ ഇനിയെത്രകാലത്തേക്ക് നീളുമെന്നും അറിയുന്നില്ല. ഇനിയെല്ലാം സാധാരണഗതിയിലായാൽ പോലും കാലം കുറച്ചു പിടിക്കും വിവാഹാഘോഷങ്ങൾപോലുള്ള പരിപാടികൾ പുനരാരംഭിക്കാൻ. അപ്പോഴും ആൾക്കാരുടെ പക്കൽ പണദൗർലഭ്യം വല്ലാതെ നിലനിൽക്കും, എല്ലാവർക്കും ചീത്ത കാലമാണ് ഇപ്പോൾ.'' ഇയാളോട് എന്ത് പറയണമെന്ന് ചിന്തിച്ച് ഞാൻ ഒരു നിമിഷം നിശ്ശബ്ദനായി. അവരെല്ലാവരും തിങ്ങിക്കൂടി ആ ചെറിയ വീട്ടിൽ താമസിക്കുന്നത് ഞാൻ മനസ്സിൽ കണ്ടു. ദൽഹി സന്ദർശിച്ചപ്പോൾ ഞാനവിടെ ഒരിക്കൽ താമസിച്ചതിനാൽ എനിക്ക് കാര്യം വ്യക്തമായിട്ടറിയാം. സമീറിന്റെ ഏടത്തിയമ്മ പ്രസവം പ്രതീക്ഷിച്ചിരിക്കുന്ന ഈ സമയം ഇതെല്ലാം വലിയ വെല്ലുവിളിതന്നെയാണ്.

ഇതാണ് ജീവിതം, നമ്മുടെ ജീവിതം. പലപ്പോഴും നമ്മൾ ഇതാലോചിക്കുന്നില്ല. നമ്മൾ സ്വാഭാവികമായി നടക്കുമെന്ന് വിചാരിച്ച് ഉദാസീനത പുലർത്തുന്ന അല്ലെങ്കിൽ നമ്മൾ ആശ്രയിക്കുന്ന എല്ലാ കാര്യങ്ങളുടേയും സ്ഥിതി എപ്പോൾ വേണമെങ്കിലും മാറാം. ഇത് പക്ഷേ പുതിയൊരു കാര്യമൊന്നുമല്ല, ചിരപുരാതനകാലം മുതൽ ഇങ്ങനെ സംഭവിച്ചിട്ടുണ്ട്. നമ്മൾ ആത്മാർത്ഥമായി പരിശ്രമിച്ചാലും ജീവിതം പ്രതീക്ഷിച്ചപോലെ മുന്നോട്ടുപോകുന്നില്ല, ജീവിതം അപ്രതീക്ഷിതമായ സംഭവഗതികളാൽ നമ്മെ അത്ഭുതപ്പെടുത്തും, നല്ലതിനായാലും മറിച്ചായാലും.

പക്ഷേ, അടുത്ത കാലത്തായി വളരെ ദ്രുതഗതിയിലാണ് മാറ്റങ്ങൾ സംഭവിക്കുന്നത്, നമ്മൾ അല്ലെങ്കിൽ നമ്മുടെ പൂർവ്വികർ അറിഞ്ഞതിനേക്കാൾ സമൂലമാണ് ഈ മാറ്റങ്ങൾ. രണ്ടാം ലോകമഹായുദ്ധകാലത്ത് ജീവിച്ചിരുന്നവരുടെ അനുഭവത്തിന് ഞാൻ സാക്ഷിയല്ല. എന്നിരിക്കിലും ഇപ്പോൾ നമ്മൾ കാണുന്ന സാഹചര്യം ഒരുപാട് മനുഷ്യരെ യുദ്ധകാലത്തെപ്പോലെ, ഒരു പക്ഷേ അതിലും മോശമായ വിധത്തിൽ ബാധിക്കുന്നുണ്ട്. അതുകൊണ്ടായിരിക്കാം,

കോവിഡ്-19 മഹാമാരി മനുഷ്യജീവിതത്തെ ബാധിച്ച വിധം വിവരിക്കുമ്പോൾ പ്രമുഖവ്യക്തികളും വിദഗ്ധരും ഈ മഹാമാരിയെ മൂന്നാം ലോകയുദ്ധം എന്ന് വിശേഷിപ്പിക്കാൻ മടി കാണിക്കാതിരിക്കുന്നത്. ഈ മഹാമാരി എന്ന പ്രതിസന്ധി രണ്ടാം ലോകമഹായുദ്ധത്തിനു ശേഷം മാനവരാശി നേരിട്ട ഏറ്റവും ഗൗരവതരമായ വെല്ലുവിളിയാണ് എന്ന് ഐക്യരാഷ്ട്രസംഘടന ഔദ്യോഗികമായി പ്രസ്താവിച്ചിരിക്കുന്നു; സംഘടനയുടെ ആരംഭം മുതൽ നോക്കിയാൽ ഏറ്റവും മോശമായ പ്രതിസന്ധിയും.

"ഇത് കേവലം ആരോഗ്യമേഖലയിലെ പ്രതിസന്ധിയല്ല, മനുഷ്യരാശി നേരിടുന്ന ആപൽസന്ധിയാണ്." എന്ന് ഐക്യരാഷ്ട്രസഭയുടെ തലവൻ ആന്റോണിയോ ഗുറ്ററസ് താക്കീത് നൽകുന്നു. ഇതിന്റെ കാരണമായി അദ്ദേഹം വിശദീകരിക്കുന്നത് സാമ്പത്തികമേഖലയിൽ അടുത്തകാലത്തൊന്നും കാണാത്തവിധം രൂക്ഷമായ മാന്ദ്യം വരാൻ പോകുന്നു എന്നതാണ്. ബിബ്ലിക്കൽ മാനത്തിലുള്ള ഒരാഗോള ക്ഷാമം മുന്നിൽക്കണ്ടുകൊണ്ട്, 265 മില്ല്യൻ ആൾക്കാർ പട്ടിണിയിലേക്ക് തള്ളി വിടപ്പെടുമെന്ന് യു എന്നിന്റെ ഭക്ഷ്യ സുരക്ഷ ഏജൻസി മുന്നറിയിപ്പ് നൽകുന്നു. 200 മില്ല്യൻ (20 കോടി) മനുഷ്യർക്ക് തൊഴിൽ നഷ്ടപ്പെടുമെന്നും അങ്ങനെ പ്രാഥമികമായ ആവശ്യങ്ങൾപോലും പൂർത്തീകരിക്കാനാകാത്ത, ദാരിദ്യരേഖയ്ക്ക് താഴെയുള്ളവരുടെ എണ്ണം 800 മില്ല്യൻ കവിയുമെന്നും യു എൻ കണക്കാക്കിയിരിക്കുന്നു. ജി 20 രാജ്യങ്ങളുടേയും യു.എൻ, ഐ.എം.എഫ് എന്നീ സംഘടനകളുടേയും മുമ്പാകെ ഓക്സ്ഫാം അവതരിപ്പിച്ച റിപ്പോർട്ട് പ്രകാരം മഹാമാരി അവസാനിക്കുമ്പോഴേക്കും 7.8 ബില്ല്യൻ (780 കോടി) മനുഷ്യർ ദാരിദ്ര്യരേഖയുടെ താഴേക്ക് നിപതിച്ചു കഴിഞ്ഞിരിക്കും.

ഇതിൽക്കൂടുതൽ ഗൗരവകരമായ വസ്തുത, ലോകമെമ്പോടും പല രാജ്യങ്ങളിലായി ജീവിക്കുന്ന മനുഷ്യരെ സമീപകാലത്തായി പിടിച്ച് കുലുക്കിയ അനവധി വിഷയങ്ങളിൽ കോവിഡ് മഹാമാരി കേവലം ഒന്നുമാത്രമാണ് എന്നതാണ്. വീണുപോകാതിരിക്കാൻ എല്ലാവരും തന്നെ ഏതെങ്കിലും പിടിവള്ളി സംഭ്രാന്തിയോടെ തേടിക്കൊണ്ടിരിക്കുകയാണ്. നിരാശയിലേക്ക്, മാനസികവിഷാദത്തിലേക്ക്, ജീവിതത്തെപ്പറ്റി പ്രതീക്ഷ തന്നെ നശിച്ച അവസ്ഥയിലേക്കുള്ള പതനം.

ചൈനയിൽ വ്യാപിച്ചുകൊണ്ടിരുന്ന വൈറസ്സിനെക്കുറിച്ച് വാർത്ത വന്ന അതേ വർഷം അവസാനിക്കുന്നതിനു മുമ്പായി നമ്മൾ എന്തിനെല്ലാമാണ് സാക്ഷ്യം വഹിച്ചത് - ആസ്ട്രേലിയയിൽ പടർന്നുപിടിച്ച പ്രചണ്ഡമായ കാട്ടുതീ, ഹോങ്കോങ്ങിൽ, മദ്ധ്യപൂർവ്വ രാജ്യങ്ങളിൽ, ദക്ഷിണ-മദ്ധ്യ അമേരിക്കയിൽ അങ്ങനെ നിരവധി രാജ്യങ്ങളിൽ

പൊട്ടിപ്പുറപ്പെട്ട അക്രമാസക്തമായ പ്രതിഷേധങ്ങൾ, ലോകത്തെമ്പാടുമുള്ള ജനങ്ങളെ അസ്വസ്ഥമാക്കുകയാണ് അമേരിക്കയും ചൈനയും തമ്മിൽ നടക്കുന്ന വാണിജ്യപ്പോരുകൾ. ആഗോള കാലാവസ്ഥാ വ്യതിയാനങ്ങൾ നമ്മുടെ പരിതസ്ഥിതിയെ ആപത്ക്കരമായി ബാധിച്ചുകൊണ്ടിരിക്കുന്നു. ഭൂമികുലുക്കം, വെള്ളപ്പൊക്കം മുതൽ കൊടുങ്കാറ്റുവരെയുള്ള പ്രകൃതി ദുരന്തങ്ങളും വരൾച്ചയും ആരേയും ബാധിക്കാതിരിക്കുന്നില്ല. കിഴക്കെ ഇന്ത്യയിലെ ആംഫൻ ചുഴലിക്കാറ്റ് അടുത്തകാലത്തെ ഉദാഹരണമാണ്. ആയിരക്കണക്കിനാൾക്കാർക്കാണ് മേൽക്കൂര നഷ്ടപ്പെട്ടത്. അനേകായിരങ്ങളുടെ വീടിനും കൃഷിക്കും നാശമുണ്ടായി. കൽക്കത്തയടക്കം പശ്ചിമബംഗാളിന്റെ തീരപ്രദേശത്തേയും ബാംഗ്ലാദേശിന്റെ പല ഭാഗങ്ങളേയും ഈ ചുഴലിക്കാറ്റ് ബാധിച്ചു. കഴിഞ്ഞ 500 വർഷത്തിനിടെ കൽക്കത്ത മഹാനഗരവും പ്രദേശം മൊത്തത്തിലും നേരിട്ട ഏറ്റവും വിനാശകരമായ ചുഴലിക്കാറ്റായിരുന്നു അത്. പശ്ചിമബംഗാളിന്റെ 70 ശതമാനവും ബാധിക്കപ്പെട്ടതായി പറയപ്പെടുന്നു.

അർജന്റീനയിലേയും സിംബാബ്‌വേയിലേയും എന്റെ സ്നേഹിതർക്ക് പ്രാദേശികസമ്പദ്ഘടനയുടെ തകർച്ചയ്ക്കൊപ്പം തങ്ങളുടെ സമ്പാദ്യമെല്ലാം നശിക്കുന്നത് കണ്ടിരിക്കേണ്ടി വന്നു, നല്ലകാലം സമാഗതമാകാൻ പ്രാർത്ഥിക്കുകയല്ലാതെ മറ്റൊന്നും ചെയ്യാനില്ലാതെ. ഈ ദുരന്തത്തിൽ പക്ഷേ അവർ തനിച്ചായിരുന്നില്ല. ലോകത്തിലെ ഏറ്റവും വികസിതരാജ്യങ്ങളായി ഗണിക്കപ്പെടുന്ന പശ്ചിമ യൂറോപ്പ് അടക്കം പല രാജ്യങ്ങളിലേയും സമ്പദ്ഘടനയ്ക്ക് ഇളക്കം തട്ടി, ചിലവ തകർച്ചയുടെ വക്കിലെത്തുകയും ചെയ്തു. നമ്മുടെ ആധുനികമായ, വളർച്ചയെത്തിയ, പുരോഗമിച്ച സമൂഹങ്ങളിൽ പോലും കാര്യങ്ങൾ ഒറ്റ രാത്രികൊണ്ട് മാറാം എന്നത് എനിക്ക് വിചിത്രമായി തോന്നി. പരിഷ്കൃതമെന്ന് കരുതപ്പെടുന്ന സമൂഹങ്ങൾപോലും ഇത്രയും ഹിംസാത്മകമായ പ്രതിഷേധങ്ങളിലേക്കും കവർച്ചയിലേക്കും സാമ്പത്തികത്തകർച്ചയിലേക്കും വഴുതുന്നത് കാണുമ്പോൾ ഒരു ചിന്ത ബലപ്പെട്ടു. ഞാൻ പഠിച്ച പൗരസ്ത്യ ധർമ്മശാസ്ത്രങ്ങളിലെ മുന്നറിയിപ്പാണ് അത്; ലോകത്തിന്റെ പ്രകൃതം തന്നെ നിരന്തരം മാറുക എന്നതായിരിക്കെ മാറുന്ന ഈ ലോകത്തെ ഊന്നുവടിയായി ആശ്രയിക്കരുത്. മാറ്റമില്ലാത്തത് എന്താണോ അത് മാത്രമാണ് യഥാർത്ഥമായ താങ്ങ്, മാറാത്തതെന്തോ അതിനെ മാത്രമേ സുരക്ഷിതത്വത്തിനായി അവലംബിക്കാവൂ. അതിനു വേണ്ടി നിങ്ങൾ ഉള്ളിലേക്ക് നോക്കേണ്ടതുണ്ട്.

അപ്പോൾ നാം ഉറപ്പിനായി, സുരക്ഷിതത്ത്വം അനുഭവിക്കാനായി എന്താണ് തേടുന്നത്? സുഖപ്രദമായ വീട്? നല്ലൊരു ബാങ്ക്

ബാലൻസ് അല്ലെങ്കിൽ പെൻഷൻ? നല്ല ആരോഗ്യം, സ്നേഹിതരുടെ വലയം? സമൂഹത്തിലെ പദവി അല്ലെങ്കിൽ അംഗീകാരം? ഇവയുടെയെല്ലാം പ്രാധാന്യം പലപ്പോഴും നമുക്ക് അനുഭവപ്പെടുന്നത് അവ പൊടുന്നനെ ഇല്ലാതാകുമ്പോഴാണ്, അതിനൊപ്പം നമ്മുടെ സമാധാനവും സുരക്ഷിതത്ത്വബോധവും സന്തോഷവും, ചിലപ്പോൾ നമ്മുടെ പ്രതീക്ഷയും വിശ്വാസം തന്നേയും. ഇതിൽ നാം കുറ്റക്കാരല്ല, കാരണം നമ്മൾ അങ്ങനെയാണ് വളർന്നത്, ചെറുപ്പം മുതൽ നമ്മെ അങ്ങനെയാണ് പഠിപ്പിച്ചത്.

നല്ല ജോലി, നല്ല വീട്, നല്ല സുഹൃദ് വലയം, നല്ല സാമൂഹിക പദവി എല്ലാം നേടാൻ കഠിനമായി അദ്ധ്വാനിക്കണമെന്ന് നാം പഠിച്ചു. ആരോഗ്യവാന്മാരായിരിക്കാനും ബലിഷ്ഠരാകുവാനും വ്യായാമവും മിതഭക്ഷണവും ശീലിക്കണമെന്നും. ഇതെല്ലാം നമ്മൾ ആഗ്രഹിക്കുന്ന സന്തുഷ്ടവും സുരക്ഷിതവുമായ ജീവിതം നേടിയെടുക്കാൻ ആവശ്യമാണെന്ന് നമ്മൾ ഉദ്ബോധിതരായിരുന്നു. ആത്യന്തികമായി നമുക്കെല്ലാം വേണ്ടത് ഒരേ കാര്യമാണ്: സന്തുഷ്ടി, സമാധാനം, സുരക്ഷിതത്ത്വം, സ്വാതന്ത്ര്യം. എല്ലാ കമേർസ്യൽ പരസ്യങ്ങളും നിങ്ങൾക്ക് ഇവ തന്നെയാണ് വാഗ്ദാനം ചെയ്യുന്നത്. അവ പുതിയ ഒരു വാച്ചോ പുതിയ മോഡൽ കാറോ ഒരു പ്രത്യേക ഷാമ്പൂവോ ലൈഫ് ഇൻഷൂറൻസോ എന്തുമാകാം. അക്കാരണത്താലാണ് പലരും മായികമായ ആ ജീവിതം കൈവരിക്കാനായി എന്ത് ത്യാഗം വേണമെങ്കിലും അനുഷ്ഠിക്കാൻ തയ്യാറാകുന്നത്, ഒന്നിനെക്കുറിച്ചും വേവലാതിപ്പെടാതെ, സ്വപ്നതുല്യമായ ജീവിതം നയിക്കാൻ സഹായിക്കുന്ന സാമ്പത്തികസ്ഥിതിയോടെയുള്ള മായികമായ അവസ്ഥ. പക്ഷേ ഒന്നടുത്തു ചെന്ന് നോക്കൂ, സകലതും തികഞ്ഞ എന്ന് നിങ്ങൾ വിചാരിക്കുന്ന ആ മനുഷ്യർക്കും മിക്കവാറും നിങ്ങൾ അനുഭവിക്കുന്ന പ്രശ്നങ്ങൾ തന്നെ ആയിരിക്കും ഉണ്ടാവുക. അവരും സമ്മർദ്ദം അനുഭവിക്കുന്നു, വേവലാതിപ്പെടുന്നു, ചിലപ്പോൾ ആപദ്ശങ്കയും ആകാംക്ഷയും അനുഭവിക്കുന്നു, ചിലപ്പോൾ മറ്റെല്ലാരേക്കാളും കൂടുതൽ!

വർത്തമാനപത്രം തുറന്നാൽ പലപ്പോഴും ഞാൻ കാണുന്നത് വ്യക്തികൾ, വിദ്യാർത്ഥികൾ പോലും ആത്മഹത്യ ചെയ്തതിനെക്കുറിച്ചാണ്, ജീവിതത്തിലെ തിരിച്ചടികൾ, അറ്റുപോകുന്ന ബന്ധങ്ങൾ, പരീക്ഷയിലെ പരാജയം പോലും കാരണങ്ങളാണ്. കടബാദ്ധ്യതയും മറ്റ് പ്രശ്നങ്ങളും താങ്ങാനാവാതെ കർഷകർ ആത്മഹത്യ ചെയ്യുന്നതും ഈ പ്രതിഭാസത്തിന്റെ വ്യസനകരമായ മറ്റൊരു ദാഹരണമാണ്. വിഷാദരോഗികളുടെ എണ്ണം ആഗോളമായി വർദ്ധിക്കുന്നത് നമ്മെ ആശങ്കാകുലരാക്കുന്നു. സാങ്കേതികവിദ്യയിൽ

നേടിയ പുരോഗതിയും സാമ്പത്തികോന്നതിയും വികസനവും നമ്മെ ശരിയായ ദിശയിലേക്കു തന്നെയാണോ നയിക്കുന്നത്?

ശരിയാണ്, ബാങ്കിൽ നല്ലൊരു സമ്പാദ്യമോ പെൻഷനോ ഉണ്ടെങ്കിൽ നിങ്ങൾക്ക് അത്യാവശ്യങ്ങൾ നിറവേറ്റാൻ സാധിക്കും, ഒരു പക്ഷേ ബാക്കിയുള്ള സാമ്പാദ്യം മറ്റ് ആഗ്രഹങ്ങൾ സാധിതമാക്കാനും ഉപയോഗിക്കാം. നല്ല ആരോഗ്യം, കൂട്ടിനായി ഇഷ്ടമുള്ള ഒരു കൂട്ടം സുഹൃത്തുക്കൾ, സുരക്ഷിതമായ ജോലി ഇവയെല്ലാം നമ്മെ സന്തോഷവും സുരക്ഷിതത്ത്വവും സ്വാതന്ത്ര്യവും അനുഭവിക്കാൻ സഹായിക്കുന്നു. പക്ഷേ ഇതെല്ലാം പൊടുന്നനെ ഇല്ലാതായാൽ എന്തു സംഭവിക്കും? ഇങ്ങനെ ചിന്തിക്കാൻ കാരണം, അസംഭവ്യമെന്ന് മുമ്പ് വിശ്വസിച്ചിരുന്ന കാര്യങ്ങൾ ഇന്ന് ലോകത്തിൽ പലർക്കും സംഭവിക്കുകയാണ് എന്നതാണ്. എങ്ങനെയാണ് ഇത് കൈകാര്യം ചെയ്യുക? എങ്ങനെയാണ് അചഞ്ചലരായി ഇത്തരം വെല്ലുവിളികളെ നേരിടുക? മറികടക്കാൻ സാദ്ധ്യമല്ല എന്ന് തോന്നിച്ച എതിർപ്പുകളും പ്രതികൂലസാഹചര്യങ്ങളും അഭിമുഖീകരിച്ച് മുന്നോട്ട് പോകുകയും അവസാനം അവയെ വെല്ലുകയും ചെയ്ത മഹാന്മാരുടെ കഥകൾ ചരിത്രത്തിൽ നമുക്കു മുന്നിലുണ്ട്. നമ്മൾ അവലംബനത്തിനായി ആശ്രയിക്കുന്ന ഊന്നുവടികളൊന്നുംതന്നെ ഇല്ലാതെ ഇവർക്ക് എങ്ങനെയാണ് ഇത് സാധിക്കുന്നത്? എന്താണ് അവർക്ക് ശക്തി കൊടുക്കുന്നത്?

അനേകവർഷം മുമ്പ് കേട്ടതാണെങ്കിലും ഇന്നും ഞാനോർമ്മിക്കുന്ന ഒരു കഥയാണ് ഇപ്പോൾ മനസ്സിൽ വരുന്നത്. ഈ സംഭവം നടന്നത് മഹാനായ അലക്സാണ്ടറുടെ ജീവിതത്തിൽ അദ്ദേഹം ലോകം കീഴടക്കാൻ ശ്രമിക്കുന്നതിനിടയ്ക്കായിരുന്നു. അക്കാലത്തു തന്നെ ഭാരതത്തിലെ യോഗികൾ അവരുടെ ആഴത്തിലുള്ള ജ്ഞാനത്തിനും നിഗൂഢതയാർന്ന അദ്ധ്യാപനരീതികൾക്കും പ്രസിദ്ധരായിരുന്നു. അത്തരം ഒരു യോഗിയെ ഇന്ത്യയിൽനിന്ന് കൊണ്ടുവരണമെന്ന് അലക്സാണ്ടറുടെ ഗുരു അരിസ്റ്റോട്ടിൽ ആവശ്യപ്പെട്ടിരുന്നു. ഹിമാലയം താണ്ടി ഇന്ത്യയിലേക്ക് കടന്നു വന്ന അലക്സാണ്ടർ ഒരു യോഗിയെക്കുറിച്ച് കേട്ടു. സമീപത്തുള്ള ഒരു വനത്തിലാണ് ആ യോഗി താമസിക്കുന്നത് എന്നായിരുന്ന കിംവദന്തി.

പുണ്യാത്മാവിനെ കാട്ടിൽ പോയി കണ്ടെത്തി തന്റെയടുത്തേക്ക് കൊണ്ടുവരുവാൻ അലക്സാണ്ടർ തന്റെ സേനാനായകരിൽ ഒരാളെ നിയോഗിച്ചു. സേനാനായകൻ യോഗി താമസിക്കുന്നുണ്ടെന്ന് കരുതിയ സ്ഥലത്തിനടുത്തെത്തിയപ്പോൾ അവിടെ തന്റെ ചുറ്റുപാടുകൾ വിസ്മരിച്ചപോലെ തോന്നിച്ച ഒരാൾ ധ്യാനത്തിലിരിക്കുന്നുണ്ടായിരുന്നു. യോഗിയുടെ അടുത്തെത്തി സേനാനായകൻ തന്റെ സാന്നിദ്ധ്യം

അറിയിച്ചു, പക്ഷേ പല തവണ വിളിച്ചശേഷം മാത്രമാണ് യോഗി അവസാനം കണ്ണ് തുറന്ന് സംസാരിച്ചത്. മഹാനായ അലക്സാണ്ടർ വരാനാവശ്യപ്പെട്ടതിനാൽ തന്റേയൊപ്പം ഉടനെ പുറപ്പെടണമെന്ന് സേനാനായകൻ യോഗിയോട് പറഞ്ഞു. താൻ ആ കല്പന ഗൗനിക്കുന്നില്ലെന്നും തന്റെ ധ്യാനത്തെ സേനാനായകൻ ശല്യപ്പെടുത്തുകയാണെന്നും യോഗി വ്യക്തമായി പറഞ്ഞു. സേനാനായകനോട് തന്നെ സ്വൈരമായി വിടാനും യോഗി അപേക്ഷിച്ചു. സേനാനായകൻ ഈ ഉത്തരം കേട്ട് ഞെട്ടിപ്പോയി. തന്റെ കൂടെ വന്നാൽ വിലയേറിയ സമ്മാനങ്ങൾ ലഭിക്കുമെന്ന് പറഞ്ഞ് യോഗിയെ പ്രലോഭിപ്പിക്കാൻ സേനാനായകൻ നടത്തിയ ശ്രമങ്ങളെല്ലാം വൃഥാവിലായി. മഹാനായ അലക്സാണ്ടറുടെ കല്പന അനുസരിക്കാതിരുന്നാലുള്ള ഭവിഷ്യത്തുകൾ അറിയിച്ച് യോഗിയെ ഭീഷണിപ്പെടുത്താനും സേനാനായകൻ ശ്രമിച്ചു. പക്ഷേ യോഗി തീരുമാനമെടുത്തു കഴിഞ്ഞിരുന്നു, ഒട്ടും വഴങ്ങാതെ അദ്ദേഹം വീണ്ടും തന്റെ കണ്ണുകൾ അടച്ചു. ഒരിഞ്ചും അനങ്ങിയില്ല.

ആകെ ആശയക്കുഴപ്പത്തിൽപെട്ട് സേനാനായകൻ തിരിച്ച് അലക്സാണ്ടറുടെ സവിധത്തിലെത്തി പുണ്യാത്മാവുമൊത്തുള്ള തന്റെ അനുഭവം വിവരിച്ചു കൊടുത്തു. ഭീഷണിപ്പെടുത്തിയിട്ടുപോലും തന്റെ കൽപന ഒരാൾ അവഗണിച്ചതിൽ ക്രുദ്ധനായും അതേ സമയം തന്റെ കൗതുകം ശമിപ്പിക്കുവാൻ താത്പര്യപ്പെട്ടും അലക്സാണ്ടർ യോഗിയെ നേരിട്ടുപോയി കാണാൻ തീരുമാനിച്ചു. യോഗിയുടെ അടുത്തെത്തിയപ്പോൾ താൻ ആരാണെന്ന് യോഗിയെ അറിയിച്ച ശേഷം കഴുത്തിനുമേൽ തല വേണമെന്നുണ്ടെങ്കിൽ തന്റെ ഒപ്പം വരുന്നതായിരിക്കും നല്ലത് എന്നു അലക്സാണ്ടർ പറഞ്ഞു.

ഒരു നാൾ വീണു നശിക്കാൻ പോകുന്ന തന്റെ ശരീരത്തിനുമേൽ മാത്രമാണ് അലക്സാണ്ടറുടെ അധികാരശക്തി എന്ന് വിശദമാക്കി യോഗി തികഞ്ഞ സംയമനത്തോടെ പറഞ്ഞു. ‘‘നിങ്ങൾക്ക് അതിനെ ഇപ്പോൾ വധിക്കാം അല്ലെങ്കിൽ ഏതാനും വർഷങ്ങൾക്കു ശേഷം അത് തന്നത്താൻ നിശ്ചേതനമാകാം, എങ്ങനെ വേണമെങ്കിലും ആകട്ടെ.’’ യോഗി തുടർന്നു, ‘‘എന്റെ ആത്മാവ് നിതാന്തമാണ്, അനശ്വരമാണ്, പരമാനന്ദകരവുമാണ്. താങ്കൾക്ക് അതിനുമേൽ അധികാരശക്തിയില്ല, ഞാൻ സത്യത്തിൽ അതാണ്. അതിനാൽ താങ്കൾക്ക് സ്വന്തം ഇഷ്ടപ്പടി പ്രവർത്തിക്കാം, ഞാൻ എന്റേയും. ഇനി എന്റെ ധ്യാനം തടസ്സപ്പെടുത്താതിരിക്കുക.’’ ഇത്രയും പറഞ്ഞ് യോഗി തന്റെ കണ്ണുകൾ പൂട്ടി.

തന്നെ ഒരാൾ സ്വീകരിക്കുവാൻ വിസമ്മതിച്ചതും തന്നെ നിരാകരിച്ചതും ഉളവാക്കിയ ഞെട്ടലിന്നൊപ്പംതന്നെ ആ വിശുദ്ധമനുഷ്യന്റെ

നിർഭയത്വവും ശാന്തപ്രകൃതവും അലക്സാണ്ടറിൽ അത്ഭുതമുള വാക്കി. മൃത്യുഭയം തീണ്ടിയിട്ടില്ലാത്ത, സ്വരക്ഷയെക്കുറിച്ച് ആശങ്ക യില്ലാത്ത യോഗിയെപ്പോലെ ഒരു വ്യക്തിയെ അദ്ദേഹം മുമ്പ് കണ്ടിട്ടു ണ്ടായിരുന്നില്ല. തനിക്ക് മനസ്സിലാകാത്ത എന്താണ് യോഗിക്ക് അറിയുന്നതെന്ന് ചിന്തിക്കാൻ ഇതദ്ദേഹത്തെ പ്രേരിപ്പിച്ചു.

ഇതെന്നേയും ചിന്തിപ്പിച്ചു. കാരണം, എല്ലാം ശരിപ്പെടുമെന്ന് എത്രകണ്ട് നിങ്ങൾ സ്വയം വിശ്വസിപ്പിച്ചാലും ജീവിതം ഒരാളെ എത്ര കഠിനമായി പിടിച്ചുകുലുക്കാം എന്ന് ചെറുപ്രായത്തിൽത്തന്നെ അനു ഭവം എന്നെ പഠിപ്പിച്ചിരുന്നു. എന്റെ കുഞ്ഞുപ്രായത്തിൽത്തന്നെ അമ്മയിൽ ക്യാൻസർ രോഗം കണ്ടുപിടിച്ചു. അമ്മ ചികിത്സകൊണ്ട് രോഗം അതിജീവിക്കുമോ എന്ന് പലപ്പോഴും ഡോക്റ്റർമാർക്കു പോലും പറയാൻ പറ്റാത്ത അവസ്ഥയായിരുന്നു. കുട്ടികളെ സംബ ന്ധിച്ചേടത്തോളം ശക്തിയുടേയും പിന്തുണയുടേയും സുരക്ഷിത ത്വത്തിന്റേയും ഏറ്റവും പ്രബലവും അചഞ്ചലവുമായ പ്രഭവസ്ഥാന മാണ് അമ്മ. ആ അമ്മ യാതന അനുഭവിക്കുക അല്ലെങ്കിൽ വിട്ടു പോകുക എന്നത് സങ്കൽപിക്കാനാകാത്തതായിരുന്നു. ചിലപ്പോഴാ കട്ടെ അത്യാവശ്യമായ സാധനങ്ങൾ വാങ്ങാൻ പോലും പണം തിക യാത്ത അവസ്ഥ ഞങ്ങളിൽ നിന്ന് മറച്ചുപിടിക്കുന്നതിന്റെ വിഷമ ത്തിലായിരിക്കും അമ്മ.

ഞങ്ങൾക്ക് ഇതെല്ലാം മനസ്സിലാക്കാനുള്ള പ്രായമായിരുന്നില്ല, അഥവാ അറിഞ്ഞാലും ഞങ്ങൾക്ക് എന്താണ് ചെയ്യാൻ സാധിക്കുക? ഹൈസ്കൂളിൽ ചേരുന്ന സമയത്തുണ്ടായ അങ്കലാപ്പിനൊപ്പം വീട്ടിൽ മറ്റൊരു മാറ്റം കൂടി രൂപപ്പെടുകയായിരുന്നു. എന്റെ മാതാപിതാക്കൾ, സഹോദരനോട് അവർ വിവാഹമോചിതരാകുകയാണെന്ന കാര്യം അറിയിച്ചു. അതോടെ അച്ഛനെ കാണുന്നത് ആഴ്ചയുടെ അവസാന ത്തിൽ, ചിലപ്പോൾ അതിലും താമസിച്ചുമായിത്തുടങ്ങി. എന്നെയും എന്റെ ചുറ്റുമുള്ളവരേയും പിടിച്ചുകുലുക്കിയ സാഹചര്യങ്ങളുടെ ചില ഉദാഹരണങ്ങൾ മാത്രമാണ് ഇതെല്ലാം. പൗരസ്ത്യരാജ്യങ്ങളിലെ പുണ്യപുരുഷന്മാരേയും മഹർഷിമാരെപ്പോലേയും ഉള്ള മഹാഗുരു ക്കൾ ബാഹ്യമായ ഒന്നിനേയും - ഒരു വീടിനെപ്പോലും - ആശ്രയി ക്കാതെ എങ്ങനെയാണ് ശാശ്വതമായ ശാന്തിയും മനോനിയന്ത്രണവും നേടിയെടുക്കുന്നതെന്ന് ചിന്തിക്കാൻ ഇതെല്ലാം എന്നെ പ്രേരിപ്പിച്ചു. ഒരുപക്ഷേ ഇക്കാരണത്താലായിരിക്കാം പഴയ മഹാഋഷിമാരുടെ കഥകൾ, അല്ലെങ്കിൽ ടി.വി യിൽ വരുന്ന ഷാവലിൻ സന്ന്യാസി മാരെക്കുറിച്ചുള്ള ഡോക്യുമെന്ററികൾ, അച്ഛൻ ഇന്ത്യയിലും തിബ ത്തിലും സഞ്ചരിച്ച് അവിടത്തെ യോഗികളെപ്പറ്റി ശേഖരിച്ച കഥകൾ, അമ്മയുടെ മുറിയിൽ സൂക്ഷിച്ചിരുന്ന ബുദ്ധപ്രതിമ, ഇവയെല്ലാം

എന്നെ ശക്തമായി ആകർഷിക്കുകയും കൂടുതൽ കൂടുതൽ അവരെക്കുറിച്ച് പഠിക്കാൻ എന്നെ നിശ്ശബ്ദമായി പ്രേരിപ്പിക്കുകയും ചെയ്തത്. ഏത് സാഹചര്യത്തിലും സമചിത്തതയോടെ ജീവിതത്തെ അഭിമുഖീകരിക്കുവാനും ശാന്തിയും സുരക്ഷിതത്ത്വവും അനുഭവിക്കുവാനും ഞാനെന്തെല്ലാം കൊടുക്കില്ല! നമ്മൾ സാധാരണ ആശ്രയിക്കുന്ന കാര്യങ്ങളൊന്നും, ഭൗതികമായ വസ്തുക്കളൊന്നുംതന്നെ, കയ്യിരിപ്പായി ഇല്ലാത്ത ഇവർ എങ്ങനെയാണ് ഇത്ര മാത്രം ആത്മവിശ്വാസവും ശാന്തിയുമുള്ളവരായി കാണപ്പെടുന്നത്? അവരിൽ നിർല്ലീനമായിരിക്കുന്ന ശക്തിയും സമ്പൂർണ്ണമായ ശാന്തിയുമാണ് ചെറുപ്രായത്തിൽത്തന്നെ എന്നെ പൂർവ്വ ദേശത്തെ പാരമ്പര്യങ്ങളിലേക്ക് ആകർഷിച്ചത്.

തീർച്ചയായും ഇതൊരു അപൂർവ്വതയൊന്നുമല്ല, നമുക്ക് എല്ലാവർക്കും കുട്ടിക്കാലത്തും വിദ്യാലയജീവിതത്തിനിടയിലും വെല്ലുവിളികൾ നേരിടേണ്ടി വന്നിട്ടുണ്ടല്ലോ. ആ പ്രായത്തിലും ഈ പ്രശ്നങ്ങൾ ഭയപ്പെടുത്താതിരിക്കുന്നില്ല, സത്യമതാണ്. അവ ഇപ്പോഴത്തെപോലെ തന്നെ പ്രധാനവും ദുഷ്കരവുമായിരുന്നു. ഉണർന്നെഴുന്നേറ്റാൽ പ്രധാനപ്പെട്ട ഒരു ഗണിതപരീക്ഷ എഴുതേണ്ടതുണ്ട് അല്ലെങ്കിൽ തങ്ങളെ ഇഷ്ടപ്പെടാത്ത ഒരു അദ്ധ്യാപകന്റെ മുന്നിൽ വിഷയാവതരണം നടത്തേണ്ടതുണ്ട് എന്ന വേവലാതി നിമിത്തം സുഖമായി ഉറങ്ങാൻ പ്രയാസമനുഭവിക്കാത്ത ആരാണുള്ളത്?

കൂടെ വരാൻ സമ്മതിച്ച പ്രിയപ്പെട്ട ഒരാളെ പുറത്തേക്ക് വിളിക്കാൻ വേണ്ട ധൈര്യം സ്വരൂപിക്കുവാൻ (ആസൂത്രണം ചെയ്തപോലെ എന്തെങ്കിലും നടന്നില്ലെങ്കിലോ?) മണിക്കൂറുകളോളം ആകുല മനസ്സോടെ ഇരിക്കാത്തവർ ആരുണ്ട്? എന്തെങ്കിലും ഒരു വസ്തു ഇല്ലാതെ ജീവിക്കാനാവില്ലെന്ന് നമുക്ക് തോന്നുന്നു, തുടർന്ന് അത് നേടാനായി കിണഞ്ഞ് ശ്രമിക്കുന്നു, അത് നേടിക്കഴിയുമ്പോഴാകട്ടെ, ഇത് നഷ്ടപ്പെടാം എന്ന സാദ്ധ്യത മൂലം സമ്മർദ്ദവും ഭയവും തുടർന്നും അനുഭവിക്കുന്നു. ഇതാണ് സ്ഥിതിയെങ്കിൽ എങ്ങനെയാണ് കോവിഡ്-19 ലോക്ഡൗൺ സമയത്ത് ആഗോളതലത്തിൽ നാമനുഭവിച്ച അനിശ്ചിതത്ത്വത്തിന്റെ സാഹചര്യത്തിൽ നമുക്ക് സമാധാനമായി ഇരിക്കാൻ സാധിക്കുക? ഈ കാലയളവിൽ, ഏതാനും ആഴ്ചകൾക്കകം, വിഷാദരോഗത്തിന്റേയും ഗാർഹികപീഡനത്തിന്റേയും ആത്മഹത്യകളുടേയും വിവാഹമോചനങ്ങളുടേയും എണ്ണം ഗണ്യമായി കൂടുകയുണ്ടായി! ഇതു കാണിക്കുന്നത് അനിശ്ചിതത്ത്വവും മാറ്റവും കൈകാര്യം ചെയ്യുന്നതിന് നാം വേണ്ടത്ര സജ്ജരല്ല എന്നാണ്.

അതെ, ഇടയ്ക്കൊരിക്കൽ ഇതൊന്നുകൊണ്ടും ഇളകാത്ത ചിലരെ നമുക്ക് കാണാനാകുന്നു. ആന്ദോളനങ്ങളില്ലാത്ത ഈ ശാന്തിയുടെ

ഉറവിടം അന്വേഷിച്ചപ്പോഴാണ് ആദ്യമായി ആയോധനകലയുടെ പരിശീലനത്തിലേക്കും ബുദ്ധിസം സംബന്ധിച്ച ഗ്രന്ഥങ്ങളിലേക്കും യോഗിക് പാരമ്പര്യത്തിലേക്കും ഞാൻ നയിക്കപ്പെട്ടത്. മിക്കവാറും എല്ലാ പരിതസ്ഥിതികളിലും ചില വ്യക്തികളെ നിർഭയരും ശാന്തരും സ്വസ്ഥരുമാക്കുന്നത് എന്താണ്? വളരെ തുച്ഛമായ വസ്തുക്കൾ മാത്രം കൈയിലുള്ള ചിലരെ ഞാൻ കണ്ടിട്ടുണ്ട്, എന്നിട്ടും ലോകത്ത് മറ്റുള്ള പലരേക്കാളും കൂടുതൽ സന്തുഷ്ടരാണ് അവർ. കരാട്ടെ കിഡ്, സ്റ്റാർ വാർസ് മുതലായ സിനിമകൾ കണ്ടു വളർന്ന ഞാൻ മഹാഗുരുവിനെ നേരിട്ട് കണ്ട കുട്ടികളെക്കുറിച്ച് അസൂയപ്പെട്ടിട്ടുണ്ട്. ആ മഹാഗുരു മനസ്സിനെ വരുതിയിൽ കൊണ്ടുവരാനും അതിജീവിക്കുവാനും അവരെ പഠിപ്പിക്കുന്നു. അവർക്ക് ശാന്തിയുടേയും ഊർജ്ജത്തിന്റേയും മനസ്സ് കേന്ദ്രീകരിക്കുന്നതിന്റേയും മാർഗ്ഗം കാണിച്ചു കൊടുത്ത് അവരെ ദുഷ്കരമായ സാഹചര്യങ്ങളേയും ആപത്കാരികളായ വ്യക്തികളേയും നേരിടാൻ കരുത്തരാക്കുന്നു.

സത്യത്തിൽ, നാം തിരിഞ്ഞനോക്കുകയാണെങ്കിൽ നമ്മളും സമാനമായ അവസ്ഥ അറിഞ്ഞിട്ടുണ്ടെന്ന് കാണാം. ബാല്യകാലത്തേക്ക് തിരിച്ചുപോയാൽ നിങ്ങൾ ഭയരഹിതനും സ്വതന്ത്രനും കൂടുതൽ സ്വസ്ഥനുമായിരുന്ന ഒരു കാലം കണ്ടെത്താനാകും. എത്ര സ്നേഹിതർ ഉണ്ടായിരുന്നു എന്നോ അവർ നിങ്ങളെ യഥാർത്ഥത്തിൽ സ്നേഹിച്ചിരുന്നോ എന്നോ നിങ്ങൾ ശ്രദ്ധിച്ചിരുന്നില്ല. നിങ്ങൾക്ക് കൈവശം എന്തുണ്ടായിരുന്നു, അത് നിങ്ങളുടെ ആവശ്യത്തിന് പര്യാപ്തമാണോ എന്നും നിങ്ങൾ ശ്രദ്ധിച്ചിരുന്നില്ല. നിങ്ങൾ മുക്തരായിരുന്നു, ജീവിതം പൂർണ്ണമായി ജീവിച്ചിരുന്നു. നാളെയെപ്പറ്റി നിങ്ങൾ ആകുലനായിരുന്നില്ല, ഇന്നലേയെപ്പറ്റി ദുഃഖിതനോ അസ്വസ്ഥനോ അല്ലായിരുന്നു. കളിക്കാൻ ഒരു കല്ലോ കമ്പോ മതിയായിരുന്നു മണിക്കൂറുകളോളം സന്തോഷത്തോടെ സമയം ചെലവാക്കാൻ. ഇനി നിങ്ങളെ അസ്വസ്ഥനാക്കുന്ന വല്ലതും സംഭവിച്ചാൽത്തന്നെ അത് ഏതാനും നിമിഷങ്ങൾക്കു മാത്രമായിരുന്നു, അതോടെ എല്ലാം കഴിഞ്ഞു, നിങ്ങൾ അടുത്ത സാഹസത്തിന് തയ്യാറായിക്കഴിഞ്ഞു!

അപ്പോൾ എവിടെയാണ് നമുക്ക് തെറ്റിയത്? നമ്മുടെ സന്തോഷത്തെ, സമാധാനത്തെ, സ്വാതന്ത്ര്യത്തെ സുരക്ഷാബോധത്തെ എല്ലാം എവിടെ വെച്ചാണ് നാം സോപാധികമാക്കിയത്? നമുക്ക് ബാഹ്യമായ ഘടകങ്ങളുമായി നമ്മൾ ഇതിനെയെല്ലാം എപ്പോഴാണ് ബന്ധപ്പെടുത്തിത്തുടങ്ങിയത്? ആ ഘടകങ്ങൾ ബാങ്ക് ബാലൻസ് ആകാം, അല്ലെങ്കിൽ സുഖസൗകര്യങ്ങൾ, ബന്ധങ്ങൾ, വിജയം; ചുരുക്കത്തിൽ നമ്മുടെ വരുതിയിലല്ലാത്ത കുറെ ഘടകങ്ങൾ. നമ്മുടെ സന്തോഷത്തിനു മേൽ നമുക്ക് യാതൊരു കർതൃത്ത്വവും ഇല്ലാതായിരിക്കുന്നു. അത് തിരിച്ചുപിടിക്കാൻ ഇതാ സമയമായിക്കഴിഞ്ഞു.

നമ്മൾ ഒരു തിരിച്ചുപോക്ക് നടത്തുകയാണെങ്കിൽ നമ്മിലേക്കു തന്നെയാണ് എത്തുക, നമ്മുടെ ഉള്ളിലേക്കു തന്നെ. നമ്മുടെ മാന സികനിലയ്ക്കും ജീവിതം നമുക്ക് നീട്ടിത്തരുന്ന സാഹചര്യങ്ങളോട് നാം പ്രതികരിക്കുന്ന രീതിക്കും നാം ഉത്തരവാദിത്വം ഏറ്റെടുക്കു മ്പോൾ നമുക്ക് ഒന്നേ ആഗ്രഹിക്കാനുള്ളൂ, അചഞ്ചലരായിരിക്കാൻ സാധിക്കുക, ഇതിനുള്ള തുടക്കമാണ് നമ്മുടെ യാഥാർത്ഥ്യവുമായി, നമുക്കായി നാം നിർമ്മിച്ച ലോകവുമായി പൊരുത്തപ്പെടുക എന്നത്.

നിങ്ങളുടെ ജീവിതത്തെ സത്യസന്ധമായി ഒന്ന് കാണുക. നമ്മുടെ സുഖത്തിനും സന്തോഷത്തിനും സമാധാനത്തിനുമായി എന്തെല്ലാം ഉപാധികളാണ് നാം ഉണ്ടാക്കി വെച്ചിരിക്കുന്നത്.? പ്രശ്നമെന്തെന്ന് അറിഞ്ഞ് അതിനെ മനസ്സിലാക്കലാണ് പ്രശ്നപരിഹാരത്തിനുള്ള ആദ്യ ചുവടുവെപ്പ്. നാം നിർമ്മിച്ച സുരക്ഷാവ്യൂഹം നമുക്ക് ജീവിത ത്തിൽ സ്ഥിരത നൽകുമെന്നും ആവശ്യമുള്ളപ്പോൾ അതിനെ ആശ്ര യിക്കാമെന്നും നാം കരുതുന്നു. പക്ഷേ, നാം ഏതു സമയവും മാറാ വുന്ന കാര്യങ്ങളെ ആശ്രയിക്കാനുള്ള പ്രവണത പുലർത്തുകയും സാഹചര്യം മാറുമ്പോൾ ചഞ്ചലചിത്തരാകുകയും ചെയ്യുന്നു എന്ന താണ് പ്രശ്നം. നമ്മുടെ ലോകം പിളർന്നപോലെ തോന്നുന്നു. എന്താണ് നിങ്ങളെ ശല്യപ്പെടുത്തുന്ന, ഭയപ്പെടുത്തുന്ന, നിങ്ങളുടെ സമനില തെറ്റിക്കുന്ന കാര്യം? ഒഴിച്ചുകൂടാനാവാത്തത് എന്ന് നിങ്ങൾ എന്തിനെയാണ് കരുതുന്നത്? തുടർന്ന് നിങ്ങൾ ഈ ചോദ്യം ഉന്ന യിക്കണം - എന്തു കാരണത്താലാണ് അവ ഒഴിച്ചുകൂടാനാകാത്തത്? നിങ്ങൾക്ക് നിലവിൽ ഇല്ലാത്തതോ അഥവാ ഒഴിവാക്കാൻ സാദ്ധ്യ മല്ലാത്തതോ ആയ എന്താണ് ആ സാഹചര്യങ്ങൾ, ഉപാധികൾ, ബന്ധങ്ങൾ, സുഖസൗകര്യങ്ങൾ? ഒരു കുഞ്ഞായിരിക്കുമ്പോൾ നമുക്കിവയൊന്നും ഉണ്ടായിരുന്നില്ല, എന്നിട്ടും നമ്മൾ സന്തുഷ്ടരും ശാന്തരും ആനന്ദഭരിതരും ഉത്സാഹവും സ്നേഹവും ഉള്ളവരായി രുന്നു. അപ്പോൾ എന്താണ് സംഭവിച്ചത്?

നമ്മുടെ ജീവിതം അവലോകനം ചെയ്യുമ്പോൾ എല്ലാം മാറുന്ന തായി നാം കാണുന്നു, നമുക്കിഷ്ടപ്പെട്ടാലും ഇല്ലെങ്കിലും അതാണ് വാസ്തവം. ചില മാറ്റങ്ങൾ വളരെ സാവധാനത്തിലായിരിക്കാം. പക്ഷേ അതിനർത്ഥം മാറ്റമില്ലെന്നല്ല. ജീവിതത്തെ കുറേക്കൂടി അടുത്തു കണ്ടു നോക്കൂ. നിങ്ങളുടെ ശരീരം മാറിയിരിക്കുന്നു, അല്ല മാറി ക്കൊണ്ടേയിരിക്കുന്നു– നിങ്ങൾക്ക് പ്രായമാകുന്ന ഓരോ ദിവസവും മാസവും വർഷവും ദശാബ്ദങ്ങളും. നിങ്ങളുടെ ചിന്തകൾക്ക് മാറ്റം സംഭവിച്ചിരിക്കുന്നു, നിങ്ങളുടെ ഇഷ്ടാനിഷ്ടങ്ങൾ, മൂല്യങ്ങൾ, മുൻഗണനകൾ എല്ലാം. സ്കൂൾ കാലത്ത് ഭ്രാന്താവേശമായിരുന്ന

സംഗീതം നിങ്ങളെ ഇപ്പോൾ ആകർഷിക്കുന്നില്ല. നിങ്ങൾ ചിന്തിച്ചുറപ്പിച്ചിരുന്ന ലക്ഷ്യം തന്നെ ഇതിനിടയ്ക്ക് മാറിയിരിക്കും. നിങ്ങളുടെ സുഹൃദ്‌വലയം മാറി, നിങ്ങൾക്ക് യോജിച്ചുപോകാൻ പറ്റുന്ന ആൾക്കാരും. നിങ്ങൾ സ്വയം നിങ്ങളെ കാണുന്ന രീതിയും മറ്റുള്ളവർ നിങ്ങളെ എങ്ങനെ കാണണമെന്നതിനെക്കുറിച്ച് നിങ്ങളുടെ ആഗ്രഹവും മാറി. നിങ്ങളുടെ ഓർമ്മയ്ക്ക് തന്നെ മാറ്റം സംഭവിച്ചു - നിങ്ങൾ ഓർമ്മിക്കുന്ന കാര്യങ്ങൾ മാത്രമല്ല, ഓർമ്മിക്കുന്ന രീതിയും മാറി. ഹൃദയഭേദകമായ ഒരു സംഭവം കുറേക്കാലം നിങ്ങളെ അലട്ടിയിരിക്കാം, പക്ഷേ പിന്നീട് ആ ഓർമ്മയുടെ പിന്നിലുള്ള വ്യഥ മാഞ്ഞുപോകുന്നു. ജീവിതത്തിൽ ഒരു സന്ദർഭത്തിൽ തികച്ചും നീതിരഹിതമായി നിങ്ങൾക്ക് അനുഭവപ്പെട്ട ഒരു കാര്യം, പിൽക്കാലത്ത് ഗുപ്തമായ ഒരു അനുഗ്രഹമായി, അല്ലെങ്കിൽ കൂടുതൽ സാമർത്ഥ്യം നേടാൻ നിങ്ങളെ സഹായിച്ച പാഠമായി, അതുമല്ലെങ്കിൽ അപരരെ ആഴത്തിലറിയാനും അവരോട് അനുകമ്പ കാണിക്കാനും സഹായിച്ച ഒരനുഭവമായി ഓർമ്മിക്കപ്പെടുന്നു..

എക്കാലത്തും നമ്മൾ മാറ്റങ്ങൾക്ക് വിധേയരായിരുന്നു എന്നും ജനിച്ചുവീണതു മുതൽക്ക് നമ്മൾ അവയുമായി പൊരുത്തപ്പെട്ടു വരുകയായിരുന്നു എന്നും നമ്മുടെ ജീവിതത്തെ അടുത്ത് കാണുമ്പോൾ മനസ്സിലാകുന്നതാണ്. അതിന്റെ അർത്ഥം നമ്മൾ എല്ലായ്പോഴും സന്തുഷ്ടരായിരുന്നു എന്നും നമുക്ക് യാതൊരു വെല്ലുവിളിയും നേരിടേണ്ടി വന്നിട്ടില്ലെന്നും ഒരിക്കലും നമ്മൾ അസ്വസ്ഥരായിരുന്നില്ല എന്നുമല്ല, ജീവിതം മുന്നോട്ടുതന്നെ പോകുകയും സമനില വീണ്ടെടുക്കപ്പെടുകയും ചെയ്തു എന്നാണ്.

കുറേകൂടി സൂക്ഷ്മമായി ജീവിതത്തെ വീക്ഷിക്കുമ്പോൾ നമ്മൾ കണ്ടെത്തുന്നു, ഈ മാറ്റങ്ങളെല്ലാം നമുക്ക് ഗ്രഹിക്കാൻ സാധിച്ചത് മാറ്റമില്ലാത്ത ഒന്ന് ഉടനീളം നമ്മിൽ പ്രവർത്തിച്ചിരുന്നതുകൊണ്ടാണ്. മാറ്റങ്ങൾ ശ്രദ്ധയിൽപെടാൻ നിങ്ങൾക്ക് ഒരു അടിസ്ഥാനവ്യവസ്ഥ ആവശ്യമാണ്, മാറ്റത്തിന് വിധേയമാകാത്ത ഒരു സംവിധാനം (റഫറൻസ് സിസ്റ്റം). മാറാത്ത ആ ചട്ടക്കൂടിനെ ആസ്പദമാക്കിയാണ് എന്തെല്ലാം മാറിയെന്ന് നിങ്ങൾ മനസ്സിലാക്കുന്നത്. വാസ്തവത്തിൽ ആ റഫറൻസ് സിസ്റ്റം നിങ്ങൾ തന്നെയാണ്. നിങ്ങളുടെ അഹം, ജൈവികസത്ത- എന്ത് പേരിട്ടും വിളിച്ചു കൊള്ളുക. അതാണ് നിങ്ങൾ.

നിങ്ങൾ ശരീരം മാത്രമല്ല, കാരണം നിങ്ങൾ കേവലം ശരീരത്തേക്കാൾ ബൃഹത്താണ്. 'എന്റെ ശരീരം' ('ഞാൻ' അല്ല) എന്നു പറയുന്നതുതന്നെ കാണിക്കുന്നത് നിങ്ങൾ ശരീരത്തിൽ നിന്ന് വ്യത്യസ്തനാണ് എന്നാണ്. അതുപോലെ 'എന്റെ മനസ്സ്', 'എന്റെ ചിന്തകൾ', 'എന്റെ ഓർമ്മകൾ', 'എന്റെ അനുഭൂതികൾ' എന്നിങ്ങനെ നാം

പറയുന്നു. നിങ്ങളുടെ നിലനിൽപ്പിന്റെ ഇത്തരം വിവിധ മാനങ്ങൾക്കും ഉപരിയായിട്ടുള്ള ഉണ്മയാണ് നിങ്ങൾ എന്ന് പ്രത്യക്ഷതലത്തിൽ മനസ്സിലാക്കിയിട്ടില്ലെങ്കിലും സൂക്ഷ്മതലത്തിൽ നിങ്ങൾ അറിഞ്ഞിരിക്കുന്നുണ്ട്.

വർഷങ്ങൾക്കു ശേഷം ഒരു സ്നേഹിതനേയോ സഹപ്രവർത്തകനേയോ ബന്ധുവിനേയോ കാണുമ്പോഴാണ് ഈ സത്യത്തിന്റെ മിന്നലാട്ടം നിങ്ങൾക്ക് അനുഭവപ്പെടുന്നത്. നിങ്ങൾ അന്തംവിടുന്നു- അവർ എത്ര മാറിയിരിക്കുന്നു! നിങ്ങൾ അവരെ കഷ്ടി മാത്രം തിരിച്ചറിയുന്നു, എങ്കിലും നിങ്ങൾ മാറിയിട്ടേയില്ല, നിങ്ങൾ ഇപ്പോഴും പഴയപോലെത്തന്നെ. ജീവിതത്തിലേക്ക് തിരിഞ്ഞുനോക്കുമ്പോൾ, ശൈശവത്തിലേക്ക്, പ്രൈമറിസ്കൂൾ കാലത്തേക്ക്, തുടർന്ന് സെക്കണ്ടറി സ്കൂൾ ദിനങ്ങളിലേക്ക്, പഴയ ഫോട്ടോകൾ കാണുമ്പോൾ, എല്ലാ ഉയർച്ചകളേയും പതനങ്ങളേയും വെല്ലുവിളികളേയും സാഹസങ്ങളേയും കുറിച്ച് ഓർക്കുമ്പോൾ, നിങ്ങൾ ഒരു കാര്യം മനസ്സിലാക്കുന്നു. ജീവിതം വളരെ വ്യത്യസ്തമായിരുന്നുവെങ്കിലും നിങ്ങൾ തന്നെ വ്യത്യസ്തനായിരുന്നുവെങ്കിലും നിങ്ങളിലെ ഒരു ഭാഗം വ്യത്യാസപ്പെടാതെ നിലനിന്നുപോന്നു. അതാണ് നിങ്ങൾ. അതാണ് സത്യമായും ഉള്ള നിങ്ങൾ. നിങ്ങൾക്ക് നല്ലതോ ചീത്തയോ ആയ എന്തുതന്നെ സംഭവിച്ചിരിക്കിലും നിങ്ങളുടെ ആ ഭാഗത്തിന് ഒരു മാറ്റവും ഉണ്ടായിട്ടില്ല. യഥാർത്ഥ സന്തുഷ്ടിക്കും സമാധാനത്തിനും ജീവിതവിജയത്തിനും നമ്മൾ ഏറെക്കുറെ ചാഞ്ചല്യമില്ലാത്തവരാകേണ്ടതുണ്ട്. ഇത് സാധിതമാകാൻ നമ്മുടെ ശ്രദ്ധയെ മാറ്റമില്ലാത്തതിലേക്ക് കളം മാറ്റേണ്ടതുണ്ട്. ജീവിതത്തിന്റെ വൈകാരികവിക്ഷോഭങ്ങളിലൂടേയും വെല്ലുവിളികളിലൂടേയും വിജയകരമായി തുഴഞ്ഞുപോകാൻ നിങ്ങൾക്ക് ആവശ്യമായ നങ്കൂരം കണ്ടെത്തേണ്ടത് നിങ്ങളുടെ നിലനിൽപ്പിന്റെ കേന്ദ്രസ്ഥാനത്തു തന്നെയുള്ള വിഷയമാണ്.

മാറ്റമില്ലാതെ നിലകൊള്ളുന്ന നിങ്ങളുടെ ഈ ഭാഗത്തെ ഉണർത്തി ബോധപൂർവ്വം അതിനെ അനുഭവിക്കുകയും അതുമായി താദാത്മ്യം പ്രാപിക്കുകയും ചെയ്യുന്ന പ്രക്രിയയാണ് ധ്യാനം എന്നു പറയാം. നമ്മുടെ സ്വത്വത്തിന്റേയും നിലനിൽപ്പിന്റേയും വിവിധഅടരുകൾ മാറ്റിക്കൊണ്ട് സമയത്തിനതീതമായ, അക്കാരണത്താൽത്തന്നെ സമയത്താൽ ബാധിക്കാത്തതായ, ആ ബിന്ദുവിലേക്ക് നമ്മൾ എത്തുകയാണ്. നിങ്ങളുടെ യഥാർത്ഥ ശക്തിയുടെ പ്രഭവകേന്ദ്രമായ ഇതിനെ കണ്ടുപിടിക്കാൻ നാം ഉള്ളിലേക്ക് നോക്കണം. ഇവിടെ ഞാൻ സൂചിപ്പിക്കാനാഗ്രഹിക്കുന്നത് ധ്യാനം കേവലം ശ്രദ്ധാപൂർണ്ണതയല്ല (mindfull ness) എന്നാണ്, അതിൽക്കൂടുതലാണ്. ഇക്കാര്യം വഴിയേ വിശദമാക്കാം. അതുപോലെ ഏതെങ്കിലും ആപ്പ് ഡൗൺലോഡ് ചെയ്ത്,

മറ്റൊന്നും ചെയ്യാനില്ലാത്തപ്പോൾ, അതിലെ നിർദ്ദേശങ്ങൾ ശ്രവിച്ചു കൊണ്ട് അനുഷ്ഠിക്കാവുന്നതുമല്ല ധ്യാനം. അതിന് പരിശീലനവും ആത്മപരിശോധനയും പ്രതിബദ്ധതയും ആവശ്യമാകും. പക്ഷേ വേവലാതിപ്പെടേണ്ട. ആ യാത്രയിൽ നിങ്ങൾക്ക് മാർഗ്ഗദർശന മാകും ഈ പുസ്തകം. ഇത് സകലർക്കും അനുയോജ്യവുമായിരിക്കും. അതീവ ശാരീരികശേഷിയോ എല്ലാം ത്യജിച്ച് ഹിമാലയത്തിലെ ഗുഹയിലേക്ക് പുറപ്പെടാനുള്ള തയ്യാറെടുപ്പോ ഇതിനാവശ്യമില്ല.

സംശയമില്ല, തങ്ങളുടെ ഉള്ളിലേക്ക് നോക്കാൻ പഠിക്കാനും തങ്ങളുടെ യഥാർത്ഥ ശക്തി തിരിച്ചറിയാനും, അതുവഴി തങ്ങൾ നേരിടുന്ന വെല്ലുവിളികളെ അതിജീവിക്കുവാനുള്ള കഴിവ് നേടാനും കുങ്ഫൂപാണ്ഡയ്ക്കോ ല്യൂക് സ്കൈവാക്കറിനോ ഏതാനും മണി ക്കൂറുകൾ മതിയാകും. പക്ഷേ യഥാർത്ഥ ലോകത്തിൽ അതത്ര എളുപ്പമായിരിക്കില്ല. നിങ്ങൾക്കും എനിക്കും അതിൽ പ്രാവീണ്യം നേടാൻ കുറച്ചേറെ സമയം വേണ്ടിവരും. ഇതിനർത്ഥം ധ്യാനം അപ്രാപ്യമാണ് എന്നല്ല. അതീവശ്രദ്ധയോടെ അനുഷ്ഠിക്കുന്ന പരി ശീലനം തികച്ചും ഫലദായകമായിരിക്കും, എല്ലാവർക്കും.

പതിനാറു വയസ്സുള്ളപ്പോൾ ധ്യാനത്തിന്റെ മഹാഗുരുവിനെ, ഗുരു ദേവ് ശ്രീ ശ്രീ രവിശങ്കറിനെ, കണ്ടുമുട്ടാൻ എനിക്ക് ഭാഗ്യമുണ്ടായി. അദ്ദേഹത്തിൽ നിന്ന് അന്നുമുതൽ ഞാൻ ധ്യാനത്തെക്കുറിച്ച് പഠിച്ചു തുടങ്ങി. അദ്ദേഹത്തിന്റെ അനുഗ്രഹം ലഭിച്ചശേഷം പതിനഞ്ച് വർഷ മായി മനസ്സ് നിയന്ത്രിക്കുവാനും ധ്യാനിക്കുവാനും ഞാൻ വ്യക്തി കളെ പഠിപ്പിക്കുന്നു. എന്റെ ശിഷ്യരെല്ലാവർക്കും പൊതുവായി എന്തെങ്കിലുമുണ്ടെങ്കിൽ അതവർ നിങ്ങളേയും എന്നേയും പോലെ യാണെന്നതു മാത്രമാണ്. അവരിൽ രാഷ്ട്രത്തലവന്മാരുണ്ട്, വീട്ടമ്മ മാർ, കലാലയവിദ്യാർത്ഥികൾ, ജയിൽപ്പുള്ളികൾ, കോർപ്പറേറ്റ് എക്സിക്യൂട്ടിവുകൾ, ഗ്രാമവാസികൾ എല്ലാമുണ്ട് – അവർക്കെല്ലാം സമാനമായ പ്രശ്നങ്ങളുമുണ്ട്. സമ്മർദ്ദവും ആകാംക്ഷയും വ്യാകു ലതയും നിമിത്തം അവർക്ക് ജീവിതം ആസ്വദിക്കാൻ പറ്റുന്നില്ല. ജോലിയിൽ അവർ സാഫല്യം നേടുന്നില്ല. ജീവിതം ഇങ്ങനെ അപ്ര തീക്ഷിതമായി പരിണമിക്കുമ്പോൾ സമനില വീണ്ടെടുക്കാനായി അവരെല്ലാം പിടയുകയാണ്. കാര്യങ്ങൾ അവർ പ്രതീക്ഷിക്കുന്ന പോലെ നടക്കാനിടയില്ല എന്ന സാദ്ധ്യത തന്നെ അവരുടെ ഉറക്കം കളയുന്നു, സമ്മർദ്ദവും ആകാംക്ഷയും വർദ്ധിപ്പിക്കുന്നു. ജീവിതം നീട്ടുന്ന സദ്ഫലങ്ങൾ ആസ്വദിക്കാനുള്ള കഴിവ് അതോടെ നഷ്ട പ്പെടുത്തുന്നു- അവ കൊച്ചുകൊച്ചു സന്തോഷങ്ങളാകാം, വമ്പിച്ച നേട്ടങ്ങളുമാകാം.

നമ്മൾ സമ്മർദ്ദത്തിലാകുമ്പോൾ, ആകാംക്ഷയാൽ വലയുമ്പോൾ, മനഃസ്വാസ്ഥ്യമില്ലാതെ ഉഴറുമ്പോൾ സ്വാദിഷ്ഠമായ ഭക്ഷണത്തിനും ചേതോഹരമായ പ്രകൃതിദൃശ്യത്തിനും ആകർഷണം നഷ്ടമാകുന്നു, ഇത് നമ്മുടെയെല്ലാം അനുഭവമാണ്. ജീവിതത്തിന്റെ ഗുണനില വാരം മനോനിലയുടെ മേന്മയെ ആവലംബിച്ചിരിക്കുന്നു. എന്നിട്ടും ഈ മനസ്സ് എങ്ങനെയാണ് പ്രവർത്തിക്കുന്നതെന്നോ അതിനെ എപ്ര കാരം നിയന്ത്രിക്കണമെന്നോ നാമൊരിക്കലും പഠിച്ചിട്ടില്ല,

അടുത്ത ഏതാനും അദ്ധ്യായങ്ങളിൽ നമ്മൾ മനോജ്ഞമായ ഒരു മടക്കയാത്ര പോകുകയാണ്. നമ്മൾ എവിടെയാണ് തെറ്റായ വഴിയിലേക്ക് തിരിഞ്ഞത് അല്ലെങ്കിൽ അടയാളങ്ങൾ കാണാതെ പോയത് എന്നറിയാനായി നടന്നു തീർത്ത ചുവടുകളിലൂടെയുള്ള മടക്കയാത്ര. ഇതിൽ നിങ്ങൾ ഏറ്റവും നിർണ്ണായകമായ ചുവട് വെച്ചു കഴിഞ്ഞു. നിങ്ങൾ നിന്നു, നിങ്ങളിൽ നിന്ന് ഒളിച്ചോടിക്കൊണ്ടിരുന്ന യഥാർത്ഥ സന്തോഷം, സമാധാനം, സ്വാതന്ത്ര്യം എന്നിവയിൽ നിന്ന് ഇനിയും അകന്നു പോകാതിരിക്കാൻ വേണ്ടി. ഇതുവരെയുള്ള യാത്ര അതേപോലെ തുടരാതിരിക്കുക വഴി ലക്ഷ്യത്തിന് ഒരു പടി കൂടി അടുത്തെത്തുകയാണ് നിങ്ങൾ. നിങ്ങളുടെ സന്തോഷത്തിനു മേൽ സ്വന്തം ഇച്ഛാശക്തിയെ പ്രവർത്തിക്കാൻ സഹായിക്കുന്ന യാത്ര യാണ് ഇത്.

നമുക്ക് ചുവടുകൾ ഓരോന്നായി വെച്ച് മുന്നേറാം.

പരിശീലനത്തിൽ മുന്നോട്ടുപോകും തോറും പഠിച്ചെടുക്കുന്ന ലളിതമായ പാഠങ്ങൾ ദൈനംദിനജീവിതത്തിൽ പ്രയോഗിക്കാനുള്ള പ്രചോദനം നിങ്ങൾക്കുണ്ടാകും. ഇതുമൂലം നിങ്ങൾ സന്തുഷ്ടരാകു മെന്നു മാത്രമല്ല അപരർക്ക് നിങ്ങൾ ഒരു പ്രകാശഗോപുരവും അവ ലംബവുമായി മാറും. പരിഭ്രമിക്കേണ്ട, ഇതിനായി നിങ്ങൾ പത്മാ സനത്തിലിരിക്കുകയോ നിങ്ങളുടെ സുഖദായിയായ ഫ്ളാറ്റ് വിട്ട് ഏതെങ്കിലും പർവ്വതത്തിലെ ഇടുങ്ങിയ ഗുഹയിലേക്ക് താമസം മാറ്റുകയോ ഒന്നും വേണ്ട. ലോകത്തിലെ ഭൗതികമായ വസ്തുക്കൾ ക്കായി നിങ്ങൾ ഇതിനകം ഒരു പാട് ഓട്ടപ്പാച്ചിലുകൾ നടത്തി ക്കഴിഞ്ഞു. ജോലികൾ, ബന്ധങ്ങൾ, താമസിക്കുന്ന നഗരം, അല്ലെങ്കിൽ രാജ്യം തന്നെ ഇതിനകം നിങ്ങൾ മാറിയിരിക്കാം. ശാശ്വതമായ ഫല മൊന്നും നേടിയെടുക്കാതെ നിങ്ങൾ ക്ഷീണിതനുമായിട്ടുണ്ടാകാം. ഇതാ, വിശ്രമിക്കുവാനും ഊർജ്ജം പുനസ്സംഭരിക്കുവാനും ആത്യ ന്തികമായി ആത്മാവിന്റെ ഉള്ളിലേക്ക് ദർശനം നടത്താനും ഇപ്പോൾ സമയമായി.

ജ്ഞാനസൂത്രങ്ങൾ

* ജീവിതത്തിൽ സ്ഥിരമായി സംഭവിക്കുന്നത് ഒന്നുമാത്രം, അതാണ് മാറ്റം. മാറ്റം അനിവാര്യമെന്ന് തിരിച്ചറിയുക. സ്വന്തം ഇച്ഛപ്രകാരം തന്നെ മാറ്റത്തെ പുണരുകയും ചെയ്യുക,
* നിങ്ങളുടെ തന്നെ ഒരു ഭാഗം മാറ്റമില്ലാതെ നിലകൊള്ളുന്നതിനാലാണ് നിങ്ങൾക്കു ചുറ്റും ലോകത്തിൽ നടക്കുന്ന മാറ്റങ്ങൾ അറിയാൻ കഴിയുന്നത്. നിങ്ങളിലെ അപരിണാമിയായ ആ ഭാഗത്തെ അറിയുക, നിങ്ങൾ സത്യത്തിൽ അതാണെന്നും അറിക.

10 മിനിറ്റ് അഭ്യാസം

നിങ്ങൾ ജീവിതത്തിൽ ആശ്രയിക്കുന്ന, അനുപേക്ഷണീയമെന്ന് നിങ്ങൾക്ക് തോന്നുന്ന വസ്തുക്കളുടെ ഒരു ലിസ്റ്റ് തയ്യാറാക്കുക. അവയിൽ മാറ്റത്തിനു വിധേയമാകുന്ന, എപ്പോൾ വേണമെങ്കിലും മാറാവുന്ന വസ്തുക്കൾ ഏതെല്ലാമാണ് എന്ന് പരിശോധിക്കുക. അത് പത്ത് വർഷമായി നിങ്ങൾ തുടരുന്ന ജോലിയായിരിക്കാം, കുട്ടികളുടെ വിദ്യാഭ്യാസത്തിനായി നിങ്ങൾ കരുതിവെച്ച പണമായിരിക്കാം, നിങ്ങളുടെ ബന്ധങ്ങൾ, അല്ലെങ്കിൽ ഇനി ഏതാനും വർഷങ്ങൾ കൂടി സമ്പാദ്യം ശരിയായ വിധത്തിൽ നിക്ഷേപിച്ച് പെരുക്കുന്ന ധനം ഉപയോഗിച്ച് അവസാനം നിങ്ങൾ വാങ്ങാൻ പോകുന്ന വീടായിരിക്കാം.

ഇതെല്ലാം വേണ്ടെന്നു വെക്കാൻ നിങ്ങൾക്ക് എത്രമാത്രം പ്രയാസം തോന്നുന്നുണ്ടോ അത്രമാത്രം നിങ്ങളുടെ സന്തോഷത്തേയും സുരക്ഷാബോധത്തേയും സ്വാതന്ത്ര്യത്തേയും നിങ്ങൾ സോപാധികമാക്കിയിരിക്കുന്നു. സ്വയം ചോദിക്കൂ, എന്തുകൊണ്ടാണ് അവയെയെല്ലാം വേണ്ടെന്ന് വെക്കാൻ കഴിയാത്തത്? സുഖവും സമാധാനവും അനുഭവിക്കുന്നതിനായി, നിങ്ങൾക്ക് ബാഹ്യമായ, എന്തിനേയാണ് നിങ്ങൾ തേടിക്കൊണ്ടിരിക്കുന്നത്? ജീവിതത്തിൽ സ്വതന്ത്രത അനുഭവിക്കാൻ നിലവിൽ നിങ്ങളുടെ കൈവശം ഇല്ലാത്ത എന്താണ് ഈ ബാഹ്യമായ ഉപാധികൾ നിങ്ങൾക്ക് നൽകുക? ഇവ നേടിയെടുക്കാതെത്തന്നെ നിങ്ങൾക്ക് സന്തുഷ്ടനാകാൻ സാധിക്കില്ലേ? ■

2
മനസ്സിലാക്കുക - മാറ്റങ്ങളോട് മനസ്സ് എങ്ങനെ പ്രതികരിക്കുന്നു?

സൂര്യവെളിച്ചത്തിന്റെ ഊഷ്മളത വഴിയുന്ന ഒരു ദിവസം, തീർച്ചയായും വീട്ടിനുള്ളിൽ ചടഞ്ഞിരിക്കാൻ പാടില്ലാത്തതാണെന്ന് എനിക്ക് തോന്നി. വേനലവധി അടുത്തു തുടങ്ങി, അതിനൊപ്പം സ്വാതന്ത്ര്യത്തിന്റെ വാഗ്ദാനവും. എന്റെ ഏറ്റവും പുതിയ ജീവിതാദ്ധ്യായത്തിനും എനിക്കുമിടയ്ക്ക് നിന്നിരുന്നത് ഹൈസ്കൂൾ ഫൈനൽ പരീക്ഷകളായിരുന്നു, ഞാൻ മിടുക്കനായ വിദ്യാർത്ഥിയായിരുന്നു, പക്ഷേ എല്ലാവർക്കുമുണ്ടല്ലോ ഏതെങ്കിലും വിഷയത്തിൽ ഭയം. ഫിസിക്സ് ആയിരുന്നു എനിക്ക് പ്രത്യേകിച്ച് പ്രയാസം. വിഷയം ഞാനിഷ്ടപ്പെട്ടിരുന്നു എങ്കിലും എന്റെ മാർക്കുകളുടെ നില കാണിച്ചത് ഞാൻ ഫൈനൽ പരീക്ഷയിൽ മോശമാകാതിരിക്കാൻ കൂടുതൽ ശ്രദ്ധിക്കേണ്ടി വരും എന്നായിരുന്നു, ഹൈസ്കൂൾ കടന്നു കിട്ടുന്നവരെയെങ്കിലും.

കഴിഞ്ഞ ഏതാനും ദിവസങ്ങളായി ഞാൻ കഠിനമായി പഠിക്കുകയായിരുന്നു. എന്റെ തലച്ചോറിനുള്ളിലേക്ക് പരമാവധി വിവരങ്ങൾ കുത്തിനിറക്കാൻ ശ്രമിച്ചുകൊണ്ടേയിരുന്നു. നിർഭാഗ്യവശാൽ എല്ലാവർക്കും അറിയാവുന്നപോലെ പിരിമുറുക്കം കൂടുന്തോറും അത്രയും കുറച്ചേ നിങ്ങൾക്ക് ഉൾക്കൊള്ളാൻ സാധിക്കൂ. എന്റെ മനസ്സും പിരിമുറുക്കത്തിലായിരുന്നു. അക്കാരണത്താൽ രണ്ടുമൂന്നു മണിക്കൂർ ഒറ്റയിരുപ്പിൽ പഠിക്കുമ്പോൾ അധികനേരവും പരീക്ഷയെക്കുറിച്ച് വേവലാതിപ്പെടുകയായിരുന്നു പതിവ്. ജയിക്കുന്നതിന്റേയും തോൽക്കുന്നതിന്റേയും പലപല രംഗങ്ങൾ മനസ്സിൽ സൃഷ്ടിക്കുകയായിരുന്നു. ഇനിയും

പഠിക്കുവാനുള്ള ബാക്കി പേജുകളുടെ എണ്ണം പല പ്രാവശ്യം എണ്ണുകയുമായിരുന്നു. ഓരോ പേജ് മറിക്കുമ്പോഴും രണ്ടിൽ ഒരു കാര്യം സംഭവിക്കും. വലിയ ഡയഗ്രാമുകളും ചിത്രങ്ങളും ഉള്ളതാണ് പേജ് എങ്കിൽ അത് എന്റെ ഉത്സാഹം കൂട്ടും കാരണം, കുറച്ച് സ്ഥലമല്ലേ എഴുത്തിനായി ആ പേജിൽ ബാക്കിയുള്ളു. പേജിൽ എഴുതിയത് മാത്രമാണ് നിറഞ്ഞിരിക്കുന്നതെങ്കിൽ അദ്ധ്വാനവും ടെൻഷനും കൂടുകയായി. ''നോക്കൂ, പരീക്ഷയ്ക്ക് ഇനിയൊരു ദിവസം കൂടിയേ ഉള്ളൂ, ഏകാഗ്രതയോടെ ശ്രദ്ധിക്കൂ.'' ഞാനൊന്നോടുതന്നെ പറഞ്ഞു. ദൗർഭാഗ്യവശാൽ ശ്രദ്ധ കേന്ദ്രീകരിക്കുക എന്നാഗ്രഹിക്കുന്നതും പ്രായോഗികമായി അങ്ങനെ ചെയ്യുന്നതും രണ്ടും രണ്ടാണ്. അതെളുപ്പവുമല്ല.

''പരീക്ഷ എഴുതാൻ നിങ്ങൾക്ക് മൂന്നു മണിക്കൂർ ഉണ്ട്. ദയവായി നിശ്ശബ്ദത പാലിക്കണം, ഫോൺ ഓഫ് ആക്കി വെക്കുകയും വേണം. ഉത്തരക്കടലാസ് തിരിച്ചു നൽകിയ ശേഷം മാത്രമേ ഹാൾ വിടാവൂ.'' പരീക്ഷ നടത്തുന്ന ടീച്ചർ വിളിച്ചു പറഞ്ഞു. ഞാനെന്റെ വാച്ചും പെൻസിലും പെന്നും ഇറേയ്സറും ശ്രദ്ധാപൂർവ്വം ഡെസ്കിന്മേൽ വെച്ചു. ഒരു അസിസ്റ്റന്റ് പരീക്ഷപേപ്പർ എന്റെ ഡെസ്കിൽ കമിഴ്ത്തി വെച്ചപ്പോൾ എന്നെ വിജയിയാക്കാൻ എല്ലാ ദൈവങ്ങളോടും ഞാൻ നിശ്ശബ്ദമായി പ്രാർത്ഥിച്ചു.

പേജുകൾ ഒന്നിച്ച് സ്റ്റേപ്പ്ൾ ചെയ്ത പരീക്ഷ ബുക്ക്ലെറ്റ് ഞാൻ തുറന്നുനോക്കി. എനിക്ക് ഉത്തരം നൽകാൻ പറ്റുന്ന, എനിക്ക് പരിചിതമായ ചോദ്യങ്ങൾ തേടിക്കൊണ്ട് ഞാൻ ചോദ്യങ്ങളിലൂടെ കണ്ണോടിച്ചു. പക്ഷേ ഞാൻ വളരെ മുന്നോട്ട് പോയില്ല. ആദ്യത്തെ രണ്ട് ചോദ്യങ്ങളിൽ എന്റെ മനസ്സ് ഉടക്കി. ഇത് ക്ലാസ്സിൽ പഠിപ്പിച്ചതാണോ? അതോ പഠിക്കുമ്പോൾ ഞാനത് വിട്ടു കളഞ്ഞോ? എന്റെ തലച്ചോറ് ഈ രണ്ട് ചോദ്യങ്ങൾക്ക് ഉത്തരം തേടി പാഞ്ഞുതുടങ്ങി. ഒരുപക്ഷേ ഇത് ക്ലാസ്സിൽ പഠിപ്പിച്ചതു തന്നെ ആയിക്കൂടെന്നില്ല, അങ്ങിനെയെങ്കിൽ എപ്പോൾ- പക്ഷേ ഒന്നും മനസ്സിൽ പൊന്തി വന്നില്ല. എന്റെ കൈകൾ അല്പം വിയർത്തു തുടങ്ങി, ഇപ്പോൾ രണ്ടിലൊന്നേ ചെയ്യാനുള്ളൂ എന്ന ബോധം വന്നു. ഒന്നുകിൽ പരിഭ്രാന്തിയാൽ പരീക്ഷയാകെ കുഴപ്പത്തിലാക്കാം, അല്ലെങ്കിൽ എന്റെ മനസ്സിനെ ശാന്തമാക്കാൻ ഒരു മിനിട്ട് സമയമെടുക്കാം. അങ്ങനെ ജീവിതം എന്മുന്നിലേക്ക് നീട്ടിത്തന്നതിനെ ഇനിയും എനിക്ക് സ്വീകരിക്കാം.

> ഞാൻ ഒരു നിമിഷം നേരം കണ്ണുകൾ അടച്ചുപിടിച്ചു. ആഴത്തിൽ ഏതാനും തവണ ശ്വാസമെടുത്തു. എന്നിട്ട് മൂന്നാമത്തെ ചോദ്യം മുതൽ എന്റെ കഴിവിന്റെ പരമാവധി ഉപയോഗിച്ചു ഉത്തരം നൽകിത്തുടങ്ങാം എന്ന് തീരുമാനിച്ചു. അവസാനം സമയം ബാക്കിയായാൽ ആദ്യത്തെ രണ്ട് ചോദ്യങ്ങളിലേക്ക് തിരിച്ചു വരാം. അപ്പോഴേക്കും ഒരുപക്ഷേ അവയ്ക്ക് എങ്ങനെ ഉത്തരം എഴുതണമെന്നതിനെക്കുറിച്ച് ഒരു രൂപം മനസ്സിൽ വന്നേക്കാം.

നിർഭാഗ്യവശാൽ, ഇത്തരം സന്ദർഭങ്ങൾ ജീവിതത്തിൽ നമ്മൾ ഓരോരുത്തരം നേരിട്ടിട്ടുണ്ട്, ഒരിക്കലല്ലെങ്കിൽ മറ്റൊരിക്കൽ. ഒന്നോ രണ്ടോ തവണയല്ല, ആവർത്തിച്ചുതന്നെ. നമ്മൾ എത്ര തയ്യാറെടുത്തിട്ടുണ്ടെങ്കിലും പുതിയ, അസാദ്ധ്യമായ വിധത്തിൽ ജീവിതം നമുക്ക് എതിരായി വരുന്നു. ഏറ്റവും മിടുക്കനായ വ്യക്തിക്കുപോലും സങ്കൽപിക്കാൻ പറ്റാത്ത വിധത്തിൽ. നമ്മൾ മുൻകൂട്ടി കണ്ടതുപോലെ കാര്യങ്ങൾ നടക്കാതിരിക്കുമ്പോൾ നാം ചെയ്യേണ്ടത് ആ പ്രത്യേക സാഹചര്യത്തിൽ പരമാവധി കഴിവുപയോഗിച്ച് സാഹചര്യത്തെ അതിജീവിക്കുക എന്നതാണ്. ഇവിടെയാണ് പ്രശ്നം കിടക്കുന്നത്. നമ്മൾ ഇത്തരം അപ്രതീക്ഷിത സാഹചര്യങ്ങളെ കൈകാര്യം ചെയ്യാൻ പഠിച്ചിട്ടില്ല. നമ്മൾ വർഷങ്ങളോളം സ്കൂളിൽ പോയിട്ടുണ്ട്. പക്ഷേ ആരും നമ്മെ ഇത് പഠിപ്പിക്കാൻ ശ്രമിച്ചില്ല. അല്ലെങ്കിൽ അവർ തന്നെ ഇക്കാര്യം പഠിച്ചു കാണില്ല.

സ്കൂളിലെ ആദ്യ വർഷങ്ങളിൽത്തന്നെ അദ്ധ്യാപകർ നിങ്ങളോട് ശ്രദ്ധ ചെലുത്തണമെന്ന് ചിലപ്പോഴെങ്കിലും അനുശാസിച്ചിരിക്കും, നിങ്ങൾക്കും ശ്രദ്ധിക്കേണ്ട എന്നുണ്ടായിരുന്നിരിക്കില്ല. ഏത് വിദ്യാർത്ഥിയാണ് നന്നായി ശ്രദ്ധ കേന്ദ്രീകരിച്ച് സ്കൂളിൽ മെച്ചപ്പെട്ട പഠനം നടത്തി പഠിപ്പിന് ചെലവഴിക്കുന്ന സമയം സാധാരണ ചിലവഴിക്കുന്നതിന്റെ മൂന്നിലൊന്നാക്കിച്ചുരുക്കാൻ ആഗ്രഹിക്കാത്തത്? ഏത് ജീവനക്കാരനാണ് ജോലിയിൽ ശ്രദ്ധ കേന്ദ്രീകരിച്ച് കൂടുതൽ വേഗത്തിൽ കുറഞ്ഞ ന്യൂനതകളോടെ കുറഞ്ഞ സമയത്തിനുള്ളിൽ ജോലി തീർക്കാൻ ആഗ്രഹിക്കാത്തത്? എന്തു സംഭവിക്കും സംഭവിക്കാതിരിക്കും എന്ന് വേവലാതിപ്പെട്ടും അല്ലെങ്കിൽ വിചാരിച്ചപോലെ കാര്യം നടക്കാതിരുന്നാൽ അസ്വസ്ഥനായും വലയാതെ നിങ്ങൾ ചെയ്യുന്ന കാര്യത്തിൽ പൂർണ്ണമായി ശ്രദ്ധ കേന്ദ്രീകരിക്കുവാൻ സാധിച്ചാൽ അതല്ലേ എളുപ്പം? എന്നിട്ടും നമ്മൾ പഠിക്കാനും മറ്റേതു കാര്യത്തിനുമുപയോഗിക്കുന്ന മനസ്സ് യഥാർത്ഥത്തിൽ എങ്ങിനെ പ്രവർത്തിക്കുന്നു എന്ന്, നമ്മൾ പഠിക്കുന്നതിനായി ചെലവഴിച്ച വർഷങ്ങളിലൊന്നും,

ഒരാളും പഠിപ്പിച്ചില്ല. നമ്മൾ വളരെയധികം അദ്ധ്വാനിച്ചാലും അവസാനം മനസ്സ് എന്ന പ്രവചനാനതീതമായ പ്രതിഭാസത്തിന്റെ ദയാവായ്പ്പിലാണ് നമ്മൾ സകലതും സമർപ്പിക്കുന്നത്. നമുക്ക് അനുകൂലമായി ഭവിക്കേണ്ട ഒരുപാട് നല്ല കാര്യങ്ങൾ നമ്മൾ ചെയ്തിട്ടുണ്ടാവാമെങ്കിലും മനസ്സ് പെട്ടെന്ന് മലക്കംമറിയാം, അസ്വസ്ഥമാകാം, വിഷാദമയവും ആകാംക്ഷാഭരിതവുമാകാം.

നിങ്ങൾക്ക് ഒന്നാന്തരം ജോലിയുണ്ടായിരിക്കാം, നന്മയുള്ള കുടുംബം, നിങ്ങൾ ഒരിക്കൽ മോഹിച്ചിരുന്ന മറ്റ് അനവധി വരദാനങ്ങളുമുണ്ടായിരിക്കാം. നാളെ ചെയ്യാനുള്ള പ്രസെന്റേഷനെക്കുറിച്ച് വേവലാതിപ്പെടേണ്ട ഒരു കാര്യവുമില്ലെന്ന് നിങ്ങളെത്ര തവണ സ്വയം പറഞ്ഞുറപ്പിച്ചാലും നിങ്ങൾക്ക് രാത്രി ഉറങ്ങാൻ ബുദ്ധിമുട്ട് അനുഭവപ്പെടുന്നു. തന്നെ ഉപേക്ഷിച്ചു കളഞ്ഞ പൂർവ്വ കാമുകനെ മറന്നുകളയാൻ (അയാൾ നിങ്ങളെ അർഹിക്കുന്നില്ല എന്ന് ചൂണ്ടിക്കാട്ടി) ഉറ്റ സ്നേഹിതയെ ആത്മാർത്ഥമായി ഉപദേശിക്കുമ്പോഴും മനസ്സിന്റെ അഗാധതലത്തിൽ നമ്മളെല്ലാം മനസ്സിലാക്കുന്നു, അതത്ര എളുപ്പമുള്ള കാര്യമല്ലെന്ന്. അവൾക്കും തോന്നുന്നുണ്ടാവും, അയാളെ മറന്ന് ജീവിതം തുടരുവാനും സന്തോഷത്തോടെ ജിവിതം ആസ്വദിക്കുവാനും. പക്ഷേ എങ്ങിനെ? നാം മനസ്സിനോട് ആജ്ഞാപിച്ചുകൊണ്ടേയിരിക്കാം അത് വിട്ടുകളയൂ എന്ന് പക്ഷേ, മിക്കപ്പോഴും മനസ്സ് നിങ്ങൾ പറയുന്നത് ശ്രദ്ധിക്കുന്നില്ല., ഒട്ടും! അക്കാരണത്താലാണ് പോസിറ്റീവ് തിങ്കിങ്ങ് എന്നു വിളിക്കപ്പെടുന്ന ചിന്താപദ്ധതിയോ ശ്രദ്ധയ്ക്ക് വളരെ ഊന്നൽ കൊടുത്തുകൊണ്ടുള്ള പരിശീലനമോ പ്രയോജനകരമാകാത്തത്. പ്രത്യുത, അത് നിങ്ങളുടെ സമ്മർദ്ദം വർദ്ധിപ്പിക്കുകയും മാനസികമായി തളർത്തുകയും ചെയ്യുന്നു.

പ്രവചനാതീതം എന്നു വിവക്ഷിച്ച ഈ പ്രതിഭാസം വാസ്തവത്തിൽ പ്രവാചനാതീതമല്ല എന്ന് ഞാൻ പറഞ്ഞാലോ? മനസ്സിനെ ഭരിക്കുന്ന നിയമങ്ങൾ -നിയതമായ തത്ത്വങ്ങൾ- ഉണ്ടെന്നും അവ ശരിയായി മനസ്സിലാക്കിയാൽ കൂടുതൽ ഫലപ്രദമായി മനസ്സിനെ നിയന്ത്രിക്കാൻ നിങ്ങൾക്ക് സാധിക്കുമെന്നും ഞാൻ പറഞ്ഞാലോ? നിങ്ങളുടെ ജീവിതം സൂക്ഷ്മമായി അവലോകനം ചെയ്താൽ നിങ്ങൾക്ക് മനസ്സിലാകും ,നിങ്ങളുടെ ഈ മനസ്സായിരിക്കാം സന്തോഷവും സമാധാനവുമുള്ള ജീവിതം നയിക്കുന്നതിന് ഏറ്റവും വലിയ തടസ്സമായി ഭവിക്കുന്നത് എന്ന്.

നമ്മൾ മുഴുവൻ സമയവും ഊർജ്ജവും ചെലവഴിക്കുന്നത് സന്തോഷകരമായ ജീവിതത്തിന് അനുപേക്ഷണീയമായ ഉപാദാനങ്ങൾ നേടിയെടുക്കുവാനാണ്. അവ ബന്ധങ്ങളാകാം, അല്ലെങ്കിൽ

സുഖദമായ ജീവിതശൈലി, വിജയം, ലോകം ചുറ്റിക്കാണൽ, സേവന മനുഷ്ഠിക്കൽ, മറ്റെന്തെങ്കിലുമാകാം. പക്ഷേ ഇപ്പറഞ്ഞ ഉപാദാന ങ്ങളെല്ലാം നേടിയെടുത്ത ശേഷവും നമ്മൾ ജീവിതം ആസ്വദിക്കു മെന്നതിന് ഒരു ഉറപ്പുമില്ല എന്നാണ് നാം കാണുന്നത്. ഒരൊറ്റ ഫോൺവിളി, ഒരു സന്ദേശം, അപ്രതീക്ഷിതമായ ഒരു വാർത്ത, അല്ലെങ്കിൽ ഉറ്റവരുമായി ഒരു വാഗ്വാദം - ഏതെങ്കിലും മതി, നിങ്ങ ളുടെ മാനസികനിലയെ തകിടം മറിക്കാനും നിങ്ങളുടെ ജീവിത ത്തിന്റെ ഗുണനിലവാരം താഴ്ത്തുവാനും. ഏറ്റവും മനോഹരമായ ഭവനങ്ങളിൽ വസിക്കുന്ന, മറ്റ് പലരും നേടുവാൻ ഉൽക്കടമായി ആഗ്രഹിക്കുന്ന ജീവിതശൈലികൾ തങ്ങൾക്ക് ഉണ്ടെന്ന് സ്വയം പുകഴ്ത്തുന്ന, പലരും വിഷാദരോഗത്തിനും മാനസികസമ്മർദ്ദത്തിനും മരുന്നു കഴിക്കുന്നവരും സമാധാനമായി ഉറങ്ങാൻ കഴിയാത്തവരു മാണ്. സൗകര്യങ്ങളും സന്തുഷ്ടിയും ഒന്നല്ല എന്ന സത്യത്തിലേക്ക് നമ്മൾ ഉണരേണ്ട സമയമായി, ജീവിതസംതൃപ്തിക്കായി നാം നമ്മുടെ ഉള്ളിലേക്കുതന്നെ നോക്കേണ്ടതുണ്ടെന്നും. നിങ്ങൾ അതിനായി ശ്രമിക്കുമ്പോൾ ആദ്യം നിങ്ങൾ അഭിമുഖീകരിക്കുന്നത് മനസ്സിനെ യാണ്.

നമ്മുടെ നിലനിൽപ്പിൽ ഏറ്റവും കൂടുതൽ ഉപയോഗിക്കുന്നതെ ങ്കിലും ഏറ്റവും കുറവ് പ്രയോജനപ്പെടുത്തുന്നത് മനസ്സിനെയാണ്. നാം ചെയ്യുന്ന ഏത് കാര്യത്തിലും മനസ്സിന് പങ്കുണ്ടെങ്കിലും വളരെ കുറച്ച് സമയമേ നാം അതിനെ ശരിക്ക് മനസ്സിലാക്കാൻ ഉപയോഗി ക്കുന്നുള്ളൂ. നമ്മുടെ ഏറ്റവും സൃഷ്ടിപരവും സർഗ്ഗാത്മകവുമായ ഉൾക്കാഴ്ചകൾക്കു മാത്രമല്ല നമ്മുടെ മഹാബദ്ധങ്ങൾക്കും പരാജയ ങ്ങൾക്കും ഉത്തരവാദിയാണ് മനസ്സ്. എന്നിട്ടും മനസ്സിന്റെ പ്രവർത്തനം പഠിക്കുവാനും മനസ്സിനെ നിയന്ത്രിക്കാനും നമ്മൾ പഠിച്ചിട്ടില്ല. മന സ്സിനെ മനസ്സിലാക്കാൻ പഠിച്ചും അതിനെ ഭരിക്കുന്ന നിയമങ്ങൾ മനസ്സിലാക്കിയും നമുക്ക് സ്വന്തം മനസ്സിന്റെ നിയന്ത്രണം തിരിച്ചു പിടിക്കാനും അങ്ങനെ ജീവിതം വരുതിയിൽ കൊണ്ടു വരാനും സാധിക്കും.

മനസ്സിനെ സൂക്ഷ്മമായി നിരീക്ഷിക്കുമ്പോൾ മനസ്സിലാവും നിങ്ങൾ ഇപ്പോൾ ചെയ്യുന്ന കാര്യത്തിനൊപ്പം നിൽക്കാൻ മനസ്സിന് വൈമുഖ്യ മുണ്ടെന്ന്. ഭൂതകാലത്തിലേക്കോ ഭാവിയിലേക്കോ അതങ്ങനെ തെന്നി ക്കൊണ്ടിരിക്കും. ഒരു നിമിഷം നിൽക്കൂ, മനസ്സിനെ ശ്രദ്ധിക്കൂ. ഈ അദ്ധ്യായം വായിക്കുമ്പോൾ ഒരുപക്ഷേ നിങ്ങൾ ഓർക്കുന്നത് ഇന്നു തന്നെ ചെയ്തു തീർക്കേണ്ട ജോലിയെക്കുറിച്ചാകാം. അല്ലെങ്കിൽ, ഭാവിയിൽ സമ്മർദ്ദങ്ങളിൽ നിന്നും വേവലാതികളിൽ നിന്നും സുരക്ഷാ ഭയത്തിൽനിന്നും മുക്തനും വ്യത്യസ്തനുമായ നിങ്ങളെക്കുറിച്ചു

തന്നെ ദിവാസ്വപ്നം കാണുകയാവാം. അനവധി പഴയ സംഭവങ്ങളും വ്യക്തികളും അനുവാദമൊന്നും ചോദിക്കാതെ കയറിവന്നിരിക്കാം. രസകരമായ വസ്തുതയെന്താണെങ്കിൽ മനസ്സ് വർത്തമാന നിമിഷത്തിൽ ഒട്ടും ഉറച്ചുനിൽക്കുന്നില്ല എന്നതാണ്; മനസ്സിന്റെ ഈ പ്രവണതയെക്കുറിച്ച് നമ്മൾ മിക്കവാറും ബോധവാന്മാരുമല്ല. നമുക്ക് ഒരബദ്ധം പിണയുമ്പോഴാണ്, ഉദാഹരണത്തിന് ചായക്കപ്പിൽനിന്ന് ചുടുചായ തുളുമ്പി കൈ പൊള്ളുമ്പോഴോ കാലിന്റെ തള്ളവിരൽ മേശയുടെ കാലിൽ ഇടിക്കുമ്പോഴോ ആണ്, നാം തിരിച്ചറിയുന്നത് 'മനസ്സ് കൃത്യമായി ഇവിടെ സന്നിഹിതമായിരുന്നില്ല'എന്ന്. നാം ചെയ്യുന്ന കർമ്മങ്ങളിൽ മനസ്സ് സന്നിഹിതമല്ലാത്തതിനാലാണ് അബദ്ധങ്ങൾ സംഭവിക്കുന്നതും, അർദ്ധമനസ്സോടെ കാര്യങ്ങൾ ചെയ്യുന്നതും, ശരാശരി ഫലം മാത്രം ജീവിതത്തിൽ ലഭിക്കുന്നതും. ജോലിയുടെ മാത്രം കാര്യത്തിലല്ല, ബന്ധങ്ങൾക്കും ഇത് ബാധകമാണ്.

മനസ്സ് ഏകാഗ്രമായി, ശാന്തമായി, സന്തോഷത്തോടെ, സൃഷ്ട്യുന്മുഖമായി മേവുന്ന സമയത്ത് നിങ്ങൾ തന്നത്താൻ പരിശോധിക്കുക. മനസ്സ് ഈ സമയത്ത് തികച്ചും വർത്തമാനകാലത്തുതന്നെയാണ് നിലകൊള്ളുന്നതെന്ന് നിങ്ങൾക്ക് കാണാൻ സാധിക്കും. അതായത് സന്തോഷം എന്നാൽ പൂർണ്ണമായും വർത്തമാനത്തിൽ സന്നിഹിതമായ മനസ്സാണ്. നിങ്ങൾ എപ്പോഴെങ്കിലും ദുഃഖിതനോ ക്ഷുഭിതനോ അസ്വസ്ഥനോ അലോസരമനുഭവിക്കുന്നവനോ ആകുമ്പോൾ നിങ്ങൾക്ക് മനസ്സിലാവും മനസ്സ് പഴയ ഏതോ സംഭവത്തിൽ ഉടക്കി നിൽക്കുകയാണെന്നും നിങ്ങൾക്ക് അതിനെ വിട്ടുകളയാൻ സാധിക്കുന്നില്ലെന്നും. വേവലാതി, ആകാംക്ഷ, സമ്മർദ്ദം തുടങ്ങിയവയാകട്ടെ, ഭാവികാലത്ത് ഉടക്കിയ മനസ്സിന്റെ ലക്ഷണമാണ്- നിങ്ങളുടെ പഴയ അനുഭവത്തേയും അറിവിനേയും ആസ്പദമാക്കി ഇപ്പോൾ നടക്കുന്നതിന് ഭാവിയിൽ ഉളവാകാൻ പോകുന്ന ഫലത്തെ പ്രതിരോധിക്കാനുള്ള ശ്രമം. നമ്മുടെ മനസ്സ് കാരണം ഇത്രയധികം കഷ്ടതയയൊന്നും അനുഭവിക്കാതിരുന്ന ഒരു കാലം പക്ഷേ, നമുക്കെല്ലാം പരിചിതമാണ്. പൂർണ്ണമായ സ്വച്ഛന്ദത എന്തുപോലെയെന്ന് നാമെല്ലാവരും അറിഞ്ഞിട്ടുണ്ട്.

ബാല്യകാലത്ത് ഇതെല്ലാം എങ്ങനെയായിരുന്നു എന്ന് നിങ്ങൾ ഓർക്കുന്നുണ്ടോ? എത്ര സ്വതന്ത്രവും സന്തുഷ്ടവും സമാധാനപൂർണ്ണവുമായിരുന്നു ജീവിതം അക്കാലത്ത്? എന്നും കാലത്ത് ഉറക്കമുണരുന്നത് നിറവാർന്ന സക്രിയതയോടും ഉത്സാഹത്തോടുമായിരുന്നു. ഇതാ ഒരു പുതുദിനം, വീണ്ടും വിനോദങ്ങളിൽ മുഴുകാൻ എന്തിന് താമസിക്കുന്നു? കുറച്ചുനേരം കഴിഞ്ഞോ നാളേയോ അടുത്ത ആഴ്ചയോ എന്തു സംഭവിക്കുമെന്ന് നിങ്ങൾ ഒരിക്കലും വേവലാതിപ്പെട്ടിട്ടില്ല. അതുപോലെ ഇന്നലെ എന്തു സംഭവിച്ചു എന്നോ, മറ്റേ

കുട്ടി നിങ്ങളോട് എന്തു പറഞ്ഞു എന്നോ ആ പെൺകുട്ടി കളിപ്പാട്ടം എന്തുകൊണ്ട് തിരികെ നൽകിയില്ല എന്നോ നിങ്ങൾ ആലോചിച്ചിരുന്നില്ല. നിങ്ങൾ എന്തു ചെയ്യുമ്പോഴും ആ ഒരു നിമിഷം സംഭവിക്കുന്നതെന്തോ അതിൽ പരിപൂർണ്ണമായി നിമഗ്നനായിരുന്നു നിങ്ങൾ. ഇനി അഥവാ നിങ്ങൾ ക്ഷുഭിതനോ അസ്വസ്ഥനോ ആയിരുന്നാലും അത് തൽക്കാലം മാത്രം നിലനിൽക്കുകയും അവയുടെ പൂർണ്ണമായ പ്രകാശനത്താൽ നിങ്ങൾക്ക് സ്വാസ്ഥ്യം തിരിച്ചു കിട്ടുകയുമായിരുന്നു. നിങ്ങൾ എത്രയും സ്വതന്ത്രനും സന്തുഷ്ടനും മനസ്സാന്നിദ്ധ്യമുള്ളവനുമായിരുന്നു. വളരുന്തോറും ജീവിതം സങ്കീർണ്ണമായി, അതുപോലെ മനസ്സും.

ആരും ഭാവിയെക്കുറിച്ച് ആകുലരാവാനോ സ്വയമേവ ഭൂതകാല അനുഭവങ്ങളിൽ ദുഃഖിക്കുവാനോ ഇഷ്ടപ്പെടുന്നില്ല. പ്രശ്നം എന്തെന്നുവച്ചാൽ നമ്മുടെ മനസ്സ് നമ്മുടെ വരുതിയിലല്ല, പലപ്പോഴും അതിന് നമ്മോട് എന്തോ വിരോധമുള്ളപോലെയാണ്. ഒരാളെക്കുറിച്ചു ചിന്തിക്കുന്നത് നിർത്താൻ നിങ്ങൾ ശ്രമിക്കുന്തോറും അയാളെക്കുറിച്ചുള്ള ചിന്തകൾ മനസ്സിലേക്ക് കൂടുതൽ ശക്തമായി കടന്നുവരുന്നു. എത്രയും കഠിനമായി നിങ്ങളെന്തെങ്കിലും ഓർത്തെടുക്കാൻ ശ്രമിക്കുന്നുവോ അത്രയും വിഷമമായിരിക്കും നിങ്ങൾക്ക് അത് ഓർമ്മിച്ചെടുക്കുന്നത്. നിങ്ങൾ ആ ശ്രമം ഉപേക്ഷിക്കുകയാണെന്നിരിക്കട്ടെ, ആ നിമിഷത്തിൽ അത് പൊടുന്നനെ നിങ്ങൾക്കു മുന്നിൽ പ്രത്യക്ഷപ്പെടുന്നു- ഓർമ്മിച്ചെടുക്കാനുള്ള ശ്രമം എത്ര നിഷ്ഫലമാണ് എന്ന് നിങ്ങളുടെ മുഖത്ത് നോക്കി പരിഹസിക്കുന്നപോലെ. ദിവസങ്ങളോളം കിണഞ്ഞ് പഠിച്ച കാര്യങ്ങൾ നാക്കിൻതുമ്പിലിരുന്നിട്ടും പരീക്ഷയ്ക്ക് ഓർമ്മ വരാതിരിക്കുകയും പരീക്ഷ, കഴിഞ്ഞ് പുറത്തേക്കിറങ്ങിയ ഉടനെ ഏറ്റവും ഗംഭീരമായി മനോമുകുരത്തിൽ തെളിയുകയും ചെയ്യുന്ന അനുഭവത്തിലൂടെ പോകുമ്പോൾ ദൈവം തന്നെ തങ്ങൾക്ക് എതിരാണോ എന്ന് നിങ്ങളിൽ പലരും ചിന്തിച്ചിരിക്കില്ലേ? മനസ്സിനെ മനസ്സിലാക്കാനുള്ള പരാജയത്തിന്റെയും നിയന്ത്രിക്കുന്നതിൽ പിഴയ്ക്കുന്നതിന്റേയും ഉത്തമോദാഹരണങ്ങളിൽ ഒന്നു മാത്രമാണിത്. നിങ്ങൾ ശരിക്ക് പഠിക്കാത്തതോ വിഷയം നിങ്ങൾക്ക് അറിയാത്തതോ അല്ല, നിങ്ങൾ ആത്മാർത്ഥമായി പരിശ്രമിച്ചെങ്കിലും വേണ്ട സമയത്ത് നിങ്ങൾക്കതിലേക്ക് എത്താൻ കഴിഞ്ഞില്ല എന്നതാണ് നിർണ്ണായകം.

ഒരുപക്ഷേ പ്രസ്തുത ആത്മാർത്ഥപരിശ്രമങ്ങൾ തന്നെയാണോ ഈ പരാജയത്തിന് ഹേതു? ഇതാ, മനസ്സിനെ സംബന്ധിച്ച ഒരു നിയമം കൂടി – അനായാസാവസ്ഥയാണ് അതിനെ ഭരിക്കുന്നത്, ആയാസാവസ്ഥയല്ല. നമ്മുടെ ശരീരത്തിന്റെ നിയമമാകട്ടെ ആയാസാവസ്ഥ,

ശ്രമം ആണ്, അതാണ് നമുക്ക് പരിചിതം, നമ്മെ പഠിപ്പിച്ചിരിക്കുന്നതും. ശരീരത്തിന്റെ തഴക്കത്തിന്, ശക്തി വർദ്ധിപ്പിക്കാൻ, വഴക്കം കൂട്ടാൻ, നൈപുണ്യ വികസനത്തിന് എല്ലാം നമ്മൾ വളരെ ആയാസപ്പെടണം, വ്യായാമം ചെയ്യണം, പരിശീലിക്കണം. ശാരീരിക വിനോദമാകട്ടെ, വാദ്യോപകരണ വാദനമാകട്ടെ, എന്തുമാകട്ടെ ഇതെല്ലാം സ്വായത്തമാക്കുവാൻ പരിശീലനം വേണം അതായത് ആയാസപ്പെടണം. മറിച്ച് നമ്മുടെ മനസ്സിനെ ഭരിക്കുന്നത് മറ്റൊരു നിയമമാണ്. എന്തെങ്കിലും ഓർമ്മിക്കുന്ന കാര്യമാകട്ടെ, സൃഷ്ടി കർമ്മമാകട്ടെ, ഏകാഗ്രത കൈവരിക്കലാകട്ടെ, അല്ലെങ്കിൽ സ്വസ്ഥത ഭജിക്കലാകട്ടെ, അനായാസതയാണ് ഇവയുടെയെല്ലാം താക്കോൽ.

പോട്ടെ എന്നു വെക്കാൻ നമ്മൾ ശീലിക്കണം. **[One needs to learn to let go.]**

നമ്മൾ ബോധപൂർവ്വമോ അല്ലാതേയോ ഈ തത്ത്വം പലപ്പോഴും അനുവർത്തിക്കുന്നുണ്ട്, അല്ലെങ്കിൽ രാത്രി സമാധാനത്തോടെ ഉറങ്ങാൻ പ്രയാസമായിരിക്കും. പക്ഷേ, ശ്രദ്ധ കേന്ദ്രീകരിച്ചുകൊണ്ടും അതേസമയം വിശ്രമസ്ഥിതിയിലും (relaxed) നിലകൊള്ളുവാൻ ശരിയായ മാർഗ്ഗദർശനവും പരിശീലനവും ആവശ്യമാണ്. ധ്യാനം (മെഡിറ്റേഷൻ) ഇതിനൊക്കെ വേണ്ടിയാണ്. വിശ്രാന്തിയോടുകൂടിയുള്ള അവബോധത്തിന്റെ ഒരു പ്രത്യേക അവസ്ഥയാണ് ധ്യാനം. ചിട്ടയായ പരിശീലനം വഴി, കർമ്മവ്യഗ്രമായ സമയത്തുപോലും മനസ്സിനെ സ്വസ്ഥവും ശാന്തവുമാക്കി നിർത്താൻ ധ്യാനം നിങ്ങളെ പഠിപ്പിക്കുന്നു. അതു വഴി മനസ്സ് വളരെ കൂടുതൽ കാര്യക്ഷമവും ക്ഷണത്തിൽ പൂർവ്വസ്ഥിതി പ്രാപിക്കാൻ ക്ഷമതയുള്ളതും ആകുന്നു. (ക്ഷോഭിച്ച ശേഷം വളരെ പെട്ടെന്ന് സമനില വീണ്ടെടുക്കാൻ സാധിക്കുന്ന സിദ്ധി - resalience).

മനസ്സിനെ സംബന്ധിച്ച് മറ്റൊരു നിയമം, നമ്മുടെ മാനസികാവസ്ഥയുടേയും അതിന്റെ പ്രതിരോധശക്തിയുടേയും ഗുണമേന്മ നമ്മുടെ ഊർജ്ജത്തിന്റെ അളവിനെ ആസ്പദിച്ചിരിക്കുന്നു എന്നതാണ്. ഇത് നിങ്ങൾക്ക് ശ്രദ്ധിച്ചാൽ മനസ്സിലാകുന്നതാണ്. ഒരേ സാഹചര്യം അല്ലെങ്കിൽ സംഭവം നിങ്ങളെ വ്യത്യസ്തസമയങ്ങളിൽ ഒരേ പോലെ അസ്വസ്ഥനാക്കുന്നില്ല. ചിലപ്പോൾ ഒരു നിസ്സാരകാര്യം മതി നിങ്ങളുടെ സമനില തെറ്റാനും നിങ്ങളുടെ മനസ്സ് നിഷേധാത്മകമായ വിചാരപരമ്പരകളുടെ ചുഴിയിലേക്ക് താഴ്ന്നുപോകാനും, മറ്റൊരു അവസരത്തിൽ ഇതേ വിഷയം നിങ്ങളെ ഒട്ടും തന്നെ അലട്ടാത്തതിനാൽ നിങ്ങളതിനെ അവഗണിക്കുകയും ചെയ്യുന്നു. നിങ്ങൾ സൂക്ഷ്മമായി നിരീക്ഷിച്ചു നോക്കൂ, നിങ്ങൾ ക്ഷീണിതനോ നിരുന്മേഷവാനോ ഊർജ്ജസ്വലത കുറഞ്ഞവനോ ആയ ദിവസങ്ങളിൽ

അല്ലെങ്കിൽ സമയങ്ങളിൽ വളരെ നിസ്സാരമായ സംഗതി മതി നിങ്ങളെ അസ്വസ്ഥനാക്കുവാൻ. നിങ്ങൾ ഊർജ്ജസ്വലനും സ്വസ്ഥനും ബല ശാലിയുമായിരിക്കുന്ന നേരത്ത് അതേ സംഗതി നിങ്ങളെ കാര്യമായി അലട്ടുകയില്ല. അതിനാൽ നിങ്ങളുടെ ഊർജ്ജസ്വലതയുടെ സ്ഥിതി ശ്രദ്ധിക്കുന്നത് നിങ്ങളുടെ മനസ്സിനേയും വികാരങ്ങളേയും നിയന്ത്രി ക്കുന്നതിന് സഹായകമാകും.

മേൽവിവരിച്ച ഊർജ്ജതന്ത്രം തിരിച്ചും പ്രവർത്തിക്കുമെന്നതും പ്രധാനമാണ്. അതായത് നിങ്ങളുടെ മനസ്സിന്റെ നില നിങ്ങളുടെ ഊർജ്ജത്തേയും ബാധിക്കും. ഒരുപാട് തിരക്കിലൂടെ കടന്നുപോയ -സർപ്രൈസ് പാർട്ടിയോ അല്ലെങ്കിൽ ഉത്സവാഘോഷമോ-ഒരു ദിവസത്തിന്റെ അന്ത്യത്തിൽ നിങ്ങൾക്ക് വലിയ ഊർജ്ജം അനുഭവ പ്പെടാം. നിങ്ങൾക്ക് അതീവ താത്പര്യമുള്ള കാര്യങ്ങൾ ചെയ്യുന്നത് നിങ്ങളുടെ ഊർജ്ജം കുറയ്ക്കുകയല്ല, കൂട്ടുന്നതായിട്ടാണ് കാണു ന്നത്. അതേസമയം നിങ്ങൾക്ക് ഇഷ്ടമില്ലാത്തതോ ചെയ്യാൻ താത് പര്യക്കുറവോ ഉള്ള കാര്യങ്ങൾ ചെയ്യുന്നത് ഊർജ്ജത്തെ വറ്റിച്ചു കളയുന്നതായും നമുക്ക് അനുഭവപ്പെടുന്നു. വെറുതെ ഇരുന്ന് എന്തി നേയും കുറിച്ച് വേവലാതിപ്പെട്ടാൽ, അല്ലെങ്കിൽ മനസ്സിനെ ദുരിത ത്തിന്റെ വഴികളിലേക്ക് കെട്ടഴിച്ചു വിട്ടാൽ മാത്രം മതി ഊർജ്ജം പാഴായിപ്പോകാൻ. നമ്മുടെ മനസ്സ് തെറ്റായ വഴിയിലേക്ക് തിരിഞ്ഞു എന്ന് മനസ്സിലാക്കാനും അതിൽ നിന്ന് മാറി സഞ്ചരിക്കുവാനും കുറച്ച് അവബോധം ആവശ്യമാണ്. ഇക്കാരണത്താലാണ് യോഗികൾ തങ്ങളുടെ ധ്യാനത്തിനുള്ള തയ്യാറെടുപ്പിന്റെ ഭാഗമായി പ്രാണായാമം (ശ്വസനാഭ്യാസങ്ങൾ) പരിശീലിച്ചിരുന്നത്. ഇവയിലെ ചില സമ്പ്ര ദായങ്ങൾ ദേഹത്തേയും മനസ്സിനേയും വേഗത്തിൽ ഊർജ്ജസ്വല മാക്കുവാനും മനസ്സിനെ സ്വസ്ഥവും അവബോധത്തെ സൂക്ഷ്മവും ആക്കുവാനും ഫലപ്രദമാണ്. യോഗികൾ തങ്ങളുടെ ഭക്ഷണവും ദിനചര്യകളും ഊർജ്ജത്തെ ഉയർന്ന തലത്തിൽ നിലനിർത്താൻ ഉതകുന്ന വിധത്തിലാക്കാൻ ശ്രദ്ധിച്ചിരുന്നു. മനസ്സിനെ ഇക്കാര്യങ്ങ ളെല്ലാം ബാധിക്കുന്നുണ്ടെന്ന് അവർക്ക് അറിവുണ്ടായിരുന്നു.

അസ്വസ്ഥമായ മനസ്സിനെ നിയന്ത്രിച്ച് സ്വസ്ഥമായ നിലയിലേക്ക് തിരിച്ചുകൊണ്ടുവരാൻ ശ്വസനക്രിയ നല്ലൊരു എളുപ്പ മാർഗ്ഗമാണ്. ആർട്ട് ഓഫ് ലിവിങ്ങ് കോഴ്സിൽ ഇവയിലെ പല തന്ത്രങ്ങളും ഞങ്ങൾ പഠിപ്പിക്കുന്നുണ്ട്. ഹൈസ്കൂൾ കാലത്ത് ഇങ്ങനെയൊരു പരിശീലനപദ്ധതിയിൽ ഞാൻ ചേരാൻ പ്രധാനമായും കാരണമാ യത് ഇതായിരുന്നു. ശ്വസനത്തെ സ്വാസ്ഥ്യത്തിനും ഏകാഗ്രതയ്ക്കു മായി പ്രയോജനപ്പെടുത്താമെന്ന് എന്റെ ആയോധനപരിശീലന ത്തിന്റെ ഭാഗമായി ഞാൻ മനസ്സിലാക്കി വെച്ചിരുന്നു. പക്ഷേ ശ്വസന തന്ത്രങ്ങളെ വളരെ പരിമിതമായിട്ടായിരുന്നു പ്രായോഗികമായി

ക്ലാസ്സുകളിൽ ഉപയോഗിച്ചിരുന്നത്. എനിക്കാകട്ടെ, ഈ വിഷയത്തിൽ കൂടുതൽ ആഴത്തിൽ സഞ്ചരിക്കുവാനായിരുന്നു താത്പര്യം. മനസ്സ് നിങ്ങളെ അവഗണിക്കുന്നതിനാൽ അതിനെ നിയന്ത്രിക്കുന്നത് വളരെ ദുഷ്കരമാകും, പക്ഷേ ശ്വസനക്രിയകളിലൂടെ അത് വളരെ എളുപ്പത്തിൽ സാധ്യമാക്കാം.

ആർട്ട് ഓഫ് ലിവിങ്ങ് കോഴ്സിനിടയിൽ മനോഹരമായ ഒരു ഉപമ അല്ലെങ്കിൽ സാദൃശ്യത എനിക്കു കിട്ടി, മനസ്സ് ഒരു പട്ടം പോലെയും ശ്വസനം അതിന്റെ നൂൽ പോലെയുമെന്ന്. നൂലില്ലാത്ത പട്ടം കാറ്റിന്റെ ഗതി അനുസരിച്ച് എല്ലായിടത്തേക്കും പറന്നുകൊണ്ടിരിക്കും. പക്ഷേ നൂലിന്റെ സഹായത്തോടു കൂടി അതെങ്ങോട്ട്, എത്ര ദൂരത്തോളം, എത്ര ഉയരത്തിൽ പറക്കണം, ഇതെല്ലാം നിങ്ങൾക്ക് നിയന്ത്രണവിധേയമാക്കാൻ സാധിക്കും. നമ്മുടെ മനോനില മാറുമ്പോഴും വികാരങ്ങൾ മാറിമറിയുമ്പോഴും നമ്മുടെ ശ്വസനത്തിന്റെ താളം മാറുന്നതായി ഞാൻ മനസ്സിലാക്കി, അത് തിരിച്ചും സംഭവിക്കുമെന്നും. ശ്വസനത്തിൽ ശ്രദ്ധ കേന്ദ്രീകരിച്ചു കൊണ്ട് മനസ്സിനെ ഇളകാതെ നിർത്താൻ ആയോധനപരിശീലനത്തിന്റെ ഭാഗമായി ഞങ്ങൾ പഠിച്ചിരുന്നു. ഈ പ്രയോഗത്തിന് അനവധി അടരുകളുണ്ടെന്ന് പക്ഷേ പെട്ടെന്ന് ഞാൻ മനസ്സിലാക്കി. സ്വസ്ഥമായ അല്ലെങ്കിൽ അസ്വസ്ഥമായ എന്നിങ്ങനെ രണ്ട് സ്ഥിതികൾ മാത്രമല്ല ഉള്ളൂ, വികാരങ്ങളുടേയും മാനസികനിലകളുടേയും വലിയ ഒരു നിര തന്നെയുണ്ട്, അതിൽ ഓരോന്നിനും പ്രത്യേകം പ്രത്യേകമായ ശ്വസനതാളമുണ്ട്. ശ്വാസം അനുഭവിച്ചറിഞ്ഞ് ബോധപൂർവ്വം നിങ്ങൾ ശ്വസിക്കുന്ന രീതി മാറ്റിയാൽ മനസ്സിന്റെ മുൻപറഞ്ഞ ശ്രുതിക്രമങ്ങളെ മാറ്റാനും മുൻസ്ഥിതികളിലേക്ക് സംക്രമിപ്പിക്കുവാനും കഴിയും. ഒരാൾക്ക് ദേഷ്യം വരുമ്പോൾ അയാളുടെ ശ്വസനം ദ്രുതഗതിയിലും ആഴമില്ലാതേയുമാകുന്നു. വികാരം കൊള്ളുന്ന ഒരാളുടെ ശ്വസനം വിറയലുള്ളതായിരിക്കും. നിങ്ങൾ ദുഃഖിതനോ ആകുലചിത്തനോ ആയിരിക്കുമ്പോൾ നിങ്ങളുടെ ശ്വസനം കൂടുതൽ പ്രകടവും, സ്വസ്ഥനും സന്തോഷവാനുമായിരിക്കുമ്പോൾ ശ്വാസം ഉള്ളിലേക്ക് വലിക്കുന്നത് സ്വാഭാവികമായും ആഴത്തിലാകുന്നു. ഈ പ്രയോഗരീതികളെ പരീക്ഷണത്തിന് വിധേയമാക്കിത്തുടങ്ങിയപ്പോൾ ഞാൻ ഒരു കാര്യം മനസ്സിലാക്കി. എന്റെ മനസ്സ് അസ്വസ്ഥമാകുമ്പോൾ ശ്വാസത്തെ ബോധപൂർവ്വം സാവധാനത്തിലും ആഴത്തിലുമാക്കുന്നത് പെട്ടെന്നുള്ള വെല്ലുവിളികളെ അഭിമുഖീകരിക്കുന്നതിന് എന്നെ സഹായിക്കുന്നുണ്ട് എന്നതായിരുന്നു ആ തിരിച്ചറിവ്. മാനസിക പിരിമുറുക്കമോ നിഷ്ഫലതാബോധമോ അസ്വസ്ഥതയോ പൂർണ്ണമായും മാറ്റാൻ ശ്വസനക്രിയ കൊണ്ട് സാധിക്കുന്നില്ലെങ്കിലും കുറഞ്ഞ

പക്ഷം, ഞാൻ കുറച്ചു കൂടി ശ്രദ്ധാലുവും ബോധവാനും ആകുന്ന തിനാൽ ചാടിപ്പുറപ്പെട്ട് എന്തെങ്കിലും ചെയ്യുന്നതിൽ നിന്ന് അതെന്നെ രക്ഷിക്കുന്നു.

എന്നിരുന്നാലും ഇതെല്ലാമറിയുന്നവരിലും പ്രത്യേക സാഹചര്യ ത്തിൽ ചിലർ തികച്ചും സ്വസ്ഥരായിരിക്കുമ്പോൾ മറ്റു ചിലരെ അതേ സാഹചര്യത്തിൽ ദുരിതാർത്തരും ചഞ്ചലരും അസ്വസ്ഥരുമായി കാണുന്നു. ജീവിതത്തിൽ വളരെ വിഷമകരമായ വെല്ലുവിളിയാണ് കൈകാര്യം ചെയ്യുന്നതെന്ന് നിങ്ങൾക്ക് തോന്നാം. പക്ഷേ അതേ സമയം, ഇതേ പ്രശ്നം അല്ലെങ്കിൽ ഇതിലും മോശമായ പ്രശ്നം അഭിമുഖീകരിക്കുന്ന മറ്റ് പലരും അതിനാൽ ഒട്ടും ബാധിക്കാത്ത പോലെ കാണപ്പെടുന്നു. ഇതെങ്ങനെ സംഭവിക്കുന്നു എന്ന് ഞാൻ സ്വയം ചോദിച്ചു. ഈ പ്രശ്നത്തിലേക്ക് ഒരു സൂചന നൽകുന്നതും വർഷങ്ങൾക്കു മുമ്പ് ഞാൻ കേട്ടതുമായ രസകരമായ ഒരു കഥ ഇവിടെ ഓർമ്മ വരുന്നു. ശ്രീബുദ്ധന്റെ ജീവിതത്തിൽ സംഭവിച്ചു എന്നു കരുതപ്പെടുന്ന ഒരു സംഭവവുമായി ബന്ധപ്പെട്ട കഥയാണ്. മനസ്സിനെ അനാവശ്യമായ ദേഷ്യം, വ്യസനം, കുറ്റബോധം എന്നിവ യിൽനിന്ന് മുക്തമാക്കി ജീവിതത്തിൽ സന്തോഷവും സമാധാനവും എങ്ങിനെ കൈവരുത്താം എന്നതിലേക്ക് ഉൾക്കാഴ്ച നൽകുന്നതാണ് ആ കഥ.

ബുദ്ധഭഗവാൻ പട്ടണത്തിനു വെളിയിൽ സുന്ദരമായ ഒരു തോപ്പിൽ താമസിക്കുകയായിരുന്നു. ദിവസവും കുറച്ചുനേരം അദ്ദേഹം ധർമ്മ പ്രഭാഷണം നടത്തിക്കൊണ്ട് കാണാൻ വരുന്നവരുമായി തന്റെ ജ്ഞാനം പങ്കിടുക പതിവായിരുന്നു. ഒരു വ്യാപാരിയുടെ മകൻ തന്റെ ചില സ്നേഹിതരോടൊപ്പം ദിവസവും ഏതാനും മണിക്കൂർ ശ്രീബുദ്ധന്റെ പ്രഭാഷണം കേൾക്കാൻ വേണ്ടി ജോലിസ്ഥലം വിട്ടു നിന്നിരുന്നു. ദിവസം ചെല്ലുന്തോറും ഇത് വ്യാപാരിയെ അലോസര പ്പെടുത്തി. ''ജോലി സ്ഥലത്തിരുന്ന് വ്യാപാരം നോക്കാൻ ചുമതല പ്പെട്ട എന്റെ മക്കളുടെ തലയിൽ അനാവശ്യമായ സംഗതികൾ തിരുകിക്കയറ്റുകയാണ് പുണ്യപുരുഷൻ എന്ന് പറയപ്പെടുന്ന ഈ മനുഷ്യൻ. അവിടെ കണ്ണുമടച്ചിരുന്നാൽ എന്തു വരുമാനമാണ് അവർ ക്കുണ്ടാക്കാൻ സാധിക്കുക!'' അയാൾ വേവലാതിപ്പെട്ടു.

ഒടുക്കം തന്റെ എതിർപ്പ് അറിയിക്കാൻ തന്നെ തീർച്ചപ്പെടുത്തി അയാൾ ശ്രീബുദ്ധൻ ഇരുന്ന് പ്രബോധനം നടത്തുന്ന സ്ഥലത്തേക്ക് പോയി. സ്ഥലത്തെത്തിയപ്പോൾ അവിടെകൂടിയിരുന്ന ജനക്കൂട്ടത്തെ വകഞ്ഞ് മാറ്റി നേരെ അയാൾ ബുദ്ധന്റെ നേർക്ക് നടന്നു. പെട്ടെന്ന് ബുദ്ധന്റെ മുന്നിലെത്തിയപ്പോൾ സന്ന്യാസിയോട് എന്തു പറയണം എന്നറിയാതെ തന്റെ ദേഷ്യം പ്രകടമാക്കാൻ അയാൾ ബുദ്ധന്റെ മുഖത്ത് ഒരു തുപ്പ് തുപ്പി.

ശ്രീബുദ്ധന്റെ ശിഷ്യരെല്ലാം ഇത് കണ്ട് കോപിഷ്ഠരായെങ്കിലും ബുദ്ധൻ ആ മനുഷ്യനു നേർക്ക് പുഞ്ചിരിച്ചുകൊണ്ട് നോക്കുന്നതു കണ്ട് അവരും എന്തു ചെയ്യണമെന്ന ആശയക്കുഴപ്പത്തിലായി. ബുദ്ധൻ തന്റെ നേർക്ക് പുഞ്ചിരിക്കുന്നതു കണ്ട് വ്യാപാരിയും ചഞ്ചല ചിത്തനായി. എങ്ങനെ പ്രതികരിക്കണമെന്ന് അയാൾക്ക് അറിഞ്ഞില്ല. അസ്വസ്ഥനായി അയാൾ ആൾക്കൂട്ടത്തിനിടയിലൂടെ തിരിച്ച് നടന്ന് തന്റെ വീട്ടിലേക്ക് പോയി.

ആ രാത്രി വ്യാപാരിക്ക് ഉറങ്ങാൻ സാധിച്ചില്ല. ബുദ്ധന്റെ പുഞ്ചിരിക്കുന്ന മുഖം അയാളെ വേട്ടയാടിക്കൊണ്ടിരുന്നു-അയാൾ ഒട്ടും പ്രതീക്ഷിച്ചിട്ടില്ലായിരുന്ന പ്രതികരണമായിരുന്നു ബുദ്ധന്റേത്. അതിനെ എപ്രകാരം മനസ്സിലാക്കിയെടുക്കണം എന്ന് അയാൾക്ക് തിട്ടമില്ലായിരുന്നു. ഒട്ട് ശാന്തനായപ്പോൾ അയാൾക്ക് ബോധമുദിച്ചു തന്റെ പെരുമാറ്റം സംസ്കാരശൂന്യവും അനുചിതവുമായിപ്പോയെന്നും പുണ്യപുരുഷനോട് താൻ കൊടിയ അനാദരവ് കാണിച്ചു എന്നും. കുറ്റബോധം തോന്നിയതിനാൽ അയാൾ പിറ്റേ ദിവസം തന്നെ അല്പം ശങ്കയോടുകൂടി ബുദ്ധനെ സമീപിച്ചു ഒരിക്കൽക്കൂടി അദ്ദേഹത്തിന്നു മുന്നിൽ നിൽപ്പായി. ''ഓ, ഭഗവൻ! എന്റെ ഇന്നലത്തെ ഹീനമായ പെരുമാറ്റം മാപ്പാക്കാൻ അങ്ങ് കനിയണം. എന്താണ് എന്നെ ആവേശിച്ചത് എന്ന് എനിക്കറിയില്ല. എന്റെ അജ്ഞതയ്ക്കും ക്രോധത്തിനും അങ്ങ് എനിക്ക് മാപ്പ് തരണം.''

ബുദ്ധനു നേർക്ക് അയാൾ നോക്കിയപ്പോൾ ഇപ്പോഴും ആ മുഖത്ത് അതേ കനിവൂറുന്ന പുഞ്ചിരിയാണ് കണ്ടത്. ''സാദ്ധ്യമല്ല.'' ബുദ്ധൻ പറഞ്ഞതുകേട്ട് ആ മനുഷ്യൻ മാത്രമല്ല ശിഷ്യന്മാർ പോലും അത്ഭുതപ്പെട്ടു. അവരുടെ ഗുരു കനിവിന്റെ ആൾരൂപമാണ്, എന്നിട്ടും ഈ മനുഷ്യന്റെ മര്യാദയില്ലാത്ത പെരുമാറ്റം എന്തുകൊണ്ട് പൊറുക്കുന്നില്ല? ''നിങ്ങൾക്ക് മാപ്പ് നൽകാൻ എനിക്ക് സാദ്ധ്യമല്ല.'' ബുദ്ധൻ അതേ പുഞ്ചിരിയോടുകൂടി തുടർന്നു, ''എന്തെന്നാൽ നിങ്ങൾ തെറ്റ് ഒന്നും തന്നെ ചെയ്തിട്ടില്ല.''

''പുണ്യാത്മാവേ, അങ്ങേക്ക് എന്നെ മനസ്സിലായില്ലെന്ന് തോന്നുന്നു.'' അയാൾ പ്രതിവചിച്ചു. ''ഇന്നലെ ഇവിടെ വന്ന് അങ്ങയുടെ മുഖത്ത് തുപ്പിയ മനുഷ്യനാണ് ഞാൻ.''

''അല്ല, നിങ്ങൾ അയാളല്ല.'' ബുദ്ധൻ മറുപടി കൊടുത്തു. ''ഇന്നലെ ഏത് മനുഷ്യനായിരുന്നുവോ അങ്ങ്, അതേ മനുഷ്യനല്ല ഇപ്പോൾ അങ്ങ്. ഇന്നലെ തുപ്പലേറ്റ അതേ മനുഷ്യനല്ല ഞാനും. നമ്മൾ ഇന്നലെയിൽനിന്ന് വ്യത്യസ്ത മനുഷ്യരായിരിക്കെ ഞാൻ എങ്ങനെയാണ് അങ്ങയെ മാപ്പാക്കുന്നത്? ആരാണ് മാപ്പാക്കേണ്ടത്? ആരെയാണ്? അതും എന്തിനായി?''

യഥാർത്ഥമായ കാരുണ്യം എപ്രകാരമാണ് പാലിക്കേണ്ടത് എന്നതിന്റെ നിദർശനമായി ആൾക്കാർ ഈ കഥ പങ്കിടാറുണ്ട്. പക്ഷേ മനസ്സിനെ വേട്ടയാടുന്ന ഭൂതകാലാനുഭവങ്ങളുടെ ഭാരത്തിൽനിന്ന് എങ്ങനെ മനസ്സിനെ സ്വതന്ത്രമാക്കാം എന്നത് പഠിപ്പിക്കുന്ന കഥ കൂടിയാണിത്. യോഗിക് പാഠ്യ പദ്ധതിയിൽ പരിശീലിപ്പിക്കുന്ന ഈ സൂത്രം യോഗിയായ ബുദ്ധന് അറിയാമായിരുന്നു. സംഭവങ്ങൾക്ക് എത്ര കൂടുതൽ പ്രാധാന്യം നാം കൊടുക്കുന്നുവോ അത്രയേറെ പ്രഭാവത്തോടെയാകും അവ നമ്മെ ബാധിക്കുന്നത്. അടിക്കടി തിരിച്ചു വരുന്ന ഓർമ്മകളായി മാറി അവ നമ്മെ അലോസരപ്പെടുത്തുകയും ചെയ്യും.

എന്തുകൊണ്ട് ചില ചിന്തകൾ മാത്രം അടിക്കടി തിരിച്ചുവരുന്നു, മറ്റുള്ളവ അങ്ങനെ വരുന്നില്ല എന്ന് നിങ്ങൾ ആലോചിച്ചിട്ടുണ്ടോ? നിങ്ങൾ ഓർത്തുവെക്കുന്നവയും അല്ലാത്തവയുമായ കാര്യങ്ങളെ നിങ്ങൾ സൂക്ഷ്മമായി നിരീക്ഷിച്ചിട്ടുണ്ടോ? ഏതാനും കൊല്ലങ്ങൾക്കു മുമ്പ് നിങ്ങളെപ്പറ്റി ഒരാൾ എന്താണ് ദുഷിച്ചു പറഞ്ഞത് എന്ന് നിങ്ങൾ ഓർമ്മിക്കുന്നു, പക്ഷേ ഒന്നോ രണ്ടോ ആഴ്ച മാത്രം മുമ്പേ ലഞ്ചിന് നിങ്ങൾ എന്താണ് കഴിച്ചതെന്ന് (അതൊരു വിശേഷാവസരം അല്ലെങ്കിൽ) നിങ്ങൾ ഓർക്കുന്നില്ല. നിങ്ങളെ സംബന്ധിച്ചേടത്തോളം ലഞ്ച് പ്രധാനമല്ലാത്തതിനാലാണ് നിങ്ങൾ അതോർക്കാത്തത്. നമ്മിൽ മിക്കവരും തലേന്ന് രാത്രി നാം കണ്ട സ്വപ്നങ്ങൾ ഓർക്കാതിരിക്കാനും ഇതാണ് കാരണം. നമ്മൾ ആധിയോടു കൂടിയോ ക്രോധത്തോടേയോ സങ്കടത്തോടേയോ അത്യന്തം സന്തോഷത്തോടേയോ ഉണർന്നേക്കാം. പക്ഷേ ആദ്യത്തെ ഏതാനും നിമിഷങ്ങൾക്കു ശേഷം അത് വെറുമൊരു സ്വപ്നമായിരുന്നു എന്ന് നാം മനസ്സിലാക്കുന്നു, വികാരങ്ങൾ ഏതാനും നിമിഷങ്ങൾ മനസ്സിൽ തങ്ങിയ ശേഷം അപ്രത്യക്ഷമാകുന്നു. സാധാരണ ഗതിയിൽ, ഏതാനും മണിക്കൂറുകൾക്കു ശേഷം നാം സ്വപ്നം തന്നെ ഓർക്കാതാകുന്നു.

ഒരു സഹപ്രവർത്തകൻ സ്വപ്നത്തിൽ നിങ്ങളെ പുലഭ്യം പറഞ്ഞിരിക്കാം. പക്ഷേ യഥാർത്ഥ ജീവിതത്തിൽ നിങ്ങൾ അയാളെ കാണുന്ന സമയം ആ സ്വപ്നം നിങ്ങൾ ഓർത്തിരിക്കുക കൂടിയില്ല, അയാളോട് വിരോധം എന്നത് ഒട്ടുമുണ്ടാവില്ല. ഇനി അവ്യക്തമായി നിങ്ങളത് ഓർത്താൽത്തന്നെ നിങ്ങളതിനെ ചിരിച്ച് തള്ളുകയും സഹപ്രവർത്തകനോട് അയാൾ ചെയ്തതായി നിങ്ങൾ സ്വപ്നത്തിൽ കണ്ട കാര്യങ്ങൾ പറയുകയും ചെയ്യും. പക്ഷേ സ്വപ്നത്തിൽ കണ്ട കാര്യത്തിന്റെ കേവലം ഒരംശം മാത്രം യഥാർത്ഥ ജീവിതത്തിൽ സംഭവിച്ചെന്നിരിക്കട്ടെ, അത് മതി സഹപ്രവർത്തകനുമായുള്ള നിങ്ങളുടെ ബന്ധം വഷളാകുവാൻ, നിങ്ങളുടെ ഓഫീസിലെ സമാധാനവും സ്വാസ്ഥ്യവും ആഴ്ചകളോളം മാസങ്ങളോളം ചിലപ്പോൾ

വർഷങ്ങളോളം നശിക്കാൻ. ഇവിടെ വ്യത്യാസം ഇത്ര മാത്രമാണ്- നിങ്ങൾ സംഭവത്തിന് എത്ര കണ്ട് പ്രാധാന്യം കൊടുത്തു എന്നത്.

സ്വപ്നം യാഥാർത്ഥ്യമല്ലെന്നും അതിനാൽ ഈ രണ്ട് സാഹചര്യങ്ങളേയും താരതമ്യം ചെയ്യാനാകില്ലെന്നും ചിലർ വാദിച്ചേക്കാം. പക്ഷേ നമ്മൾ ഇവിടെ ചർച്ച ചെയ്ത തത്ത്വം മനസ്സിന് തീർച്ചയായും ബാധകമാണ്, സാധുവുമാണ്. ഇനി മറ്റൊരു ഉദാഹരണമെടുക്കാം. നിങ്ങൾ ആഫീസിൽ നിന്ന് വീട്ടിലേക്ക് മടങ്ങും വഴി ഏതോ ഒരാൾ നിങ്ങളെ വിഡ്ഢി എന്നു വിളിക്കുന്നു അല്ലെങ്കിൽ നിങ്ങളുടെ നേർക്ക് കയർക്കുന്നു. അയാൾ നിങ്ങളെ മറ്റൊരാളായി തെറ്റിദ്ധരിച്ചിരിക്കാമെന്നോ അയാളൊരു മദ്യപാനിയായിരിക്കുമെന്നോ കരുതി നിങ്ങൾ അതിനെയത്ര ശ്രദ്ധിക്കുന്നില്ല. നിങ്ങൾ ഈ അനുഭവം എതാനും ദിവസങ്ങൾക്കു ശേഷം ഓർമ്മിക്കുക പോലുമുണ്ടാവില്ല. പക്ഷേ ആ മനുഷ്യൻ നിങ്ങളുടെ വീട്ടിലെയോ ഓഫീസിലേയോ ഒരംഗമാണെന്നിരിക്കട്ടെ കാര്യങ്ങൾ ഇപ്പോൾ വളരെ വ്യത്യസ്തമാകുന്നു. എന്തുകൊണ്ട്? നമ്മൾ അതിന് അത്രയധികം പ്രാധാന്യം കൊടുക്കുന്നതു കൊണ്ട്. അവഗണിക്കാനാകാത്ത അനുഭവങ്ങൾ, നിങ്ങൾ കണ്ടോ കേട്ടോ അനുഭവിച്ചോ ആയ കാര്യങ്ങൾ- ഇവ നിങ്ങളെ അസ്വസ്ഥമാക്കിക്കൊണ്ടിരിക്കുന്ന സ്ഥിതിവിശേഷത്തെയാണ് ട്രോമ അല്ലെങ്കിൽ മാനസികാഘാതമെന്ന് വിളിക്കുന്നത്. അതായത് ഭൂതകാലത്തെ വെറുതെവിടാൻ സാധിക്കാത്തേടത്തോളം കാലം നമ്മളെല്ലാം മാനസികാഘാതത്തിന് കീഴ്പ്പെട്ടു കഴിയേണ്ടി വരുമെന്ന് പറയാനാകും.

അപ്പോൾ വെല്ലുവിളികളോ സാഹചര്യങ്ങളോ അല്ല നമ്മെ അസ്വസ്ഥരാക്കുന്നതും നമ്മുടെ മനസ്സമാധാനം പറിച്ചെടുക്കുന്നതും, മറിച്ച് അവ നമ്മിൽ ശേഷിപ്പിച്ചു പോകുന്ന തോന്നലുകളാണ്, നമ്മുടെ മനസ്സിനെ ഭൂതകാലത്തേക്ക് പിടിച്ചു വലിക്കുന്നതും അല്ലെങ്കിൽ ഭാവിയിലേക്ക് ഉന്തുന്നതും, മനസ്സിനെ ദേഷ്യം, വ്യസനം, നിരാശ എന്നിവയ്ക്കും ആകാംക്ഷ, മനസ്സമ്മർദ്ദം, അരക്ഷിതാബോധം എന്നിവയ്ക്കുമിടയിലായി ഊഞ്ഞാലാട്ടുന്നതും. ഇവിടെയാണ് കുറേക്കൂടി സന്തുഷ്ടവും ശാന്തവുമായ ജീവിതം നയിക്കുന്നതിനായുള്ള ഒരു ക്ലൂ, സൂചന, നമുക്ക് ലഭിക്കുന്നത്. നമ്മുടെ സന്തോഷവും മനസ്സമാധാനവും നിർവചിക്കുന്നത് ബാഹ്യലോകമല്ല, നാം നമുക്കുള്ളിൽ തന്നെ സൃഷ്ടിച്ച ലോകമാണ് എന്ന് ഉള്ളിലേക്ക് നോക്കുന്തോറും നമുക്ക് തിരിച്ചറിയാൻ സാധിക്കും. വളർന്നു വലുതായ പ്രക്രിയയിൽ നാം കൂട്ടിക്കൂട്ടിവെച്ച മാറാപ്പുകൾ. അവ മോശമായ അനുഭവങ്ങളാകാം, അല്ലെങ്കിൽ കാര്യങ്ങൾ എപ്രകാരമാകണമെന്നതിനെപ്പറ്റിയുള്ള നമ്മുടെ വിഭാവനങ്ങളാകാം- നമ്മെ തകർക്കുന്നതും,

ജീവിതം എവിടേക്കെല്ലാം നമ്മെ നയിച്ചാലും സന്തോഷിക്കാൻ അനുവദിക്കാതിരിക്കുന്നതും ഈ മാറാപ്പുകളാണ്.

ഈ തിരിച്ചറിവാണ് നിങ്ങളെടുക്കുന്ന അടുത്ത കാൽവെപ്പ്, ലക്ഷ്യത്തിന് ഒരു ചുവടുകൂടി അടുത്തേക്ക്. നിങ്ങളുടെ ആത്മാർത്ഥ മായ പരിശ്രമത്തിന്റേയോ പ്രതിബദ്ധതയുടേയോ അഭാവമല്ല പ്രശ്ന മെന്ന് നിങ്ങൾ സാവധാനത്തിൽ തിരിച്ചറിയുന്നു, വാസ്തവത്തിൽ നിങ്ങൾ തേടിയിരുന്നത് ആവശ്യമായ കാര്യമായിരുന്നില്ല, തെറ്റായ സ്ഥലത്തുമായിരുന്നു. വരൂ, നമുക്ക് തുടരാം, ഇവിടെ നിന്നുപോക രുത്. നിങ്ങൾ ശരിയായ ചോദ്യങ്ങൾ ചോദിക്കാൻ തയ്യാറായിരി ക്കുന്നു, അതാകട്ടെ, ആത്യന്തികമായി നിങ്ങളെ ശരിയായ ഉത്തര ങ്ങളിലേക്ക് നയിക്കുകയും ചെയ്യും.

പക്ഷേ ജീവിതത്തിൽ മൂല്യവത്തായ എല്ലാ യാത്രകളിലേയു മെന്നപോലെ ഇടയ്ക്ക് നിൽക്കാനും ചുറ്റും നോക്കാനും നിങ്ങൾ മറക്കരുത്. നിങ്ങൾ വേറെയെന്തിനോ വേണ്ടി തേടുന്നതിനിടയ്ക്കാണ് പലപ്പോഴും ഏറ്റവും മനോഹരമായ അനുഭവങ്ങളും അനർഘമായ കണ്ടുപിടുത്തങ്ങളും സംഭവിക്കുക. യാത്രയ്ക്കിടയിൽ ശ്രദ്ധിച്ചു കേൾക്കാനായി ഇടവേളയെടുക്കുന്നവർക്ക് വെളിപ്പെടാനായി മനസ്സി നുള്ളിൽ ഒട്ടേറേ രഹസ്യങ്ങളുണ്ട്.

ജ്ഞാനസൂത്രങ്ങൾ

* അനായാസതയാണ് മനസ്സിന്റെ നിയമം. മനസ്സ് എത്ര മാത്രം ശാന്തവും പിരിമുറുക്കമില്ലാത്തുമാകുന്നുവോ, അത്രയധികം ഓജസ്സുള്ളതാകും.
* മനസ്സിന്റെ തലത്തിൽ അല്പ്പമാണ് അധികം. മനസ്സ് എത്രമാത്രം ശൂന്യമായിരിക്കുന്നുവോ, നിങ്ങൾ അത്രയ ധികം സന്തുഷ്ടനും ശാന്തിയനുഭവിക്കുന്നവനും മുക്ത നുമാകും.
* സംഭവങ്ങൾക്ക് നിങ്ങൾ കൽപ്പിക്കുന്ന പ്രാധാന്യത്തിന് അനുസൃതമായി, അവയുടെ ശേഷിപ്പുകളായ തോന്ന ലുകൾ പ്രബലങ്ങളാകും. അവയുടെ ക്ഷണഭംഗുര സ്വഭാ വത്തെക്കുറിച്ച് ബോധവാനാകൂ- ഇത് നിങ്ങളുടെ മന സ്സിനെ മുക്തമാക്കും.

10 മിനിറ്റ് അഭ്യാസം

ശാന്തമായി ഇരുന്ന് ഇന്നിനെയും കഴിഞ്ഞ ഏതാനും ദിവസങ്ങ ളേയും നോക്കിക്കാണാൻ ഒരു നിമിഷം എടുക്കൂ. കർമ്മനിരതനാകുന്ന

സമയത്ത് നിങ്ങളുടെ മനസ്സ് വ്യാപൃതമാകുന്നത് എന്തെല്ലാം വസ്തുക്കളാൽ ആണ്? എന്തെല്ലാം കാര്യങ്ങളും ആൾക്കാരുമാണ് നിങ്ങളെ അസ്വസ്ഥനാക്കുന്നത്? അതെല്ലാം ഒന്നിനു താഴെ ഒന്നായി എഴുതൂ. ആത്മപരിശോധനയ്ക്ക് കുറച്ച് സമയം എടുക്കുക. ഒന്നും ഇപ്പോൾ ഓർമ്മ വരുന്നില്ല എങ്കിൽ നാളെ ഇതുപോലെ ശാന്തമായി ഇരുന്ന് മനസ്സ് നിരീക്ഷിക്കുക. മനസ്സ് എവിടെയെങ്കിലും ഉടക്കുന്നതായി അനുഭവപ്പെട്ടാൽ -അത് ഭൂതകാലത്തോ ഭാവികാലത്തോ ആയിരിക്കാം- അത് സശ്രദ്ധം രേഖപ്പെടുത്തുക.

ഇനി നിങ്ങൾ എഴുതിവെച്ച ഓരോ കാര്യങ്ങളും ഒന്നൊന്നായി പരിശോധിച്ച് സ്വയം ചോദിക്കുക - എന്തിനാണ് ഇതിന് ഇത്ര പ്രാധാന്യം നിങ്ങൾ കൊടുക്കുന്നത്? നിങ്ങൾ ഒരു കാര്യം കണ്ടു പിടിക്കും, അതായത്, കഴിഞ്ഞ കാര്യങ്ങളെച്ചൊല്ലി നിങ്ങളുടെ കോപവും വ്യസനവും ഭാവിയെക്കുറിച്ച് നിങ്ങളുടെ വേവലാതികളും ആകാംക്ഷയും എല്ലാം നിലകൊള്ളുന്നത് പല വർഷങ്ങളായി നിങ്ങളിൽ അടിഞ്ഞുകൂടിയ അനുഭവങ്ങളിലും ആശയങ്ങളിലുമാണ്

ഉണർന്നെണീറ്റ് സ്വയം ബോദ്ധ്യപ്പെടുക, ഭൂതകാലം പോയ്ക്കഴിഞ്ഞിരിക്കുന്നു. എന്തെല്ലാം സംഭവിച്ചിരുന്നാലും ആരെന്തു പറഞ്ഞിരുന്നാലും നിങ്ങൾക്കെതിരായി ആരെന്തു ചെയ്തിരുന്നാലും അവയെല്ലാം സംഭവിക്കുകയും തിരോഭവിക്കുകയും ചെയ്തുകഴിഞ്ഞു. അത് ഒരു സ്വപ്നത്തിൽ കവിഞ്ഞൊന്നുമില്ല, ഇപ്പോൾ അതിന് നിങ്ങൾക്കുമേലുള്ള ശക്തി, നിങ്ങളതിന് അനുവദിച്ചു കൊടുക്കുന്നതു മാത്രമാണ്. എത്രത്തോളം ഭൂതകാലത്തെ നിങ്ങൾക്ക് വിട്ടുകളയാൻ സാധിക്കുന്നുവോ അത്രകണ്ട് നിങ്ങളെ അലോസരപ്പെടുത്തുന്ന വികാരങ്ങളിൽ നിന്ന് നിങ്ങൾക്ക് മുക്തനാകാൻ സാധിക്കും. അത്രത്തോളം നിങ്ങൾ സ്വതന്ത്രനുമാകും.

ഇനി ഒരു നിമിഷം കണ്ണുകളടച്ച് ബോധപൂർവ്വം നിങ്ങളുടെ ഭൂതകാലത്തെ ഉപേക്ഷിക്കുക, എല്ലാം ഉപേക്ഷിക്കുക- നല്ലതും ചീത്തയും ശരികളും തെറ്റുകളും. നിങ്ങളുടെ വ്യക്തിത്വം ഉപേക്ഷിക്കുക, ജീവിതത്തേയും പ്രപഞ്ചത്തേയും പറ്റി നിങ്ങൾക്കറിയുമെന്ന് നിങ്ങൾ ധരിച്ചുവെച്ച എല്ലാറ്റിനേയും ഉപേക്ഷിക്കുക. നിങ്ങളുടെ അനുഭവങ്ങളെയെല്ലാം ഉപേക്ഷിക്കുക. നിങ്ങൾ ഇപ്പോൾ മാത്രം ഈ ലോകത്തിലെത്തിയതാണെന്നും ഒരു വെള്ളക്കടലാസ് പോലെയാണെന്നും അനുഭവിച്ചറിയുക. നിങ്ങൾക്ക് ഭൂതകാലമില്ല, ഭാവിയെക്കുറിച്ച് പ്ലാനുകളൊന്നുമില്ല, ലക്ഷ്യങ്ങളില്ല, നിങ്ങൾ ആര്, കാര്യങ്ങൾ എങ്ങനെയായിരിക്കണം എന്നിവയെക്കുറിച്ച് വേവലാതികളുമില്ല. ഭൂതകാലത്തെ മൊത്തത്തിൽ ഉപേക്ഷിക്കുമ്പോൾ നിങ്ങളുടെ മനസ്സ് എത്രമാത്രം ശൂന്യവും ശാന്തവുമാകുന്നു എന്നും ഇപ്പോൾ നിങ്ങളെത്ര മുക്തനാണെന്നും അനുഭവിച്ചറിയുക.

■

3
താങ്കൾ എന്താണ് അർത്ഥിക്കുന്നത്?

രാത്രി സമയം എട്ടേ ആയുള്ളൂ; ഒടുവിലെന്റെ ഇ-മെയിലുകൾ പരിശോധിക്കാൻ സമയം കിട്ടുകയാണ്. തെക്കേ അമേരിക്കയിൽ നിന്നുള്ള യോഗാതത്പരരുടെ ഗ്രൂപ്പിനു വേണ്ടി ഋഷികേശിൽ ഒരു യോഗ റിട്രീറ്റ് സംഘടിപ്പിക്കുന്നതിന്റെ തിരക്കിലായിരുന്നു കഴിഞ്ഞ നാല് ദിവസമായി ഞാൻ. ഞാനെന്റെ ലാപ്ടോപ്പ് തുറന്ന് ഇ-മെയിലിലേക്ക് കടന്നു. 50 തുറക്കാത്ത കത്തുകൾ അവിടെ കണ്ടു. മെയിലയച്ചവരുടെ പേരുകളിലൂടെ കണ്ണോടിച്ചപ്പോൾ പരിചിതമായ ഒരു പേര് കണ്ടു: ശ്വേത.

രണ്ടു മൂന്ന് വർഷം മുമ്പായിരിക്കണം ശ്വേത എന്റെ മാർഗ്ഗനിർദ്ദേവും ആശിർവാദവും അഭ്യർത്ഥിച്ചുകൊണ്ട് ഫെയിസ്ബുക്കിലൂടെ എനിക്ക് ആദ്യമായി എഴുതിയത്. ദുബായിൽ അവൾക്കുണ്ടായിരുന്ന ജോലി നഷ്ടമായിരുന്നു. കൂനിന്മേൽകുരുപോലെ അവളുടെ കാമുകനും പൊടുന്നനവേ അവളെ വിട്ടു പോയിരുന്നു, അതും വിവാഹം ഉടനെ നടക്കുമെന്ന് അവൾ പ്രതീക്ഷയോടെയിരിക്കുമ്പോൾ. അവൾക്ക് പ്രായം മുപ്പതു കഴിഞ്ഞതിനാലും മാതാപിതാക്കളുടെ സമ്മർദ്ദം ഉണ്ടായിരുന്നതിനാലും അവൾ ഏതു വിധേനയും വിവാഹിതയാകാനുള്ള തിടുക്കത്തിലായിരുന്നു. സാഹചര്യത്തെ എങ്ങനെ കൈകാര്യം ചെയ്യാം, മനസ്സിനെ എപ്രകാരം നിയന്ത്രണത്തിൽ കൊണ്ടുവരാം എന്നീ കാര്യങ്ങളിൽ ഞാനവൾക്ക് ചില നിർദ്ദേശങ്ങൾ നൽകിയിരുന്നു. തുടർന്നു വന്ന മാസങ്ങളിൽ ജീവിതം അവൾക്ക് ഒരു പിടച്ചിൽ തന്നെയായിരുന്നു. അന്യഥാ ശരിയാകാമായിരുന്ന ഏതാനും വിവാഹാലോചനകൾ ഫലവത്താകാതെ പോയി; അതുപോലെ അവൾ ജോലിക്കായി

പല കമ്പനികൾക്കും അയച്ച അപേക്ഷകളും. അങ്ങനെ യിരിക്കുമ്പോൾ ഒരു ദിവസം അവൾ എനിക്കെഴുതി, തന്റെ പ്രാർത്ഥനയ്ക്ക് അവസാനം മറുപടിയുണ്ടായെന്ന്. വളരെ ക്കാലമായി താൻ ആഗ്രഹിച്ചിരുന്ന ഒരു ബാങ്ക് ജോലിക്കായി തിരഞ്ഞെടുക്കപ്പെട്ടിരിക്കുന്നു. മാത്രവുമല്ല, സ്റ്റേയ്റ്റ്സിൽ ജോലിയുള്ള വിശാൽ എന്ന ചെറുപ്പക്കാരനുമായി അവൾ പരിചയമാകുകയും ചെയ്തിരിക്കുന്നു. അവർ ഫോണിൽ കുറെയൊക്കെ സംസാരിച്ചിരിക്കുന്നു. അയാൾ ദയാലുവും പരക്ലേശവിവേകിയും വിനയശീലനും മറ്റ് മികച്ച ഗുണ ങ്ങളുള്ളവനുമാണ്. പരിപൂർണ്ണപൊരുത്തം എന്നു പറയാം. തുടർന്നുള്ള മാസങ്ങളിൽ വിവാഹത്തെക്കുറിച്ച് രണ്ട് കുടുംബങ്ങളും യോജിപ്പിലെത്തി. അങ്ങനെ അവൾ പ്രാർത്ഥിച്ചിരുന്ന ദിവസം സമാഗതമായി, ഉത്കൃഷ്ടനായ ആ ചെറുപ്പക്കാരനുമൊത്ത് അവളുടെ വിവാഹം നടന്നു. അവളുടെ മറ്റൊരു സ്വപ്നസാക്ഷാത്ക്കാരം പോലെ അവൾ യു.എസ്സിലേക്ക് ഭർതൃമതിയായി പോകുകയും ചെയ്തു. അവളുടെയടുത്തുനിന്ന് ഒരു ഇ-മെയിൽ കൂടി അടുത്ത മാസങ്ങൾക്കിടയിൽ എനിക്ക് കിട്ടി. ജീവിതം അവളാഗ്രഹിച്ച തുപോലെ കൈവന്നിരിക്കുന്നു എന്നും കാര്യങ്ങൾ ഇപ്ര കാരം പരിണമിച്ചതിൽ അവൾ അതീവ സന്തുഷ്ടയാ ണെന്നുമായിരുന്നു കത്തിലെ ഉള്ളടക്കം.

പക്ഷേ ഏതാനും മാസങ്ങൾ കഴിഞ്ഞപ്പോൾ വീണ്ടും ഇ-മെയിലുകൾ വരാൻ തുടങ്ങി. ശ്വേതയ്ക്ക് യു.എസ്സിൽ ജോലി വേണം, അവൾക്കിഷ്ടമുള്ള നല്ല വേതനമുള്ള ജോലി കിട്ടുമോ എന്ന വേവലാതിയിലാണ് അവളിപ്പോൾ. പോരാത്തതിന് അവൾക്ക് അവിടെ സ്നേഹിതരെയൊന്നും കിട്ടിയിട്ടില്ല, അപ്പോൾ തന്റെ ഭർത്താവ് അയാളുടെ സ്നേഹിതരോടൊത്ത് സമയം ചെലവഴിച്ചിരുന്നത് അവളെ അസ്വസ്ഥയാക്കുകയായിരുന്നു. അവൾക്ക് യോജിച്ചവരാ യിരുന്നില്ല ആ സ്നേഹിതർ, അവരൊത്ത് സമയം ചെല വഴിക്കുന്നതിൽ അവൾക്ക് ആനന്ദം കണ്ടെത്താൻ പറ്റിയി രുന്നില്ല. ഭർത്താവ് തന്റെ ദൃഷ്ടിയിൽ നിന്ന് മാററുതെന്നാ യിരുന്നു അവൾക്ക്, അയാൾക്കാകട്ടെ, തന്റെ സ്നേഹിതരു മൊത്ത് സമയം ചെലവഴിക്കണമെന്നായിരുന്നു. പലപ്പോഴും അവർ ഇതിനെച്ചൊല്ലി തർക്കിക്കുമായിരുന്നു. അതവളെ വല്ലാതെ ഭയപ്പെടുത്തി, അയാൾ തന്നെ ഉപേക്ഷിച്ചാൽ വീണ്ടും താൻ തനിച്ചാവില്ലേ? അവളുടെ അരക്ഷിതാബോധവും ശാഠ്യങ്ങളും ബന്ധത്തിൽ സമ്മർദ്ദം ചെലുത്തുകയും

അവൾ കൂടുതൽ ഉൽക്കണ്ഠാകുലയാവുകയും ചെയ്തു. പല ജോലികൾക്കും അപേക്ഷിക്കുന്നതിനിടയ്ക്ക് ഒരു വലിയ ബാങ്കിൽ അവൾക്ക് ജോലി ലഭിച്ചു, പക്ഷേ അവൾ ആഗ്രഹിച്ചപോലുള്ളതായിരുന്നില്ല ആ ജോലി. താൻ ജീവിതത്തിൽ ചെയ്യണം എന്നു വിഭാവനം ചെയ്തിരുന്ന പോലുള്ള ജോലിയായിരുന്നില്ല അവൾക്കത്. അവൾ ജോലിക്കുപോകും പക്ഷേ, ഇതല്ലല്ലോ താൻ ചെയ്യാൻ ആഗ്രഹിച്ചത് എന്ന ചിന്ത അവളുടെ നില ദയനീയമാക്കും. എന്നിരുന്നാലും താൻ ഭാഗ്യവതിയാണ് എന്ന് അവളെന്നോട് പറഞ്ഞു, താൻ വെറുതെ വീട്ടിലിരിക്കുകയല്ലല്ലോ, നല്ലൊരു ജോലി, ശമ്പളം ഒക്കെയുണ്ട്- ലോകത്ത് മറ്റു പലരും ആഗ്രഹിക്കുന്നതിൽ ഉപരിയാണിവ, താൻ പ്രാർത്ഥിച്ചിരുന്ന കാര്യങ്ങളെല്ലാം ലഭിച്ചിരിക്കുന്നു, എന്നിട്ടും താൻ സന്തുഷ്ടയല്ല.

ഞാനൊന്ന് നിർത്തി. എന്റെ മുന്നിലിരുന്ന ഹെർബൽ ചായ ഒരു സിപ്പ് അകത്താക്കി. എന്നിട്ട് എന്റെ മറുപടി എഴുതിത്തുടങ്ങി.

ജീവിതത്തിൽ നിങ്ങൾക്ക് എന്താണ് വേണ്ടത്? ഇവിടെ നിങ്ങളുടെ ദൗത്യം എന്ത്? ഇത്തരം അടിസ്ഥാനപരമായ ചോദ്യങ്ങൾ സ്വയമുന്നയിക്കാനുള്ള ഘട്ടമെത്തിയിരിക്കില്ല എങ്കിലും നിങ്ങൾക്ക് ജീവിതത്തിൽ ഐച്ഛികമായി ചില തിരഞ്ഞെടുപ്പുകൾ നടത്താതെ വയ്യ. പലപ്പോഴും പിന്നീടാണ് മനസ്സിലാക്കുന്നത് നമ്മൾ ആഗ്രഹിച്ച ഇടത്തേക്ക് അല്ല എത്തിയതെന്ന്, അല്ലെങ്കിൽ ആഗ്രഹിച്ച പോലെയല്ല എത്തിപ്പെട്ടതെന്ന്. ഇതാ കരഗതമായി എന്ന് വിചാരിക്കുമ്പോഴേക്കും നിങ്ങൾ നേടിയെടുക്കാൻ കിണഞ്ഞു ശ്രമിച്ചിരുന്ന ആനന്ദം, സാഫല്യം, ശാന്തി, യഥാർത്ഥ സന്തോഷം അല്ലെങ്കിൽ സ്നേഹം എല്ലാം നിങ്ങളുടെ വിരലുകൾക്കിടയിലൂടെ വഴുതിപ്പോകുന്നു, മൂർത്തമെങ്കിലും നിങ്ങൾക്ക് എത്തിപ്പെടാനാവാത്ത വിധത്തിൽ. നമ്മൾ എത്രകണ്ട് ദുരിതസ്ഥിതിയിലാകുന്നുവോ ഈ ചോദ്യങ്ങൾ അത്രയും മുഴങ്ങുന്നു. ഇങ്ങനെയൊക്കെയാണെങ്കിലും, ഈ ലക്ഷ്യങ്ങളെല്ലാം നേടിയവർ നിങ്ങളോട് ഇതേ കാര്യമാണ് പറയുക- നിങ്ങൾ തേടിക്കൊണ്ടിരുന്ന ഉത്തരം, നിങ്ങൾ ഏറ്റവും ആഗ്രഹിച്ചിരുന്ന കാര്യം അവിടെത്തന്നെ ഉണ്ടായിരുന്നു അതൊരിക്കലും നഷ്ടപ്പെടുകയുമില്ല. ഈയൊരു തിരിച്ചറിവുണ്ടാകുന്നത് നിങ്ങൾ ശരിയായ ചോദ്യങ്ങൾ ഉന്നയിക്കാൻ തുടങ്ങുമ്പോൾ മാത്രമാണ്.

സ്കൂളിലും കോളേജിലുമുണ്ടായിരുന്ന എന്റെ സ്നേഹിതരെ നോക്കിയാൽ മിക്കവാറും എല്ലാവരും എത്തിച്ചേർന്ന മണ്ഡലം അവർ

പഠിച്ചിരുന്നതുമായി ഒരു ബന്ധവുമില്ലാത്തവയായിരുന്നു. അവർക്ക് തങ്ങളുടെ വിദ്യാഭ്യാസയോഗ്യതയ്ക്ക് അനുയോജ്യമായ ജോലികൾ ലഭിക്കാതിരുന്നിട്ടല്ല, അവർക്ക് ആ ജോലികൾ സ്വീകരിക്കാൻ താത് പര്യമുണ്ടായിരുന്നില്ല എന്നതായിരുന്നു കാരണം. മറ്റെന്തെങ്കിലും ചെയ്യണമെന്ന തിരിച്ചറിവായിരുന്നു അവർക്കുണ്ടായത്.

നമ്മിൽ പലരുടേയും അനുഭവമാണിത്. ചിലത് നാം തുടങ്ങി വെക്കുന്നു, പക്ഷേ വഴിയിലെവിടേയോ മനസ്സിലാകുന്നു യഥാർത്ഥ ത്തിൽ ഇതല്ല നിങ്ങൾക്ക് വേണ്ടത് അല്ലെങ്കിൽ പ്രതീക്ഷിച്ചത്. ദുഃഖ കരമെന്ന് പറയട്ടെ, മിക്കവരും ജീവിതം ഇങ്ങനെ ജീവിച്ചുപോകുന്നു. എന്താണ് വേണ്ടതെന്നോ എന്താണ് തേടുന്നതെന്നോ കൃത്യമായ ധാരണയുടെ അഭാവത്തിൽ അവർ മോഹഭംഗത്തിലേക്കും നിരാശ യിലേക്കും വീണുകൊണ്ടിരിക്കുന്നു. ഇത് എവിടേക്ക് പോകണമെ ന്നറിയാതെ ട്രെയിനിൽ കയറുന്നപോലെയാണ്. ട്രേയ്ൻ നിങ്ങളേയും കൊണ്ട് എവിടേക്കെങ്കിലും പോകുന്നു, ഇറങ്ങിയശേഷമാണ് നിങ്ങൾ മനസ്സിലാക്കുന്നത് നിങ്ങൾ ഇറങ്ങണമെന്ന് ആഗ്രഹിച്ചിരുന്ന സ്ഥല മായിരുന്നില്ല അതെന്ന്. ഇത് പരിചിതാനുഭവമായി തോന്നുന്നുവോ?

നിങ്ങൾ യഥാർത്ഥ സന്തോഷത്തെ, നിത്യമായ ആനന്ദത്തെ, സത്യമായ മോചനത്തെ അന്വേഷിക്കുന്നു, എവിടെയാണ് അതുള്ള തെന്നോ എവിടെ നിന്നാണ് അതിനുള്ള അന്വേഷണം ആരംഭിക്കേണ്ട തെന്നോ അറിയാതെ. ഒരു സുപ്രഭാതത്തിൽ ഉണർന്നെണീക്കുമ്പോൾ നിങ്ങൾക്ക് തിരിച്ചറിവ് വരികയാണ് നിങ്ങൾ പ്രതീക്ഷിച്ചപോലുള്ള ബന്ധമല്ല നിങ്ങൾക്കുള്ളത് എന്നും ജോലി പ്രതീക്ഷിച്ചപോലുള്ള തല്ല എന്നും. ഇങ്ങനെയല്ല ശിഷ്ടജീവിതം നയിക്കേണ്ടത് എന്ന കാര്യത്തിൽ നിങ്ങൾക്ക് ഒരു സംശയവുമില്ല. ഒരൊറ്റ വസ്തുത മാത്രമേ നിങ്ങൾക്ക് അറിയൂ, ഇതായിരുന്നില്ല വേണ്ടത് എന്ന്.

ഈ ഘട്ടത്തിൽ, മിഥ്യാബോധങ്ങളൊന്നും ഇല്ലാതെ ജീവിതം തങ്ങളെ വിചാരിച്ചേടത്തേക്കല്ല നയിക്കുന്നത് എന്ന ബോദ്ധ്യം (ഉള്ളി ന്റെയുള്ളിൽ) ഉള്ള പലരും ജീവിതത്തെ തനിയെ വിടുകയും അത് നിലവിൽ നീങ്ങുന്ന പാതയിലൂടെത്തന്നെ അതിനെ നീങ്ങാൻ അനു വദിക്കുകയും ചെയ്യുന്നു. പക്ഷേ ഇപ്പോൾ ഒരു തിരിച്ചുപോക്ക് അസാദ്ധ്യമാകുന്ന അവസ്ഥ സംജാതമാകുന്നു, എന്തെന്നാൽ നിങ്ങൾ അനേകം വർഷങ്ങൾ ഇതേ പാത പിന്തുടർന്നുകൊണ്ട് ചെലവാക്കി ക്കഴിഞ്ഞു.

മറ്റ് ചിലർ, കൂടുതൽ സാഹസികരും ധീരരും ആയവർ, വിശ്വാസ ത്തിന്റെ കുതിച്ചുചാട്ടം നടത്തിക്കൊണ്ട് പുതിയൊരു പാത പരീക്ഷി ക്കുന്നു. യഥാർത്ഥ സന്തോഷത്തിലേക്ക് നയിക്കുമെന്ന് വിശ്വസിക്ക പ്പെടുന്ന പല വഴികളിൽ അവർ ഒന്ന് തിരഞ്ഞെടുക്കുകയും അത്

പൂർണ്ണമനസ്സോടെ പിന്തുടരുകയും ചെയ്യുന്നു. ഇതും ആശയക്കുഴപ്പ മുളവാക്കാൻ സാദ്ധ്യതയുള്ളതാണ്, കാരണം പരസ്യങ്ങൾ അഹോ രാത്രം നമുക്കുനേരെ പീരങ്കിയുണ്ടകൾപോലെ വർഷിച്ചുകൊണ്ടി രിക്കുകയാണ്. സ്പെഷൽ സോപ്പ് മുതൽ ഡിയോഡൊറന്റ്, ഇൻസ്റ്റന്റ് നൂഡിൽ, ആഡംബരവാച്ച്, സ്പോർട്ട് മോഡൽ അല്ലെങ്കിൽ ആൾ ടെറൈൻ വാഹനങ്ങൾ എന്തുമാകാം- യഥാർത്ഥ സന്തോഷം, എല്ലാം തികഞ്ഞ കുടുംബജീവിതം, അല്ലെങ്കിൽ സത്യമായുമുള്ള സ്വാതന്ത്ര്യാ നുഭവം -ഇതെല്ലാം വാഗ്ദാനം ചെയ്യുന്നവയാണ് ആ പരസ്യങ്ങൾ.

അതാത് സമയത്ത് കൈവശമുള്ള ഉപാധികൾകൊണ്ട് സന്തു ഷ്ടരാകുന്ന സ്വഭാവം നമ്മുടെ ബാല്യകാലത്തെവിടേയോ വെച്ച് നാം ഉപേക്ഷിക്കുകയും ലഭ്യമല്ലാത്ത എന്തോ ഒന്നിനോട് ചേർത്ത് സന്തോഷത്തെ കൂട്ടിക്കെട്ടിക്കൊണ്ട് നമ്മുടെ സന്തോഷത്തെ നീട്ടി വെക്കാൻ തുടങ്ങുകയും ചെയ്തു. ആദ്യമായി ഹൈസ്കൂളിലേക്ക് പോകാൻ പുറപ്പെട്ടുനിൽക്കുന്ന മൂത്ത സഹോദരൻ പിടിച്ചിരുന്ന പുസ്തകങ്ങളും കാൽക്കുലേറ്ററും മറ്റു സാധനങ്ങളുമടങ്ങുന്ന വലിയ ബാഗ് നോക്കി നിങ്ങൾ വിചാരിച്ചിരിക്കും, ''വൗ, ഇങ്ങനെ ഒരു ബാഗും പിടിച്ച് ഹൈസ്കൂളിൽ പോകാൻ സാധിക്കുന്ന കാലം വരുമ്പോൾ ഞാൻ ശരിക്കും സന്തുഷ്ടനാകും.'' പക്ഷേ നിങ്ങളെ സന്തോഷിപ്പി ക്കുമെന്ന് നിങ്ങൾ ഉറച്ചുവിശ്വസിച്ചിരുന്ന വസ്തുക്കൾ കരഗതമാകുന്ന നിമിഷം നിങ്ങളുടെ മനസ്സ് അടുത്ത വസ്തുവിലേക്ക് ഒട്ടിപ്പിടിക്കും എനിക്ക് അതുണ്ടെങ്കിൽ ഞാൻ ശരിക്കും സന്തുഷ്ടനാകും. 'അത്' നിങ്ങളുടെ സ്നേഹിതന് അടുത്തുകിട്ടിയ ഏറ്റവും പുതിയ മോഡൽ ഫോൺ ആയിരിക്കാം, ആ കോമളനായ ആൺകുട്ടിയോടോ സുന്ദരി യായ പെൺകുട്ടിയോടോ ഒത്ത് പുറത്തുപോകുന്നതാകാം, അല്ലെ ങ്കിൽ യൂറോപ്പിലേക്കുള്ള ഒരു യാത്രയുമാകാം.

നെതർലണ്ടിൽ ഹൈസ്കൂളിലെ എന്റെ ആദ്യദിനങ്ങൾ ഞാനോർ ക്കുന്നു. അന്ന് വല്ലാതെ അയഞ്ഞ ഉടുപ്പുകൾ പുതിയ ഫാഷനായി രുന്നു. അത് പുതുമയായിരുന്നു, ''ശ്രദ്ധയോടെയുള്ള അശ്രദ്ധയുമാ യിരുന്നു.'' പെട്ടെന്ന് ഞാൻ കഴിഞ്ഞ വർഷം ധരിച്ചിരുന്ന ഉടുപ്പ് രണ്ടോ മൂന്നോ സൈസ് കുറവാണ് എന്ന് എനിക്കു തോന്നിത്തുടങ്ങി- വാസ്തവത്തിൽ ഞാനത്രയൊന്നും വളർന്നിട്ടുണ്ടായിരുന്നല്ല. മാതാ പിതാക്കൾ പോയ വർഷം വിവാഹമോചിതരായിരുന്നു, എന്റെ സഹോ ദരനും ഞാനും അമ്മയോടൊപ്പമായിരുന്നു ജീവിച്ചിരുന്നത്. ഞങ്ങൾ സന്തുഷ്ടരായിരുന്നു, പക്ഷേ ഒത്തിരി പണം ഉള്ളവരായിരുന്നില്ല. സെക്കൻഡ് ഹാന്റ് കടകളിൽ നിന്നാണ് ഞങ്ങൾ വസ്ത്രം വാങ്ങി യിരുന്നത്. ന്യൂസ്പേപ്പർ വിറ്റും വാരാന്ത്യങ്ങളിൽ പ്രദേശത്തെ റെസ്റ്റോ റന്റിൽ പാത്രം കഴുകിയും ഞാൻ പണം മിച്ചംപിടിച്ചിരുന്നു. ആ

ഫാഷനബിൾ ആയ പാന്റും അതിനൊപ്പം ചേരുന്ന അയഞ്ഞ ടീ ഷർട്ടും ഹൂഡും വാങ്ങാൻ എനിക്ക് വല്ലാതെ ധൃതിയായി. പോരാ ഒന്നാന്തരം ഷൂസും- സ്കേയ്റ്റ് ചെയ്യുന്നവർ ധരിക്കുന്ന ഡി.സി. ബ്രാന്റ് ആയാൽ ഉത്തമം- വേണം. ഇത്തരം വസ്ത്രങ്ങൾ വിൽക്കുന്ന പ്രധാനപ്പെട്ട കടകളെല്ലാം ഞാൻ ഏതാനും തവണ സന്ദർശിച്ചു കഴിഞ്ഞിരുന്നു. ഞാൻ ഇവയുടെ വിലക്കുറിപ്പ് നോക്കി ഇനിയെത്ര വാരാന്ത്യങ്ങൾ കൂടി ജോലിചെയ്താലാകും എനിക്കിവ വാങ്ങിക്കാൻ സാധിക്കുക എന്ന് കണക്കുകൂട്ടുക പതിവായിരുന്നു.

അവസാനം ആ ദിവസം സമാഗതമായി. കനത്ത മഴയ്ക്കും ശക്തിയായ കാറ്റിനും എന്നെ പിടിച്ചു നിർത്താനായില്ല. വീട്ടിൽ തിരിച്ചെത്തി എന്റെ സൈക്കിൾ മുറ്റത്ത് പാർക്ക് ചെയ്യുമ്പോഴേക്കും ഞാനാകെ നനഞ്ഞ് കുതിർന്നിരുന്നു. പക്ഷേ എന്റെ മുഖം സന്തോഷത്താൽ പ്രഫുല്ലമായിരുന്നു. എന്റെ കൈയിൽ മൂന്ന് പ്ലാസ്റ്റിക് ബാഗുകൾ ഉണ്ടായിരുന്നു, മൂന്ന് പുതിയ ടി ഷർട്ടുകൾ, രണ്ട് ഹുഡ്ഡുകൾ, രണ്ട് ഡബ്ൾ എക്സ് എൽ പാന്റുകൾ, പരിഹാസ്യമായ വിധത്തിൽ അയഞ്ഞ വലിയ പാന്റുകൾ അരയിലുറപ്പിക്കാനായി ഒരു ബെൽറ്റ്, ഇവയെല്ലാം ആ ബാഗിലുണ്ടായിരുന്നു. സന്തോഷവാനായ തന്റെ മകനെ അടുക്കളവാതിലിലൂടെ കണ്ട് പുഞ്ചിരിക്കൊണ്ടുനിന്ന അമ്മയെ ഞാനോർക്കുന്നു. അമ്മ എന്റെ സന്തോഷം എന്നോടൊപ്പം പങ്കിട്ടു. വസ്ത്രങ്ങൾ എങ്ങിനെയുണ്ടെന്ന് കാണാനായി അവ ധരിക്കാൻ എന്നോട് ആദ്യമായി പറഞ്ഞതും അമ്മയാണ്. തിരിഞ്ഞ് നോക്കുമ്പോൾ ഞാനെന്റെ അമ്മയെ കൂടുതൽ വിലമതിക്കുകയാണ്. ജ്ഞാനിയായിരുന്നു അവർ, അതിനാൽ അവർക്ക് അപ്പോഴേ അറിയാമായിരിക്കണം, ഇത്ര കഷ്ടപ്പെട്ട് ഞാൻ നേടിയ ആ വസ്ത്രങ്ങളുടെ മനോജ്ഞത എന്നെ സംബന്ധിച്ചേടത്തോളം കുറച്ചു കാലത്തേക്കേ നിലനിൽക്കൂ എന്ന്. അത് തന്നെ കൃത്യമായി സംഭവിച്ചു. ആദ്യത്തെ ഏതാനും ദിവസങ്ങൾ അല്ലെങ്കിൽ ആഴ്ചകൾ വളരെ അഭിമാനത്തോടെ ഞാനാ വസ്ത്രങ്ങൾ അണിഞ്ഞു. ഫാഷനെക്കുറിച്ചുള്ള എന്റെ രുചിയെച്ചൊല്ലി ഞാനെന്നെത്തന്നെ അഭിനന്ദിച്ചു. പക്ഷേ വളരെ പെട്ടെന്ന് എന്റെ മനസ്സ് ചുറ്റിപ്പിണയാൻ പറ്റിയ അടുത്ത വസ്തുവിലേക്ക് ചാഞ്ഞു. എന്റെ സ്നേഹിതന്റെ പക്കലുള്ള സി.ഡി പ്ലേയർപോലെ ഒന്ന് എനിക്കുണ്ടെങ്കിൽ എവിടെവെച്ച് വേണമെങ്കിലും എനിക്ക് സംഗീതം ആസ്വദിക്കാം, സൈക്കളിൽ സവാരി ചെയ്തുകൊണ്ട് സ്കൂളിൽ പോകുന്ന സമയത്തു കൂടി. വിജയകരമായി ഞാനൊരിക്കൽക്കൂടി എന്റെ സന്തോഷം നീട്ടി വെച്ചു കഴിഞ്ഞു. ഇതുപോലെ എന്റെ അന്വേഷണം തുടർന്നുകൊണ്ടിരുന്നു. നമ്മൾ അന്വേഷിച്ച് അന്വേഷിച്ച് എവിടെയൊക്കെയോ എത്തിച്ചേരുന്നു, ആ അലച്ചലിനിടയ്ക്ക് നമ്മുടെ ലക്ഷ്യപ്രാപ്തിക്കായി മനസ്സും

ബോധവും നമുക്കായി കരുതി വെച്ചിരിക്കുന്ന സൂക്ഷ്മമായ അടയാളങ്ങൾ നാം കാണാതെ പോകുന്നു.

നിങ്ങളുടെ ജീവിതത്തേയും മനസ്സിനേയും അല്പം അടുത്തു കാണാൻ ശ്രമിച്ചാൽ വിചിത്രമായ ഒരു കാര്യം നിങ്ങൾക്ക് മനസ്സിലാകും. നിങ്ങൾ യഥാർത്ഥമായി എന്തെങ്കിലും ആസ്വദിക്കുകയോ സുഖവും സന്തോഷവും അനുഭവിക്കുകയോ ചെയ്യുമ്പോൾ, നിങ്ങളുടെ മനസ്സ് ഒരു നിമിഷം നിഷ്പന്ദമാകുകയും ഉള്ളിലേക്ക് തിരിയുകയും ചെയ്യുന്നു. സാധാരണഗതിയിൽ ഇന്ദ്രിയാനുഭവങ്ങളിൽ കുരുങ്ങിക്കിടക്കുന്ന, വിവിധദിശകളിലേക്ക് വലിക്കപ്പെടുന്ന മനസ്സ്, പൊടുന്നനെ ബഹിർഗ്ഗമനം നിർത്തി പിന്തിരിയുന്നു. ആലോചിച്ചു നോക്കൂ, നിങ്ങൾ വളരെ സ്വാദിഷ്ഠമായ എന്തെങ്കിലും ഭക്ഷിക്കുമ്പോൾ എന്തു സംഭവിക്കുന്നു? നിങ്ങളുടെ സ്നേഹിതൻ വിശിഷ്ടമായ ഒരു ഐസ്ക്രീം കൊണ്ടുവന്നു എന്നിരിക്കട്ടെ. നിങ്ങൾ ഒരു സ്പൂൺ നിറച്ച് ഐസ്ക്രീം വായിലേക്ക് കൊണ്ടുപോകുന്നു. തുടർന്ന് എന്തു സംഭവിക്കുന്നു? ഒരു നിമിഷനേരത്തേക്ക് നിങ്ങൾ കണ്ണുകളടച്ച് സ്വാദ് മുഴുവനായി ആസ്വദിക്കുന്നു. നിങ്ങൾ ആ അനുഭവത്തെ പരിപൂർണ്ണമായി ഉൾക്കൊള്ളുന്നു. നിങ്ങൾക്കുള്ളിൽ ആനന്ദത്തിന്റെ, സംതൃപ്തിയുടെ, ശാന്തിയുടെ നീരുറവകൾ തള്ളിവരുന്നു. സ്വാദിഷ്ഠമായ എന്തും രുചിക്കുമ്പോൾ സ്വാഭാവികമായി ഒരു നിമിഷത്തേക്ക് നിങ്ങൾ കണ്ണുകളടയ്ക്കുന്നു. നിങ്ങൾക്ക് അത് ആനന്ദമേകുന്നു.

കാട്ടുറോസ്, പിച്ചകം അല്ലെങ്കിൽ സൂക്ഷ്മമായ മറ്റെന്തെങ്കിലും പ്രത്യേകമായ സുഗന്ധം ആസ്വദിക്കുമ്പോഴും സമാനമായ ഒരു പ്രതിഭാസം ഉടലെടുക്കുന്നു. സുഗന്ധത്തെ ഉൾക്കൊള്ളുന്ന നേരം, ആ അനുഭവത്തെ നിങ്ങൾ പരമാവധി ഉൾക്കൊള്ളാൻ ശ്രമിക്കുമ്പോൾ നിങ്ങളുടെ കണ്ണുകൾ താനേ അടയുന്നു. പക്ഷേ അനുഭവത്തെ നിങ്ങളാണോ ഉൾക്കൊള്ളുന്നത്, അതോ അനുഭവം നിങ്ങളെ ഉള്ളിലേക്ക് നയിക്കുകയാണോ? അന്തരംഗത്തെ ആർദ്രമാക്കുന്ന സംഗീതമോ, ഉറ്റവരുടെ ആലിഗനം അല്ലെങ്കിൽ തലോടൽ പോലുള്ള സ്പർശനാനുഭവമോ, എന്തോ ആകട്ടെ, ഇവയ്ക്കെല്ലാം ഒരേ പ്രഭാവമാണ് നമുക്കു മേലുള്ളത്. നാം കണ്ണുകളടക്കുന്നു, മനസ്സ് അന്തർമുഖമാകുന്നു, നമ്മൾ നൈമിഷികമായ ആനന്ദമോ സന്തോഷമോ സുഖമോ അനുഭവിക്കുന്നു.

നിർഭാഗ്യവശാൽ എല്ലായ്പ്പോഴും ഇതിങ്ങനെ സംഭവിക്കണമെന്നില്ല. അതാണ് അടുത്ത തുമ്പ്. നിങ്ങൾ എവിടേയോ ഒരു സംഗീതം ശ്രവിക്കുന്നു. ആ സംഗീതം നിങ്ങളെ ആഹ്ലാദിപ്പിക്കുന്നതിനാൽ നിങ്ങൾ അതിന്റെ ആൽബം കണ്ടുപിടിച്ച് അത് ഡൗൺലോഡ് ചെയ്യുന്നു. ഇത് ചെയ്യാനുള്ള കാരണം നിങ്ങൾക്ക് അനുഭവപ്പെട്ട

സന്തോഷവും ശാന്തിയും ആ സംഗീതം വീണ്ടും കേൾക്കുമ്പോൾ അനുഭവപ്പെടുമെന്ന നിങ്ങളുടെ തോന്നലാണ്. പക്ഷേ മിക്കപ്പോഴും ആ സംഗീതം വീണ്ടും കേൾക്കുമ്പോൾ ആദ്യം ഉണ്ടായപോലുള്ള അനുഭവം നിങ്ങൾക്ക് ഉണ്ടാകുന്നില്ല. നിങ്ങളെ വൈകാരികമായ സ്പർശിച്ച സിനിമ, അല്ലെങ്കിൽ പുതിയ റെസ്റ്റോറന്റിൽ നിന്ന് കഴിച്ച ഉഗ്രൻ ഭക്ഷണം ഇക്കാര്യങ്ങളിലൊന്നും അനുഭവം വ്യത്യസ്തമാകില്ല. ഒരേ കാര്യം ചെയ്യുന്നതു കൊണ്ട് നമുക്ക് ഒരേ അനുഭവമുണ്ടാകില്ല എന്ന് കാണാൻ കഴിയും. ഇത് കാണിക്കുന്നത് നമ്മൾ അനുഭവിച്ച സന്തോഷവും ശാന്തിയും നൽകിയത് ആ സംഗീതമോ സിനിമയോ ആ സ്വാദിഷ്ഠഭോജ്യമോ ഒന്നും അല്ലായിരുന്നു എന്നാണ്; ആ സമയത്ത് നിങ്ങളെ അന്തർമുഖനാക്കാനുള്ള ഹേതുവായി അവ ഭവിക്കുകയും നിങ്ങൾക്ക് ഉള്ളിൽ നിത്യമായി സന്നിഹിതമായ ആനന്ദത്തെ അനുഭവവേദ്യമാക്കിത്തരുകയും ചെയ്തു എന്നതാണ്. ബാഹ്യമായ ഈ ഹേതുക്കൾ എല്ലായ്പ്പോഴും നിങ്ങളിൽ ഒരേ വികാരം ഉത്പാദിപ്പിക്കണമെന്നില്ല. ഒന്നാലോചിക്കൂ, നിങ്ങൾക്ക് വിശിഷ്ടാനുഭൂതി ഉണ്ടാക്കിയത് ആ ഭക്ഷണമായിരുന്നു എങ്കിൽ ആ ഭക്ഷണം കഴിക്കുമ്പോഴെല്ലാം നിങ്ങൾക്ക് അതേ അനുഭൂതി കൈവരേണ്ടതാണ്, പക്ഷേ സംഭവിക്കുന്നത് അങ്ങനെയല്ല.

ആദ്യാനുഭവം തുടർന്നും ലഭിക്കുമെന്ന പ്രതീക്ഷയോടെ എത്ര തവണ നിങ്ങൾ അതേ സ്ഥലം സന്ദർശിക്കുകയോ അതേ ഭക്ഷണം ഓർഡർ ചെയ്യുകയോ അതേ സിനിമാ കാസെറ്റ് വാടകക്കെടുക്കുകയോ ചെയ്തിരിക്കുന്നു? പ്രതീക്ഷിച്ചപോലെ അനുഭൂതി അതേപോലെ ആവർത്തിക്കുന്നില്ല എന്ന് എല്ലാ തവണയും നിങ്ങൾ മനസ്സിലാക്കുന്നു. ഇതുവരെ നിങ്ങളിക്കാര്യം ശ്രദ്ധിച്ചിട്ടില്ല എങ്കിൽ ഇപ്പോൾ മുതൽ അതു തുടങ്ങൂ- കാരണം ഇവ ജീവിതം നമ്മെ എപ്പോഴും പഠിപ്പിക്കുന്ന വിലപ്പെട്ട പാഠങ്ങളാണ്.

എന്തുകൊണ്ടാണ് ആൾക്കാർ ഭയപ്പെടുത്തുന്ന കാര്യങ്ങളും സന്ദിഗ്ധാവസ്ഥകളും ഇഷ്ടപ്പെടുന്നത് എന്ന് ചോദിക്കുമ്പോഴാണ് ഈ നിഗൂഢതയ്ക്ക് മറ്റൊരു തുമ്പ് കിട്ടുന്നത്. നിങ്ങളതിനെപ്പറ്റി എപ്പോഴെങ്കിലും ചിന്തിച്ചിട്ടുണ്ടോ? നഗരത്തിൽ മേള നടക്കുമ്പോൾ അവിടെയുള്ള ഭയാനകദൃശ്യങ്ങളുടെ കൂടാരത്തിലേക്ക് കുട്ടിയായിരുന്ന നിങ്ങൾ പോകാൻ എന്തുകൊണ്ടാണ് ആഗ്രഹിച്ചത്? ഭയജനകമായ പുസ്തകങ്ങളും പേടിപ്പെടുത്തുന്ന, ത്രസിപ്പിക്കുന്ന സിനിമകളും കാണാൻ എന്തുകൊണ്ടാണ് ആൾക്കാർ ഇഷ്ടപ്പെടുന്നത്? കരുതിക്കൂട്ടി ഉൽക്കണ്ഠയും ഭയവും അനുഭവിക്കാൻ എന്തിനാണ് ഒരാൾ ഉത്സുകനാകുന്നത്? യന്ത്ര ഊഞ്ഞാലിൽ കയറുന്നതും മോട്ടോർ ബൈക്ക് അതിവേഗതയിൽ ഓടിക്കുന്നതും സ്കൈഡൈവിങ്ങ്

നടത്തുന്നതും മനുഷ്യൻ ആസ്വദിക്കുന്നതിനുള്ള അതേ കാരണം തന്നെ. ഈ കാര്യങ്ങളിലെല്ലാം പൊതുവായി ഉള്ളത് മനസ്സ് ഒരു നിമിഷം നിഷ്പന്ദമാകുകയും വർത്തമാനകാലത്തിലെ ഈ നിമിഷത്തിലേക്ക് പരിപൂർണ്ണമായും അതെത്തിച്ചേരുകയും ചെയ്യുന്നു എന്ന അനുഭവമാണ്.

ഒന്നാലോചിച്ചു നോക്കൂ. നടന്ന കാര്യങ്ങളെക്കുറിച്ച് കുറ്റബോധത്തോടും നടക്കാനുള്ള കാര്യങ്ങളെക്കുറിച്ച് ആകാംക്ഷ പൂണ്ടും സാധാരണഗതിയിൽ സദാ ഭൂതകാലത്തിലേക്കും ഭാവിയിലേക്കും ചാഞ്ചാടുന്ന മനസ്സ് പെട്ടെന്ന് നിശ്ചലാവസ്ഥ പൂകുന്നു. കഥയിൽ, സിനിമയിൽ, മറ്റനുഭവത്തിൽ ഉൾച്ചേർന്ന ഉദ്വേഗജനകമായ സന്ദിഗ്ധാവസ്ഥയിൽ മനസ്സ് നിഷ്സ്പന്ദമാകുകയും ആ അനുഭവത്തിൽ പൂർണ്ണമായി സന്നിഹിതമാകുകയും ചെയ്യുന്നു. മനസ്സ് വർത്തമാനകാലത്തിൽ സന്നിഹിതമാകുമ്പോൾ അത് സന്തോഷമാകുന്നു. ഇതു മാത്രമാണ് ഇത്തരം ഭയപ്പെടുത്തുന്ന അനുഭവങ്ങൾ നിങ്ങളെ ആഹ്ലാദിപ്പിക്കുന്നതിനും നല്ല അനുഭവമായി അവ മാറുന്നതിനും കാരണം. താത്കാലികമായി മനസ്സിനെ വർത്തമാനകാലത്തിലേക്ക്, (ഇപ്പോൾ ഇവിടെ) കൊണ്ടുവരാനുള്ള ഉപാധിയാണ് അവ. നിങ്ങളെ വർത്തമാനത്തിലേക്ക് (ഇവിടെ, ഇപ്പോൾ) പൂർണ്ണമായി കൊണ്ടു വരുന്ന ഏതൊരു അനുഭവവും നിങ്ങൾക്ക് മിന്നിമായുന്ന ആനന്ദാനുഭവം നൽകും, കാരണം ആനന്ദത്തിന് നിലനിൽപ്പ് വർത്തമാനകാലത്തിൽ മാത്രമാണ്. അത് ഒരിക്കലും ഭൂതകാലത്തിലല്ല, ഭാവിയിലുമല്ല, ഇപ്പോൾ മാത്രമാണ്. ഇതാണ് നിങ്ങളുടെ സഹജമായ നില എന്ന് നിങ്ങൾ തിരിച്ചറിയണം. നിങ്ങൾ പഠിക്കേണ്ടത് ഇതാണ്- ഭൂതകാലത്തിലോ ഭാവിയിലോ ചുറ്റിപ്പിണഞ്ഞു നിൽക്കുന്ന മനസ്സിനെ വിദഗ്ധമായി എങ്ങനെ തിരിച്ചുകൊണ്ടുവരാം, അതോടെ നിങ്ങളുടെ മനസ്സ് വർത്തമാനകാലത്തിൽ സന്നിഹിതമാകുകയും നിങ്ങൾ സന്തോഷവാനാകുകയും ചെയ്യുന്നു.

ഒരുപടി കൂടി മുന്നോട്ട് പോയി, ഈ തത്ത്വം ഒരുപക്ഷേ ഇത്രയും രസകരമല്ലാത്ത പ്രവർത്തികളിലും പ്രയോഗിക്കാം. നിങ്ങൾ ചെയ്യുന്ന കാര്യത്തിൽ മനസ്സ് പൂർണ്ണമായും ചെലുത്തിക്കൊണ്ട് നിങ്ങൾക്ക് കൂടുതൽ ശാന്തനാകുവാനും അതുവഴി തത്സമയം ചെയ്യുന്ന കാര്യം ആസ്വദിക്കാനും സാധിക്കുന്നു. ഏകാഗ്രതയ്ക്ക് പിറകിലെ ഒരു തത്ത്വവും ഇതാണ്. നിങ്ങൾ ഇപ്പോൾ ചെയ്യുന്ന കാര്യത്തിൽ എത്രത്തോളം പൂർണ്ണമായി നിങ്ങൾക്ക് മനസ്സ് ചെലുത്താൻ സാധിക്കുന്നുവോ അത്രയും കുറച്ചേ മനസ്സ് ഭൂതകാലത്തിലേക്കും- ഒപ്പം പശ്ചാത്താപത്തിലേക്ക്, വ്യസനത്തിലേക്ക് അല്ലങ്കിൽ ക്രോധത്തിലേക്ക്- ഭാവി കാലത്തേക്കും-അതായത് ഉത്ക്കണ്ഠയില്ക്ക്, വേവലാതിയിലേക്ക്

അല്ലെങ്കിൽ സമ്മർദ്ദത്തിലേക്ക്- അലയുകയുള്ളൂ. സർവ്വോപരി നിങ്ങളുടെ പ്രവർത്തനക്ഷമതയും അവബോധവും ചെയ്യുന്ന ജോലി യുടെ ഗുണമേന്മയും വർദ്ധിക്കുകയും ചെയ്യുന്നു, കാരണം മനസ്സ് അലയുന്നതിനാലാണ് നിങ്ങളുടെ കാര്യക്ഷമതയും സാഫല്യവും ശ്രദ്ധയും മങ്ങിപ്പോകുന്നത്.

ചെയ്യുന്ന കാര്യത്തിൽ അവനവനെ സമർപ്പിക്കുന്നതിന്റെ മറ്റൊരു ഗുണം പശ്ചാത്താപത്തിന് പിന്നീട് ഒരിടം ഉണ്ടാവില്ല എന്നതാണ്. പശ്ചാത്താപം ഉണ്ടാവുന്നത് കുറേക്കൂടി നന്നായി ചെയ്യാമായിരുന്നു അല്ലെങ്കിൽ ചെയ്യണമായിരുന്നു എന്ന ചിന്തയിൽ നിന്നാണല്ലോ. ചുരുക്കത്തിൽ വർത്തമാനകാലത്തിൽ നങ്കൂരമിട്ട മനസ്സോടുകൂടി ജീവിക്കുന്നതിന്റെ സദ്ഫലങ്ങൾ പലതാണ്! ചെറിയ കുട്ടികൾ ആഹ്ലാദവാന്മാരും ഉത്സാഹികളും മനസ്സമ്മർദ്ദമില്ലാത്തവരുമാകാൻ കാരണമിതാണ്. കൊച്ചുകുട്ടികളായിരിക്കുന്നത് എങ്ങനെയായിരുന്നു എന്ന് ഓർത്തെടുക്കാൻ സാധിക്കാത്തവരോട് ചോദിക്കട്ടെ: കുട്ടികൾ ഇതെല്ലാം എങ്ങനെ ചെയ്യുന്നു എന്ന് നിങ്ങൾ അത്ഭുതപ്പെട്ടിട്ടുണ്ടോ? അവർ എങ്ങനെ കിടന്നാലും ഗാഢമായി ശാന്തിയോടെ ഒരു തരം അലട്ടും കൂടാതെ ഉറങ്ങുന്നു. നിങ്ങളാകട്ടെ. അത്യന്തം ക്ഷീണിത നെന്നാൽപ്പോലും, വേവലാതികളും സമ്മർദ്ദങ്ങളും, നിങ്ങളുടെ മനസ്സ് വിട്ടുപോകാൻ വിസമ്മതിക്കുന്ന തീരാത്ത ചുമതലകളും കാരണം പതുപതുത്ത കിടക്കയിൽപ്പോലും ഉറക്കം വരാതെ കഷ്ടപ്പെടുന്നു. മനസ്സ് മത്സരയോട്ടത്തിലാണ്. പ്രത്യേകിച്ച് ഒരു കാരണവും ആവശ്യ മില്ലാതെ തന്നെ ഒരു കുട്ടി തികച്ചും ഊർജ്ജത്തോടേയും ഉത്സാഹ ത്തോടേയും പ്രഭാതത്തിൽ ഉണർന്നെണീക്കുന്നു. നമുക്കാകട്ടെ, ആദ്യം തന്നെ ഒരു കപ്പ് കാപ്പി വേണം ദിവസം ആരംഭിക്കുവാൻ. എന്തുകൊണ്ട്? ജീവിതത്തിലെവിടേയോ വെച്ച് സഹജമായ ഉത്സാഹം വേവലാതികൾക്കും ആഗ്രഹങ്ങൾക്കും മനസ്സമ്മർദ്ദങ്ങൾക്കുമായി വഴി മാറിയിരിക്കുന്നു. ചെറുപ്പകാലത്ത് നമ്മുടെ മനസ്സ് ഇത്രയും സങ്കീർണ്ണമായിരുന്നില്ല. അതിനാൽ ഭൂതവും ഭാവിയും ആയി നമ്മൾ രഞ്ജിപ്പിലായിരുന്നു. ഒരു കുട്ടിയെ സംബന്ധിച്ചേടത്തോളം മനസ്സ് സഹജമായും 'ഈ നിമിഷ'ത്തിലാണ്, എന്തും പൂർണ്ണമായി ചെയ്യാനും ആസ്വദിക്കാനും ഇതവരെ സഹായിക്കുന്നു. ഒരു കുട്ടി എത്ര ഉൽക്കടമായാണ് എന്തും നോക്കിക്കാണുന്നത് എന്ന് നോക്കൂ, അതൊരു പുഷ്പമാകാം, കളിപ്പാട്ടമാകാം അല്ലെങ്കിൽ അവരുടെ തന്നെ വിരലാകാം. കുട്ടികളെ ശ്രദ്ധയോടെ നിരീക്ഷിച്ച് കൊണ്ടു മാത്രം നമുക്ക് ഒട്ടധികം കാര്യങ്ങൾ പഠിക്കാൻ സാധിക്കും- നിങ്ങൾ അത്ഭുതപ്പെടും.

നമ്മളിൽ മിക്കവരുമാകട്ടെ, നേരെ വിപരീതമായ സാഹചര്യത്തിലാണ്. ജീവിതം ഏറ്റവും സ്വാദിഷ്ടമായ ഭക്ഷണം നമ്മുടെ വായിൽ വെച്ചുതന്നാലും ഏറ്റവും മനോഹരമായ പ്രകൃതിദൃശ്യം നമുക്കുനേരെ പിടിച്ചാലും മനസ്സ് അസ്വസ്ഥമാക കാരണം നമുക്കതൊന്നും ആസ്വദിക്കാൻ സാധിക്കുന്നില്ല. നമ്മുടെ മനസ്സിന്റെ പിരിമുറുക്കം കുറച്ച് നമ്മുടെ യഥാർത്ഥ പ്രകൃതവുമായി ബന്ധം പുനഃസ്ഥാപിക്കപ്പെടാത്ത കാലത്തോളം നമുക്ക് ശാന്തിയും സന്തോഷവും ജീവിതത്തിൽ കണ്ടെത്താൻ പറ്റില്ല, നമ്മൾ നമ്മുടെ ഊർജ്ജമെല്ലാം തന്നെ അതിനായി വിനിയോഗിച്ചാലും വിജയിക്കാൻ പോകുന്നില്ല.

അപ്പോൾ നിങ്ങൾ ചോദിച്ചേക്കാം, ജോലിയിൽ (ഉദാഹരണത്തിന്) സംതൃപ്തിക്കായി ശ്രമിക്കുന്നത് തെറ്റാണോ? ശരി, അത് നിങ്ങളെങ്ങനെ അതിനെ നോക്കിക്കാണുന്നു എന്നപോലെയിരിക്കും. നിങ്ങൾ ചെയ്യുന്ന എന്തിലും നിങ്ങൾക്ക് സംതൃപ്തി കിട്ടുന്നുവെങ്കിൽ നിങ്ങൾക്ക് നിങ്ങളുടെ ജോലിയിലും സംതൃപ്തി അനുഭവപ്പെടും. ആ അവസ്ഥ നേടിയെടുക്കുന്നത് ആശാസ്യവുമാണ്. മറിച്ച് എല്ലാം തികഞ്ഞ സ്വപ്നജോലി പ്രതീക്ഷിച്ചുകൊണ്ട് നിങ്ങൾ ജോലി മാറുകയോ കിട്ടുന്ന ജോലി വേണ്ടെന്നു വെക്കുകയോ ചെയ്യുന്നു എങ്കിൽ നിങ്ങൾക്ക് യാഥാർത്ഥ്യബോധം ഇല്ലെന്നാണ് അർത്ഥം, സത്യത്തിൽ നിങ്ങൾ ഒട്ടും പ്രായോഗികമതിയുമല്ല. ആത്യന്തികമായി ജോലിയുടെ ആവശ്യം പണം സമ്പാദിക്കുകയും നിങ്ങളുടെ ഉറ്റവരെ സാമ്പത്തികമായി സഹായിക്കുകയുമാണ്. യാഥാർത്ഥ്യം ഇതായിരിക്കെ നിങ്ങൾ ഇതിനെയാണ് പ്രധാന മാനദണ്ഡമാക്കേണ്ടത്, അല്ലാതെ ജീവിതത്തിൽ ചെയ്യണമെന്ന് സ്വപ്നം കണ്ട ജോലിയാണോ ഇത് എന്നതിനെയല്ല. എല്ലായ്പ്പോഴും ആസ്വാദ്യമായിരിക്കുന്നതാണ് ജോലിയുടെ പ്രധാന പ്രയോജനമെങ്കിൽ അത് ജോലിയല്ല, ഹോബിയാണ്. ഇതിനർത്ഥം നിങ്ങൾ ദുരിതമനുഭവിക്കണമെന്നല്ല. ഞാൻ സൂചിപ്പിച്ചതുപോലെ യഥാർത്ഥമായ സംതൃപ്തി ജോലിയിൽ നിന്ന് ലഭിക്കുക സാദ്ധ്യമാണ്. പക്ഷേ ഇതിന്റെ ഗുട്ടൻസ് എന്താണെന്നു വെച്ചാൽ എന്ത് ജോലിയിലും നിങ്ങൾ സംതൃപ്തി അനുഭവിക്കുന്ന വ്യക്തിയാകണം എന്നതാണ്.

മുൻപറഞ്ഞത് ബന്ധങ്ങൾക്കും ബാധകമാണ്, പലവിധത്തിലും. നിലവിൽ നിങ്ങൾ എത്രയധികം സംതൃപ്തനും സന്തോഷവാനുമാണോ അത്രയധികം നിങ്ങൾക്ക് ആ ബന്ധത്തിലേക്ക് സംഭാവന ചെയ്യാൻ സാധിക്കുന്നു. അത്രമേൽ അപരനോട് നിങ്ങൾക്കുള്ള സ്നേഹവും പിന്തുണയും നിരുപാധികമായിത്തീരുകയും ചെയ്യും. ഇത് ബന്ധത്തെ പുഷ്ക്കലമാക്കുന്നു. പക്ഷേ നിങ്ങൾ ആവശ്യാനുസൃതമായി, ബന്ധം മൂലം നിങ്ങൾക്ക് സന്തോഷവും, ശാന്തിയും

സമാധാനവും ലഭിക്കണം (ചുരുങ്ങിയത് ഏകാന്തതയ്ക്ക് അല്പ മെങ്കിലും ശമനമാകണം) എന്നെല്ലാം പ്രതീക്ഷിച്ചാണ് ബന്ധത്തി ലാകുന്നതെങ്കിൽ നിങ്ങൾ ഒരു റോളർകോസ്റ്റർ സവാരിക്കും ഒരുപക്ഷേ ദുരന്തത്തിലേക്കുമാണ് നീങ്ങുന്നത്. എന്തെന്നാൽ, എന്റെ ഗുരു മനോഹരമായി വിവരിച്ചപോലെ, സ്നേഹത്തിന്റെ പ്രകൃതം കൊടുക്ക ലാണ്, എടുക്കലല്ല. സ്നേഹം ചോദിച്ചു വാങ്ങാൻ ശ്രമിക്കും തോറും നിങ്ങളതിനെ നശിപ്പിക്കുന്നു. ഇത് ബന്ധങ്ങളുടെ കാര്യത്തിലും സത്യമാണ്. നല്ലൊരു സ്നേഹിതനോ പങ്കാളിയോ ആകട്ടെ, അവർ ബന്ധത്തിൽ നിന്ന്, നിങ്ങളിൽ നിന്ന്, കൂടുതൽക്കൂടുതൽ ആവശ്യ പ്പെടുന്തോറും അവർ നിങ്ങളോട് ചങ്ങാത്തം അല്ലെങ്കിൽ സ്നേഹം തെളിയിക്കാൻ ആവശ്യപ്പെടുന്തോറും സ്നേഹം കുറഞ്ഞ്കുറഞ്ഞ് വരുന്നതായി കാണാം. മുമ്പ് നിങ്ങൾക്ക് അവരോട് വളരെയധികം സ്നേഹമുണ്ടായിരുന്നെങ്കിലും അത് ശുഷ്കിച്ചുവരികയും ഒരു ഘട്ട ത്തിൽ സമാധാനം വീണ്ടെടുക്കാൻ ഒരേയൊരു മാർഗ്ഗം ബന്ധത്തിൽ നിന്ന് പുറത്തുകടക്കുക എന്നതായിത്തീരുകയും ചെയ്യും. സംതൃ പ്തിക്കോ സ്നേഹത്തിനോ യഥാർത്ഥ സന്തോഷത്തിനോ വേണ്ടി ആഗ്രഹിക്കുന്നത് തെറ്റല്ല, വാസ്തവത്തിൽ അത് സഹജവും തികച്ചും സ്വാഭാവികവും ആണ്. ഇത് നമ്മുടെ പ്രകൃതം തന്നെയാണ്, ഇതിലേ ക്കാണ് ജീവിതം നമ്മെ തുഴഞ്ഞുകൊണ്ടുപോകുന്നത്, ഒരു നാൾ അത് നാം വീണ്ടെടുക്കുന്നതു വരെ. പക്ഷേ ഒറ്റ ദിവസംകൊണ്ട് ഇത് നേടണമെന്ന് നാം ആഗ്രഹിക്കുന്നുണ്ടെങ്കിൽ അതിനായി എവിടെയാണ് നോക്കേണ്ടത് എന്ന് നമുക്കറിയണം.

ഈ വൈഷമ്യത്തെ ഭംഗിയായി ചിത്രീകരിക്കുന്ന ഒരു കഥ ഞാനാദ്യമായി കേട്ടത് എന്റെ ഗുരു തന്റെ സായാഹ്നപ്രഭാഷണ ത്തിനിടയിൽ അത് പരാമർശിച്ചപ്പോഴാണ്. പതിമൂന്നാം നൂറ്റാണ്ടിൽ ജീവിച്ച വിചിത്രസ്വഭാവിയായിരുന്ന സൂഫി തത്ത്വജ്ഞാനി മുല്ല നസറുദ്ദീനെ സംബന്ധിച്ച രസകരമായ സംഭവങ്ങളിൽ ഒന്നാണിത്. നമ്മൾ ഇപ്പോൾപോലും അഭിമുഖീകരിക്കുന്ന ഒരു വിഷമസ്ഥിതി വളരെ മനോഹരമായി ചിത്രീകരിക്കുന്ന കഥ ഇങ്ങനെയാണ്.

സായാഹ്നം, സൂര്യൻ മറഞ്ഞു കഴിഞ്ഞു. അപ്പോഴാണ് മുല്ലാ നസറുദ്ദീൻ കയ്യും മുട്ടും ഉപയോഗിച്ച് തന്റെ വീട്ടിന് പുറത്ത് തെരുവു വിളക്കിന്റെ വെളിച്ചത്തിൽ ഭ്രാന്തമായി അങ്ങിങ്ങും ഇഴയുന്നതായി ഒരു മാന്യൻ കണ്ടത്. അദ്ദേഹം എന്തോ തേടുന്നതായി തോന്നി.

‘‘മുല്ലാ, ഈ അസമയത്ത് താങ്കൾ എന്താണ് വീട്ടിനു വെളിയിൽ ചെയ്യുന്നത്? എന്തെങ്കിലും കളഞ്ഞുപോയോ?’’ ആ മാന്യൻ തിരക്കി.

‘‘അതെ എനിക്കെന്റെ താക്കോൽ നഷ്ടപ്പെട്ടു. തിരഞ്ഞിട്ട് കിട്ടു ന്നില്ല.’’ അസ്വസ്ഥത തുളുമ്പുന്ന സ്വരത്തിൽ മുല്ല പ്രതിവചിച്ചു.

ആ മനുഷ്യന് അനുകമ്പ തോന്നി മുല്ലയെ സഹായിക്കാൻ തീരുമാനിച്ചു. 'ഞൻ താങ്കളെ സഹായിക്കാം.' ഇത്രയും പറഞ്ഞ് അദ്ദേഹവും മുട്ടിൽ കുനിഞ്ഞിരുന്ന് മുല്ലയോടൊപ്പം താക്കോൽ തേടാൻ തുടങ്ങി. കുറച്ചുനേരം ഇങ്ങിനെ തിരഞ്ഞെങ്കിലും താക്കോൽ എവിടേയും കണ്ടെത്താൻ സാധിച്ചില്ല. ഒടുക്കം ആ മാന്യൻ എണീറ്റ് തലപൊക്കി മുല്ലയോട് ചോദിച്ചു. ''മുല്ലാ, ശരിക്കും എവിടെയാണ് താങ്കൾക്ക് താക്കോൽ കൈമോശം വന്നത്? ഇവിടെയെവിടെയെങ്കിലും ആണെന്ന് താങ്കൾക്ക് ഉറപ്പുണ്ടോ? എവിടെ വീണുപോയിരിക്കാം എന്ന് താങ്കൾക്ക് ഓർക്കാൻ കഴിയുന്നുണ്ടോ?''

''ഓ. ശരിയാണ്. കൃത്യമായി എവിടേയാണ് താക്കോൽ പോയതെന്ന് ഞാൻ ഓർമ്മിക്കുന്നു.'' വീടിനുനേരെ ചൂണ്ടിക്കൊണ്ട് മുല്ല പ്രസ്താവിച്ചു. ''അവിടെ, വീട്ടിനുള്ളിൽ എവിടേയോ ആണ് എനിക്ക് താക്കോൽ നഷ്ടപ്പെട്ടത്.''

ആശയക്കുഴപ്പത്തിലായ മാന്യൻ മുല്ലയെ നോക്കി, പെട്ടെന്ന് എണീറ്റു അരിശം കലർന്ന ശബ്ദത്തിൽ മുല്ലയോട് ചോദിച്ചു. ''പിന്നെയെന്തിനാണ് നമ്മൾ വെളിയിൽ ഈ നിരത്തിൽ താക്കോൽ തേടുന്നത്?''

മുല്ല ശാന്തമായി ഗൗരവം കലർന്ന സ്വരത്തിൽ മറുപടി കൊടുത്തു. ''എന്റെ വീട്ടിനുള്ളിൽ ഇരുട്ടാണ്. ഇവിടെയാണെങ്കിൽ കുറച്ചുകൂടി വെളിച്ചമുണ്ട്. അതാണ് ഞാനിവിടെ തിരയുന്നത്.''

മുല്ലയെ വിധിക്കുന്നതിനു മുമ്പായി നാം നമ്മുടെ ജീവിതം തന്നെ സൂക്ഷിച്ചു നോക്കേണ്ടിയിരിക്കുന്നു. ഇക്കാര്യത്തിലെങ്കിലും നമ്മൾ മുല്ലയിൽ നിന്ന് വളരെ വ്യത്യസ്തരല്ല. നിലനിൽപ്പുള്ള ആനന്ദത്തിനും സന്തോഷത്തിനും സമാധാനത്തിനുമുള്ള താക്കോൽ നമ്മൾ പല ഇടങ്ങളിലും തേടുന്നു, പക്ഷേ ആ ഇടങ്ങളെല്ലാം നമുക്ക് ബാഹ്യമാണ്. സത്യമെന്തെന്നാൽ യഥാർത്ഥ സന്തോഷത്തിന്റേയും സമാധാനത്തിന്റേയും താക്കോൽ എപ്പോഴും ഉള്ളിലാണ്, കുട്ടിയായിരുന്നപ്പോൾ അതെങ്ങനെ ഉപയോഗിക്കണമെന്നും നമുക്കറിയാമായിരുന്നു. പിന്നീടെപ്പോഴോ പക്ഷേ, നമ്മിൽ പലർക്കുമത് നഷ്ടപ്പെട്ടു. അല്ലെങ്കിൽ കൂടുതൽ കൃത്യമായി പറഞ്ഞാൽ എവിടേയോ സ്ഥാനം തെറ്റി വെച്ചു. നമ്മുടെ സന്തോഷത്തെ നാം നമുക്ക് ബാഹ്യമായതും നമ്മുടെ വരുതിയിലല്ലാത്തതുമായ വസ്തുക്കളിലും ആൾക്കാരിലും സാഹചര്യങ്ങളിലും സ്ഥാനം തെറ്റി വെക്കാൻ തുടങ്ങിയിരിക്കുന്നു. നമ്മൾ ഇപ്പോൾ തിരക്കിട്ട് എല്ലായിടത്തും താക്കോൽ തേടുകയാണ്. ജോലി, ബന്ധങ്ങൾ, നമ്മുടെ വീട്, സാധാരണ സന്ദർശിക്കാറുള്ള വിനോദകേന്ദ്രങ്ങൾ എന്നിങ്ങനെ എല്ലാം മാറിനോക്കുന്നു, എവിടെയാണ് താക്കോൽ നഷ്ടപ്പെട്ടത് എന്ന് ചിന്തിക്കാൻപോലും മിനക്കിടാതെ.

ശ്വേത ചെയ്ത തെറ്റ് നിങ്ങൾ ആവർത്തിക്കരുത്. അല്ലെങ്കിൽ അവളെപ്പോലെ നിങ്ങൾക്കും ജീവിതത്തിൽ ഉൽക്കണ്ഠയും പൊരുത്തമില്ലായ്മയും അനുഭവപ്പെടും. ഒന്നുകിൽ സന്തോഷജനകമെന്ന് നിങ്ങൾ സങ്കൽപ്പിക്കുന്നത് നിങ്ങൾക്ക് കൈയെത്തുന്നിടത്താണോ എന്ന സംശയത്താൽ, അല്ലെങ്കിൽ നിങ്ങൾ നേടിയെടുത്തു കഴിഞ്ഞവ തന്നെ നഷ്ടമാകുമോ എന്ന കനത്ത ഭയം കാരണം. ഈ പ്രപഞ്ചത്തിലെ നമ്മുടെ ജീവിതം നമുക്കേകുന്ന സൗന്ദര്യം ആസ്വദിക്കാനാകാതെ ഒരു പാട് മനുഷ്യർ തങ്ങളുടെ ഭൂതകാലത്തെച്ചൊല്ലി പശ്ചാത്തപിച്ചും വർത്തമാനകാലവുമായിപൊരുത്തപ്പെടാനാകാതേയും ഭാവിയെക്കുറിച്ച് ആകുലപ്പെട്ടും ജീവിതമൊടുക്കുന്നു.

വരൂ, നിങ്ങൾ തേടിത്തേടി ക്ഷീണിതരായിരിക്കുന്നു. ഇരുട്ടായിക്കഴിഞ്ഞു, പുറത്താകട്ടെ തണുപ്പും. താക്കോൽ എവിടെയാണ് നഷ്ടപ്പെട്ടതെന്ന് നിങ്ങൾക്കിപ്പോൾ അറിയുന്ന സ്ഥിതിക്ക് താക്കോലിനായി ശരിയായ സ്ഥലത്തുതന്നെ അവസാനം തേടിത്തുടങ്ങേണ്ടിയിരിക്കുന്നു. നിങ്ങൾക്കുള്ളിൽ നിഹിതമായ ശാന്തി തിരിച്ചു നേടുന്നതിനെക്കറിച്ച് നിങ്ങൾ ഗൗരവമായി ചിന്തിക്കുന്നു എങ്കിൽ നിങ്ങൾ സ്വന്തം അന്തരംഗത്തിലേക്കുള്ള യാത്ര ആരംഭിക്കേണ്ടിയിരിക്കുന്നു.

ജ്ഞാനസൂത്രങ്ങൾ

* മനസ്സ് വർത്തമാനത്തിൽ (ഇപ്പോൾ, ഇവിടെ) പരിപൂർണ്ണമായി സന്നിഹിതമാകുമ്പോൾ അത് സഹജമായ സന്തോഷാവസ്ഥയാണ്.
* നിങ്ങൾക്കുള്ളിൽ മാത്രമേ സത്യമായതും നിലനിൽപ്പുള്ളതുമായ സന്തോഷം കണ്ടെത്താനാകൂ, ഒരിക്കലും നിങ്ങൾക്ക് പുറത്തല്ല.
* എന്തെങ്കിലും വസ്തു അല്ലെങ്കിൽ ഏതെങ്കിലും വ്യക്തി നിങ്ങളെ സന്തുഷ്ടനാക്കും എന്ന് നിങ്ങൾ എപ്പോഴെല്ലാം കരുതുന്നുവോ, അപ്പോഴെല്ലാം നിങ്ങളുടെ സന്തോഷാനുഭവം നിങ്ങൾ തന്നെ നീട്ടിവെക്കുകയാണ്.

10 മിനിറ്റ് പരിശീലനം

നിങ്ങളുടെ ദൈനംദിനപ്രവത്തികളിൽ ഏതെങ്കിലുമൊന്ന് തിരഞ്ഞെടുക്കൂ, പക്ഷേ ഇപ്രാവശ്യം അത് തികച്ചും പുതുതായ പ്രവൃത്തിയുടെ ഭാവത്തിലായിരിക്കട്ടെ.

ആദ്യമായാണ് അത് ചെയ്യുന്നതെന്ന അനുഭൂതിയോടുകൂടി ആ കർമ്മത്തിൽ പരിപൂർണ്ണമായി മുഴുകുക.

മനസ്സിനേയും അതിലർപ്പിക്കുക, എവിടേയും അലയാനനുവദിക്കാതെ. ഒന്നിലധികം കാര്യങ്ങൾ ഒരേ സമയം ചെയ്യാതിരിക്കുക. മനസ്സിനെ ഭൂതകാലത്തിലേക്കും ഭാവിയിലേക്കും പോകാൻ വിടരുത്. നിങ്ങൾ തിരഞ്ഞെടുക്കുന്ന പ്രവൃത്തി തുണിയലക്കലാകാം, ഷവറിൽ കുളിക്കുന്നതാകാം, നിലമടിച്ചുവാരുന്നതാകാം, ഏതാനും സാൻഡ്‌വിച്ച് തയ്യാറാക്കുന്നതായിരിക്കാം അല്ലെങ്കിൽ കിടക്ക വിരിക്കുന്നതാകാം. മനസ്സ് അലയാൻ തുടങ്ങുമ്പോഴേക്ക് അതിനെ നിങ്ങൾ ചെയ്യുന്ന പ്രവർത്തിയിലേക്ക് പുനരാനയിക്കുക. എന്നിട്ട് നിങ്ങൾക്ക് സാദ്ധ്യമാകുന്നതിന്റെ പരമാവധി നന്നായും മികച്ച രീതിയിലും ആ പ്രവൃത്തി ചെയ്തു തീർക്കുക. ഈ പ്രവൃത്തി എത്രയോ തവണ ജീവിതത്തിൽ ചെയ്തുകഴിഞ്ഞതിനെക്കുറിച്ച് മറക്കുക, പ്രവൃത്തിയെക്കുറിച്ച് നിങ്ങൾക്ക് അറിയും എന്ന് നിങ്ങൾ സ്വയം വിചാരിക്കുന്നതെല്ലാം മറക്കുക. അത് പ്രധാനമാണോ അല്ലയോ എന്നും നിങ്ങൾക്കതിൽ നിന്ന് എന്തു മെച്ചമുണ്ടാകും അല്ലെങ്കിൽ നിങ്ങൾക്കത് എന്ത് പ്രയോജനം ചെയ്യും എന്നതെല്ലാം മറക്കുക. ഈ പ്രക്രിയയിൽ നിങ്ങളുടെ മനസ്സ് നിമഗ്നമാക്കി പൂർണ്ണ ശ്രദ്ധയോടുകൂടി നിങ്ങളത് പൂർത്തിയാക്കുക മാത്രം ചെയ്യുക. ഇപ്പോൾ നിങ്ങൾക്ക് ഒരു കാര്യം ബോദ്ധ്യമാകും. അതായത് നിങ്ങൾക്ക് ഇപ്രകാരം ചെയ്യാൻ എത്രത്തോളം സാധിക്കുന്നുവോ അത്രത്തോളം നിങ്ങളത് ആസ്വദിച്ചു തുടങ്ങും. നിങ്ങൾ കൂടുതൽ ശാന്തിയും സന്തോഷവും അനുഭവിക്കാനും തുടങ്ങും.

ഓർക്കുന്നുണ്ടോ? ഇങ്ങനെയാണ് ചെറിയ കുട്ടിയായിരുന്നപ്പോൾ നിങ്ങൾ എല്ലാ ചെറിയ കാര്യങ്ങളും ചെയ്തിരുന്നത്. നിങ്ങളൊരു സ്പൂൺ അതീവ അവധാനതയോടെ എടുത്ത് അത് നിങ്ങളുടെ കൈയിൽ തുലനം ചെയ്ത് നിൽക്കുന്നത് നിരീക്ഷിക്കും. എല്ലാം നിങ്ങൾ അത്യുത്സാഹത്തോടേയും ഫലത്തെക്കുറിച്ച് വേവലാതിപ്പെടാതേയും കളിച്ചിരുന്ന ഒരു കളിയായിരുന്നു. നിങ്ങൾ സന്തോഷവാനായിരുന്നു!

■

4
മനശ്ശാന്തി കണ്ടെത്താൻ

“മേരി, ഒരരമണിക്കൂർ നേരം ഹെൽപ്പ് ഡസ്ക് കൗണ്ടർ ശ്രദ്ധിക്കാൻ പറ്റുമോ? ഞാൻ ഉച്ചഭക്ഷണം കഴിക്കാൻ പോകുകയാണ്.'' മേരി തലയാട്ടി എനിക്കൊരു പുഞ്ചിരി സമ്മാനിച്ചു.

‘‘സന്തോഷത്തോടെ പോയിവരൂ?''

ആ വലിയ പബ്ലിക് ലൈബ്രറിയിൽ നിന്ന് പുറത്തേക്ക് കാൽവെച്ച ഉടനെ എന്നെ അഭിവാദ്യം ചെയ്തത് ഇളം ചൂടുള്ള മന്ദമാരുതനായിരുന്നു, അടുത്തുള്ള ചത്വരത്തിലെ റെസ്റ്റാറന്റുകളിൽ ആ സമയം വിളമ്പിക്കൊണ്ടിരുന്ന സ്വാദിഷ്ഠ ഭക്ഷണങ്ങളുടെ നേർത്ത മണങ്ങൾ ആ കാറ്റിൽ ഉണ്ടായിരുന്നു. സ്വെറ്ററോ കോട്ടോ ഇല്ലാതെ സുഖകരമായി പുറത്തേക്കിറങ്ങാൻ പറ്റുന്ന ദിവസങ്ങൾ നെതർലൻഡിൽ വിലപ്പെട്ടതാണ്, അതിനാൽത്തന്നെ കൂടുതൽ ആസ്വാദ്യകരവും.

സർവ്വകലാശാലയിൽ ചേരുന്നതിന്ന് മുന്നോടിയായി കുറച്ച് അധികവരുമാനം ഉണ്ടാക്കാനായി ഞാൻ ജോലി ചെയ്തിരുന്ന പബ്ലിക് ലൈബ്രറി ഹാർലം നഗരത്തിന്റെ ഹൃദയഭാഗത്താണ് സ്ഥിതി ചെയ്തിരുന്നത്. പ്രധാനപ്പെട്ട എല്ലാ ഷോപ്പിങ്ങ് സ്ഥാപനങ്ങളാലും ചുറ്റപ്പെട്ടതുമായിരുന്നു. എന്റെ മുഖത്ത് പതിക്കുന്ന വേനൽസൂര്യന് സ്വാഗതമേകിക്കൊണ്ട് അടുത്തുള്ള പൊതു ചത്വരത്തിലേക്ക് ഞാൻ നടന്നു. അവിടെ ബിസ്ട്റോകളിലും കാഫ്റ്റേരിയകളിലും വിളമ്പിക്കൊണ്ടിരുന്ന ലഞ്ച് ആൾക്കാർ ആസ്വദിക്കുന്നുണ്ടായിരുന്നു. ഞാനൊരു ചെറിയ ടർക്കിഷ് ബേക്കറിക്കുള്ളിലേക്ക് നടന്നു ചെന്നു. ഞാനെന്താണ് ഓർഡർ ചെയ്യാൻ

പോകുന്നതെന്ന് മുൻകൂട്ടി അറിയുന്ന, സൗഹൃദഭാവമുള്ള കടക്കാരൻ എന്നെ അഭിവാദനം ചെയ്തു.

''ഇപ്പോൾ തയ്യാറാക്കിയ ടർക്കിഷ് ബാഗ്വെറ്റുകളും സ്പിനാച് ഫെറ്റാ ചീസ് റോളുകളും, അല്ലേ?'' അയാളൊരു പുഞ്ചിരിയോടെ ആരാഞ്ഞു. ''അങ്ങയുടെ ദയ, അതെ. അതുതന്നെ.'' ഞാൻ പ്രതിവചിച്ചു. 'പതിവ് പോലു'ള്ള ഒരേ ലഞ്ച് വാങ്ങുവാനായി ഞാനിവിടെ ദിവസവും വരുന്നു. - അത് അപ്പോൾ തയ്യാറാക്കിയതും സ്വാദിഷ്ടവും ആരോഗ്യ കരവും എനിക്ക് താങ്ങാവുന്നവിലയുള്ളതുമാണ്. അപ്പോൾ എന്തിനാണ് ജയപ്രദമായ ഈ ഫോർമുല മാറ്റുന്നത്?

''ഇതാ ഭക്ഷണം റെഡി. രണ്ട് യൂറോ തന്നാൽ മതി.''

''വേണ്ട, വേണ്ട. താങ്കൾ എനിക്ക് കിഴിവ് നൽകേണ്ട തില്ല. കിഴിവില്ലാതെ തന്നെ അതിന് വില കുറവാണ്.'' ഞാൻ പ്രതിഷേധിച്ചു. ആ മാന്യൻ പുഞ്ചിരിച്ചു. ''ദയവായി ഇത് വാങ്ങൂ. ഇതുപോലെ ദിവസവും ചിരിച്ചുകൊണ്ട് ഇവിടെയെത്തി ഞങ്ങൾ ചെയ്യുന്നതിനെ അഭിനന്ദിക്കുന്ന ഒരാളുണ്ടാകുന്നത് ഞങ്ങൾക്കും എത്ര സന്തോഷപ്രദമാണ് എന്നറിയാമോ.'' അർദ്ധമനസ്സോടെ ഞാൻ കിഴിവോടെ യുള്ള വിലയ്ക്ക് സമ്മതിച്ചു. അവരുടെ ഹൃദയം തുളു മ്പുന്ന പെരുമാറ്റത്തെ ഞാൻ അഭിനന്ദിച്ചു.

ലൈബ്രറിയിലേക്ക് തിരിച്ച് നടക്കുമ്പോൾ ഞാൻ പിടി ച്ചിരിക്കുന്ന പേപ്പർസഞ്ചിയിൽ അപ്പോൾ ചുട്ടെടുത്ത അപ്പ ത്തിന്റെ മണം എനിക്ക് അനുഭവിക്കാനായിരുന്നു. അപ്പ ത്തിന് ചൂടുണ്ടായിരുന്നു, പുറമെ മൊരിഞ്ഞതും ഉള്ളിൽ നല്ല പതുപ്പുള്ളതുമായിരിക്കും. ഇപ്പോൾ അവനിൽ (അടു പ്പിൽ) നിന്നെടുത്തത്! എന്റെ കാൽവെപ്പുകൾ ദ്രുതഗതി യിലായി. കെട്ടിടത്തിനുള്ളിലെത്തി ഞാൻ നേരെ ഏറ്റവും മുകൾനിലയിൽ ജീവനക്കാർക്കായി അനുവദിച്ച ഭാഗ ത്തേക്ക് പോയി. കോഫീമെഷീനിൽ നിന്ന് ഒരു വലിയ കപ്പിൽ ചൂടുള്ള ചോക്കലേറ്റ് നിറച്ച് വേനൽക്കാലത്ത് ഞാൻ സാധാരണ ഇരിക്കാറുള്ള റൂഫ്ടോപ്പ് ബാൽക്കണി യിലെ കസേരയിൽ പോയി ഇരുന്നു.

സിറ്റി സെന്ററിലെ ശബ്ദങ്ങളും മണങ്ങളും വഹിച്ച് ഇടക്ക് എത്തുന്ന ഊഷ്മളമായ മന്ദമാരുതനിൽ അവിടെ യങ്ങനെ വെയിലത്തിരിക്കുമ്പോൾ ജീവിതം ആ നിമിഷ ത്തേക്ക് പൂർണ്ണമായിരുന്നു. ഞാൻ കണ്ണുകളടച്ചു, ഫ്രഷ്

ആയ അപ്പത്തിന്റെ ഒരു കഷ്ണം വായിലാക്കി ശരിക്കും സ്വാദറിഞ്ഞുകൊണ്ട് രുചിച്ചു. എന്റെ ശരീരത്തിലും മനസ്സിലും തികഞ്ഞ സംതൃപ്തിയും സമാധാനവും പരക്കുന്നതായി എനിക്ക് തോന്നി. സാവധാനം കണ്ണുകൾ തുറന്ന് ഞാൻ താഴെ റോഡിലൂടെ നടന്നു പോകുന്ന ആയിരക്കണക്കിന് മനുഷ്യരെ നോക്കി. അവരെല്ലാം ഒരുപാട് സാധനങ്ങൾ വാങ്ങി, ധാരാളം വിഭവങ്ങൾ ഭക്ഷിച്ച്, പല തരം പാനീയങ്ങൾ കുടിച്ച് നീങ്ങുന്നത് കണ്ടപ്പോൾ ഞാൻ ചിന്തിച്ചു. ഒരു പാട് സാധനങ്ങൾ വേണമെന്ന് നാം എന്തുകൊണ്ടാണ് ആഗ്രഹിക്കുന്നത്? നമ്മെ സന്തോഷിപ്പിക്കുന്ന സർവ്വ വസ്തുക്കളും ഒരു ദിവസം കരഗതമാകുമെന്ന വിചാരത്തിൽ നാം പാഞ്ഞുകൊണ്ടിരിക്കുന്നു. പക്ഷേ അത് നടക്കുമോ?

അപ്പത്തിന്റെ മറ്റൊരു കഷ്ണം ഞാൻ കടിച്ചു. അത് അത്രമാത്രം ഫ്രഷ് ആയിരുന്നതിനാൽ ഒന്നും അതിനൊപ്പം ചേർക്കേണ്ട ആവശ്യം ഉണ്ടായിരുന്നില്ല, വെണ്ണയോ, പാൽക്കട്ടിയോ ജാമോ ഒന്നും. കേവലം ഒരു അപ്പക്കഷ്ണവും ചൂടായ ഒരു മഗ്ഗ് ചോക്കലേറ്റും മുഖത്ത് പതിച്ചുകൊണ്ടിരിക്കുന്ന വെയിലും എനിക്ക് ഇത്രയും സന്തോഷവും സമാധാനവും നൽകുന്നുണ്ടെങ്കിൽ ഞാനെന്തിനാണ് പല വസ്തുക്കളുടേയും പിന്നാലെ പായുന്നതിനെപ്പറ്റി ചിന്തിക്കുകപോലും ചെയ്യുന്നത്? എന്തായിരുന്നു ആവശ്യം? പൊടുന്നനവേ എനിക്ക് വെളിച്ചം കിട്ടി- നിങ്ങളുടെ ആവശ്യം കുറയുമ്പോൾ നിങ്ങൾ കൂടുതൽ മുക്തരാകുന്നു. ഭാവിയിലല്ല, ഇപ്പോൾ.

ദൈവത്തിന്, അല്ലെങ്കിൽ പ്രപഞ്ചത്തിന് നല്ല നർമ്മബോധമുണ്ടായിരിക്കണം. 'സത്യമായ സന്തോഷം' കണ്ടെത്തുന്നത് പലർക്കും ഒരുപക്ഷേ അത്യന്തം നിരാശാജനകമായ ശ്രമമാവുകയാണ്. ലോകമെമ്പാടും ലക്ഷക്കണക്കിനാൾക്കാർ പല വിധത്തിലുള്ള കഠിനപരീക്ഷണങ്ങൾക്ക് സ്വയം വിധേയരാവുകയാണ്. മഞ്ഞുമൂടിയ കൊടുമുടികൾ കയറുക, പ്രദേശത്തെ മികച്ച യോഗാക്ലാസ്സിൽ ചേരുക, ബുദ്ധിസ്റ്റ് സെൻ താവളത്തിൽ പോയി അംഗത്വമെടുക്കുക, ശുദ്ധികരണക്രിയ നടത്തുന്ന സ്വെറ്റ് ലോഡ്ജുകളിൽ പോകുക, ചിലപ്പോൾ മയക്കുമരുന്നുകളുപയോഗിക്കുക, എല്ലാം ചെയ്യുന്നത് കുങ്ഫൂ പാണ്ഡ ഒന്നരമണിക്കൂറിൽ നേടിയ കാര്യത്തിനായിത്തന്നെ: മനശ്ശാന്തി കൈവരിക്കാൻ. അവിടെയാണ് പലർക്കും ആദ്യാബദ്ധം പിണയുന്നത്.

തീൻമേശമേൽ വെച്ച താക്കോൽക്കൂട്ടം തേടി വീടിനു വെളിയിലേക്ക് നിങ്ങളിറങ്ങുന്ന ആ നിമിഷം തന്നെ അത് കണ്ടെത്താനുള്ള സാദ്ധ്യത ഗണ്യമായി കുറഞ്ഞുപോയിക്കഴിഞ്ഞു.

മനശ്ശാന്തി എപ്രകാരം കണ്ടെത്താം അല്ലെങ്കിൽ തിരിച്ച് പിടിക്കാം എന്ന വിഷയം അമ്പതോ നൂറോ വർഷങ്ങൾക്ക് മുമ്പ് ചിന്തിച്ചിരുന്നതിനേക്കാൾ ഇന്ന് തീർച്ചയായും ചൂടേറിയ വിഷയമായിരിക്കുന്നു. നമ്മൾ മനശ്ശാന്തിയിൽ നിന്ന് കൂടുതൽ അകന്നതായിരിക്കാം കാരണം. മനുഷ്യൻ സമാധാനവും സന്തോഷവും അന്വേഷിക്കുന്നത് പുതിയ കാര്യമൊന്നുമല്ല, സഹസ്രാബ്ദങ്ങളായി ഇത് തുടരുകയാണ്. പക്ഷേ നമ്മുടേ ആധുനികജീവിതരീതി നമ്മെ ലക്ഷ്യത്തിൽനിന്ന് പലവിധത്തിൽ അകലേക്ക് അകറ്റിക്കൊണ്ടിരിക്കുകയാണ്. പഴയ തലമുറയിലെ മുത്തശ്ശിമാരേയും മുത്തച്ഛന്മാരേയും നോക്കിയാൽ അവരെച്ചുഴന്ന് നിലനിന്നിരുന്ന ശാന്തി നിങ്ങൾ ശ്രദ്ധിച്ചിരിക്കും. നെതർലാൻഡിലെ എന്റെ പിതാമഹരേയോ അല്ലെങ്കിൽ ഇന്ത്യയിലും ലോകത്തിന്റെ മറ്റു ഭാഗങ്ങളിലും യാത്രചെയ്യുന്ന സമയത്ത് ഞാൻ കണ്ടുമുട്ടിയ വൃദ്ധജനങ്ങളേയോ നോക്കുമ്പോൾ ഇന്നത്തെ ഇളം തലമുറയിൽ കാണാനാവാത്ത ശാന്തിയും സമാധാനവും ലാളിത്യവും ഞാൻ അവരിൽ കണ്ടിരുന്നു. ആൾക്കാർ അവരെ കുറച്ചൊക്കെ കളിയാക്കി പറഞ്ഞിരുന്നു, ലഞ്ചിന് സാധാരണ കഴിക്കാറുള്ള സാൻഡ് വിച്ചും നല്ല ഒരു പുസ്തകവും സായാഹ്നങ്ങളിൽ ഒരു കഷ്ണം കേയ്ക്കോടുകൂടി ഒരു കപ്പ് കാപ്പിയും മതി അവരെ സന്തുഷ്ടരും സംതൃപ്തരുമാക്കാൻ എന്ന്. വാസ്തവത്തിൽ ഒന്നാലോചിച്ചാൽ അതേ സമാധാനവും സംതൃപ്തിയുമാണ് നമ്മൾ എത്ര ശ്രമിച്ചിട്ടും എല്ലാ സൗകര്യങ്ങളുടെ നടുക്കായിട്ടും - വലിയ സ്ക്രീനുള്ള ടി. വിയും ഉലകം ചുറ്റലും - നമുക്ക് നേടാൻ കഴിയാത്തത്. സന്തോഷവും സംതൃപ്തിയും മെച്ചപ്പെടുത്തുന്ന തത്രപ്പാടിൽ നാം ഇത്രയധികം അസംതൃപ്തരും നമ്മുടെ പ്രകൃതത്തിൽനിന്ന് അകന്നവരുമായോ? അതാണോ ഒമ്പത് വയസ്സ് മാത്രമുള്ള ഒരു പെൺകുട്ടി താൻ ഡിപ്രസ്സഡ് (വിഷാദരോഗത്തിനടിമ) ആണെന്ന് ഉറപ്പായി പറയുന്നത്? ഒമ്പത് വയസ്സു മാത്രം പ്രായമായ ഒരു പെൺകുട്ടി!

ജീവിതം നിരന്തരമായി ദ്രുതഗതിയിലാകുകയും തിരക്കേറിയതാകുകയും ചെയ്യുന്ന സ്ഥിതിവിശേഷം, വേഗത കുറച്ച് സ്വന്തം അന്തരംഗത്തിലേക്ക് തന്നെ നോക്കേണ്ടത് ആവശ്യമാണെന്ന കൃത്യമായ അവബോധത്തിലേക്ക് നമ്മെ എത്തിച്ചിട്ടുണ്ട്. അമ്പത് കൊല്ലം മുമ്പ് പോലും പടിഞ്ഞാറൻ രാജ്യങ്ങളും ലോകത്തിലെ മറ്റ് പല രാജ്യങ്ങളും യോഗയെപ്പറ്റി കേൾക്കുമ്പോൾ പുരികം ചുളിച്ചിരുന്നു.

യോഗ ഉണർത്തിയിരുന്ന ബിംബം സുഖപ്രദമായ സോഫ വർജ്ജിച്ച് ആണികളുടെ കിടക്ക ഇഷ്ടപ്പെടുന്ന അർദ്ധനഗ്നരായ വ്യക്തികളായിരുന്നു. ഇന്നാകട്ടെ, ഉന്നതിയിലെത്തിയ മിക്ക കമ്പനി തലവന്മാരും സിനിമാതാരങ്ങളും അഭിമാനപൂർവ്വം തങ്ങളുടെ യോഗരീതികളെക്കുറിച്ച് വീമ്പ് പറയുന്നത് കേൾക്കാം. പലപ്പോഴും അവർ പൗരാണിക യോഗികളുടേതിനേക്കാൾ അല്പവസ്ത്രധാരികളുമാണ്!

എന്തെങ്കിലും ഉൽപ്പന്നമോ സേവനമോ വിൽക്കാൻ ഉന്നമിടുന്ന പരസ്യങ്ങളും കമേർസിയലുകളും നിങ്ങളെ ബോദ്ധ്യപ്പെടുത്താൻ ശ്രമിക്കുന്നത് നിങ്ങൾ വാങ്ങുന്നത് വെറുമൊരു ഉൽപ്പന്നം മാത്രമല്ല, നിങ്ങൾക്ക് അത്യാവശ്യമായ വിശ്രാന്തിയും മനശ്ശാന്തിയും സാഫല്യവുമാണെന്നാണ്. ജ്ഞാനോദയത്തിന് മുമ്പായിരുന്നെങ്കിൽ ശ്രീബുദ്ധനുതന്നെ അസൂയ ജനിക്കുമാറ് ശാന്തത പ്രകടിപ്പിക്കുന്ന ധ്യാനഭാവത്തിലുള്ള ഒരു വ്യക്തിയെക്കൂടി പരസ്യത്തിൽ മിക്കപ്പോഴും കാണാവുന്നതുമാണ്.

ഇത്രയൊക്കെയായിട്ടും ജീവിതത്തിന്റെ വേഗത നമ്മൾ കുറയ്ക്കുന്നില്ല. ഒരു നിമിഷം ശാന്തതയോടെ നമ്മുടെ ജീവിതം അവലോകനം ചെയ്ത് എന്തു കാരണത്താലാണ് യഥാർത്ഥ ശാന്തിയും സന്തോഷവും നമ്മെ വകഞ്ഞു മാറി പോയിക്കൊണ്ടിരിക്കുന്നത് എന്ന് അന്വേഷിക്കാൻ അക്കാരണത്താൽ നമുക്ക് സാധിക്കുന്നില്ല. തിരക്കുപിടിച്ച് ഭാവിയിലേക്ക് എത്തിച്ചേർന്ന് ലക്ഷ്യങ്ങൾ നേടുവാനുള്ള വ്യഗ്രതയിൽ നാം പാഞ്ഞുകൊണ്ടിരിക്കുന്നു, മാനസികമായെങ്കിലും. എപ്പോഴാണ് ഭക്ഷണത്തിൽ മാത്രം, കേവലം അതിന്റെ സ്വാദിൽ ശ്രദ്ധിച്ച് അടുത്തകാലത്ത് നിങ്ങളൊരു ഭക്ഷണം കഴിച്ചത്? ഭാവിയിലെ സന്തോഷവും സ്വതന്ത്രതയും നേടാനായി വർത്തമാനകാലത്തെ നശിപ്പിക്കാതിരിക്കാൻ നിങ്ങൾ ശ്രദ്ധിക്കണം; എല്ലാ പ്രവൃത്തികളേയും 'ഇന്നു ചെയ്യേണ്ടവ' എന്ന ലിസ്റ്റിലേക്ക് തള്ളിക്കൊണ്ട് ഇപ്പോൾ സന്തോഷിക്കാനും ആസ്വദിക്കാനും സമയമില്ലാത്ത അവസ്ഥയിൽ പെട്ടുപോകരുത് .

നിങ്ങൾ ഭക്ഷണം കഴിക്കുന്നു, പക്ഷേ നിങ്ങൾ ആൾക്കാരോട് സംസാരിക്കുകയുമാണ്. അല്ലെങ്കിൽ ആ ദിവസത്തെ പരിപാടികൾ ആസൂത്രണം ചെയ്യുകയാണ്, അതുമല്ലെങ്കിൽ മറുപടി അയയ്ക്കാനുള്ള സന്ദേശങ്ങൾക്ക് ഫോണിൽ മറുപടി അയയ്ക്കുകയാണ്, അല്ലെങ്കിൽ ടി.വി. കാണുകയാണ്. അതു കാരണമാണ് പ്ലെയിറ്റിലെ ഭക്ഷണം മുഴുവൻ കഴിച്ചതിനു ശേഷവും എന്താണ് വിശക്കുന്നതെന്ന് അല്ലെങ്കിൽ എന്താണ് തൃപ്തിയാകാത്തതെന്ന് നിങ്ങൾ അത്ഭുതപ്പെടുന്നത്. നിങ്ങൾ പിന്നെ എന്തെങ്കിലും സ്നാക്കിനോ പായസത്തിനോ മറ്റെന്തെങ്കിലും മധുരപലഹാരത്തിനോ വേണ്ടി പരതുന്നു.

ഭക്ഷണം കഴിക്കാത്തതല്ല തൃപ്തിവരാത്തതിന് കാരണം, സ്വാദറിഞ്ഞ് ആസ്വദിച്ച് കഴിക്കാതിരുന്നതാണ് എന്ന് നിങ്ങൾ മനസ്സിലാക്കുന്നില്ല.

ജീവിതത്തിലെ മറ്റ് ഏതൊരു സംഗതിക്കും ഇതേ തത്ത്വം ബാധകമാണ്. ഒരേ സമയം അനേക പ്രവൃത്തികളിൽ വ്യാപരിക്കുന്ന നമ്മൾ നമ്മുടെ വിശ്രമത്തേയും സുഖാസ്വാദനത്തേയും സമാധാനത്തേയും എല്ലാം ഒരേ സമയം നടത്തിയെടുക്കേണ്ടതായ വിഷയങ്ങളായി ഗണിക്കുകയാണ്. അത് ശരിയാകില്ല. ഈ സത്യം മനോഹരമായി വെളിവാക്കിക്കൊണ്ട് വർഷങ്ങൾക്കു മുമ്പ് എന്റെ ഗുരു പറഞ്ഞു തന്ന രസകരമായ ഒരു കഥ ഞാനോർക്കുകയാണ്.

പണ്ട് തികഞ്ഞ ആത്മീയതയുള്ള ഒരു രാജാവുണ്ടായിരുന്നു. അദ്ദേഹത്തിന്റെ ഭരണത്തിനു കീഴെ പ്രജകളെല്ലാവരും വളരെ സന്തോഷവന്മാരായിരുന്നു. രാജ്യത്തെവിടേയോ പർവ്വതത്തിൽ വിശുദ്ധനായ ഒരു മനുഷ്യൻ ജീവിച്ചിരിക്കുന്നു എന്ന് രാജാവ് കേട്ടു. വിശുദ്ധനെ സന്ദർശിക്കാൻ ചെന്ന എല്ലാവരും ശാന്തിയും ആനന്ദവും അനുഭവിക്കുകയും ചെയ്തിരുന്നു. അദ്ദേഹത്തിന്റെ സാന്നിദ്ധ്യം എല്ലാവരുടേയും മനസ്സിനേയും സ്പർശിച്ചതിനാൽ രാജ്യം മുഴുവൻ അദ്ദേഹത്തിന്റെ ഖ്യാതി പരന്നു. ഇത് കേട്ട് രാജാവ് തന്റെ ഒരു മന്ത്രിയെ അന്വേഷണത്തിനയച്ചു. എന്താണ് ഈ വിശുദ്ധമനുഷ്യന്റെ പ്രത്യേകത, എന്തൊക്കെ പരിശീലനമുറകളാണ് അദ്ദേഹം സ്വീകരിക്കുന്നത്, അദ്ദേഹത്തിന്റെ ദിനചര്യ എപ്രകാരമാണ്, അദ്ദേഹം തന്റെ സമയം എപ്രകാരം വിനിയോഗിക്കുന്നു.-ഇതെല്ലാം അന്വേഷിക്കാനാണ് മന്ത്രി നിയുക്തനായത്. ധാരാളം പുണ്യവാന്മാരെ കണ്ടിരുന്ന രാജാവിന് ശാന്തിയുടേയും സംതൃപ്തിയുടേയും ആൾരൂപമായി തന്റെ പ്രജകൾ കണ്ടിരുന്ന ഈ പുണ്യവാനെക്കുറിച്ച് കൂടുതൽ അറിയാൻ ഔത്സുക്യമുണ്ടായിരുന്നു. രാജാക്കൻമാർ പോലും ആർജ്ജിക്കാൻ ആഗ്രഹിച്ചിരുന്ന പുണ്യവാന്റെ ആത്മീയമാനം ഇത്രകാലവും തനിക്ക് എത്താവുന്നതിലും അപ്പുറത്തു തന്നെയായിരുന്നു.

മന്ത്രി പർവ്വതം ലക്ഷ്യമാക്കി യാത്രചെയ്ത് അടുത്തുള്ള ഗ്രാമങ്ങളിലെല്ലാം വഴി ചോദിച്ചറിഞ്ഞ് അവസാനം പുണ്യവാൻ താമസിക്കുന്ന സ്ഥലം കണ്ടെത്തി. അല്പം ദൂരെ മാറി ഒളിച്ചിരുന്ന് ഒച്ചയുണ്ടാക്കാതെ പുണ്യവാനെ നിരീക്ഷിച്ച ശേഷം രാജാവിന് ശരിയായ റിപ്പോർട്ട് കൊടുക്കാമെന്ന് അദ്ദേഹം കരുതി. ഏതാനും ദിവസങ്ങൾ അങ്ങിനെ കടന്നുപോയപ്പോൾ കൊട്ടാരത്തിലേക്ക് തിരിച്ചു പോകാൻ മന്ത്രി തീരുമാനിച്ചു. പുണ്യവാനെക്കുറിച്ച് രാജാവ് ആരാഞ്ഞപ്പോൾ മന്ത്രിക്ക് അധികമൊന്നും പറയാൻ കഴിഞ്ഞില്ല.

“അവിടുന്നേ, മൂന്ന് ദിനരാത്രങ്ങൾ ഞാനദ്ദേഹത്തെ രഹസ്യമായി

നിരീക്ഷിച്ചുവെങ്കിലും അദ്ദേഹത്തിന് പ്രത്യേകമായ എന്തെങ്കിലും വൈശിഷ്ട്യം ഉള്ളതായി എനിക്ക് കാണാൻ കഴിഞ്ഞില്ല.''

''അങ്ങനെ വരില്ലല്ലോ? താങ്കൾ സൂക്ഷ്മമായി നിരീക്ഷിച്ചു കാണില്ല.'' രാജാവ് പറഞ്ഞു.

''അല്ല രാജൻ, ഞാൻ സത്യമാണ് പറയുന്നത്. എന്റെ ദൃഷ്ടിയിൽനിന്ന് ഒരു നിമിഷംപോലും മാറാൻ ഞാനദ്ദേഹത്തെ അനുവദിച്ചിരുന്നില്ല. അദ്ദേഹം കാലത്ത് എഴുന്നേൽക്കുന്നു, സ്നാനം ചെയ്യുന്നു, പ്രാതൽ ഭുജിക്കുന്നു, കുറച്ചുനേരം തന്റെ തോട്ടത്തിൽ പണിയെടുക്കുന്നു, ഉച്ചഭക്ഷണം കഴിക്കുന്നു, കുറച്ചുനേരം വിശ്രമിക്കുന്നു, സായാഹ്ന സവാരിക്കിറങ്ങുകയോ സന്ദർശകരെ കാണുകയോ ചെയ്യുന്നു, അത്താഴം ഭുജിക്കുന്നു, വീട്ടുവാതലിനു പുറത്ത് കുറച്ചുനേരം ഇരിക്കുന്നു, പിന്നെ ഉറങ്ങാൻ പോകുന്നു, ഇത്രയുമാണ് അദ്ദേഹം ചെയ്തിരുന്നത്. പിറ്റേദിവസവും ഇതുതന്നെ ആവർത്തിക്കും.''

ബുദ്ധിമാനായ തന്റെ മന്ത്രി സത്യമായിരിക്കും പറയുന്നതെന്ന് രാജാവിന് തോന്നി, എന്നിട്ടും അദ്ദേഹം തൃപ്തനായില്ല. കുറേയേറെ വർഷങ്ങളായി രാജാവ് ആദ്ധ്യാത്മികമായ പല ചിട്ടകളും അനുഷ്ഠിച്ചു വരികയായിരുന്നു. എങ്കിലും ശാന്തിയുടെ ഗഹനമായ അവസ്ഥ അദ്ദേഹത്തിന് പ്രാപ്യമായിരുന്നില്ല. ഇത്തരമൊരു ദിവ്യാനുഭൂതി അനുഭവിക്കാൻ സഹായിക്കുന്ന പ്രത്യേകമായ എന്തെങ്കിലും സമ്പ്രദായം അദ്ദേഹം ആവിഷ്കരിച്ചിരിക്കാം എന്ന് രാജാവിന് തോന്നി. അതിനാൽ രാജാവ് സന്ന്യാസിവര്യനെ നേരിൽ പോയിക്കണ്ട് ആ രഹസ്യം പഠിക്കണമെന്ന് തീരുമാനിച്ചു. ഒരുക്കങ്ങളെല്ലാം പൂർത്തിയാക്കി പിറ്റേന്ന് പ്രഭാതത്തിൽ രാജാവ് കൊട്ടാരത്തിൽ നിന്ന് യാത്ര തിരിച്ചു.

വിശുദ്ധൻ താമസിക്കുന്ന സ്ഥലത്തെത്തിയപ്പോൾ അദ്ദേമറിയാതെ രഹസ്യമായി നിരീക്ഷിക്കാനായി രാജാവും ആദ്യം മറഞ്ഞിരുന്നു. അധികം താമസിക്കാതെ കാര്യങ്ങൾ തികച്ചും മന്ത്രി പറഞ്ഞത് പോലെത്തന്നെയാണ് എന്ന് അദ്ദേഹത്തിന് ബോദ്ധ്യമായി. പ്രത്യേകമായി ഒന്നും തന്നെ കണ്ടെത്താനാകാതെ ഒടുക്കം ദിവ്യരഹസ്യം താനുമായി പങ്കിടാനുള്ള അപേക്ഷയുമായി സന്ന്യാസിയുടെ അടുത്തു പോകാൻ രാജാവ് തീരുമാനിച്ചു. സന്ന്യാസി രാജാവിനെ ഹാർദ്ദമായി സ്വീകരിക്കുകയും അദ്ദേഹത്തിന് അനുയോജ്യമായ പീഠം സജ്ജമാക്കുകയും ചെയ്തു. തന്റെ പാർപ്പിടത്തിന്റെ എളിമയെച്ചൊല്ലി ക്ഷമാപണം നടത്തിക്കൊണ്ട് തന്റെ തോട്ടത്തിലെ ഔഷധസസ്യം കൊണ്ട് തയ്യാറാക്കുന്ന ചായ കുടിക്കാൻ സന്ന്യാസി രാജാവിനെ ക്ഷണിച്ചു. അല്പനേരത്തിനകം രണ്ടുപേരും സന്ന്യാസിയുടെ പാർപ്പിടത്തിനു വെളിയിലിരുന്ന് ചായ കുടിക്കുവാൻ തുടങ്ങി.

ആ വിശുദ്ധന്റെ സാന്നിദ്ധ്യത്തിലിരിക്കുമ്പോൾ, അദ്ദേഹം പ്രസരിപ്പിച്ചുകൊണ്ടിരുന്ന ശാന്തിയും സമാധാനവും രാജാവിന് ശ്രദ്ധിക്കാതിരിക്കാനായില്ല. ആ മുഖത്തുണ്ടായിരുന്ന ശാന്തമായ പുഞ്ചിരി അദ്ദേഹമനുഭവിക്കുന്ന സമ്പന്നമായ ആനന്ദത്തിന്റേയും സംതൃപ്തിയുടേയും നേർസാക്ഷ്യമായിരുന്നു. രാജാവ് ചായകുടിച്ചിരുന്ന ചഷകം താഴെ വെച്ച് ആദരവോടുകൂടി പുണ്യാത്മാവിനോട് ചോദിച്ചു. ''മഹാത്മാവേ, മറയില്ലാതെ ചോദിക്കുന്നതിന് മാപ്പു നൽകിയാലും, അങ്ങയോട് വ്യക്തിപരമായ ഒരു ചോദ്യം ചോദിച്ചോട്ടെ?''

''തീർച്ചയായും, എനിക്ക് ഒളിക്കേണ്ടതോ ലജ്ജിക്കേണ്ടതോ ആയ ഒന്നും തന്നെയില്ല.'' ദയാവായ്പോടുകൂടി സന്ന്യാസി മറുപടി നൽകി.

''എന്നോട് പൊറുക്കണം. എന്നെ സ്വയം പരിചയപ്പെടുത്തുന്നതിന് മുന്നെ ഞാൻ അങ്ങയെ കുറച്ചുനേരമായി നിരീക്ഷിക്കുന്നുണ്ടായിരുന്നു. ഇത്ര മഹനീയമായ മാനസികാവസ്ഥ പ്രാപിക്കാൻ അങ്ങയെ സഹായിക്കുന്ന എന്ത് സവിശേഷ സമ്പ്രദായമാണ് അങ്ങ് അനുഷ്ഠിക്കുന്നത് എന്ന് അറിയാനുള്ള എന്റെ ആഗ്രഹം നിമിത്തമാണ് അങ്ങനെ ചെയ്തത്. പക്ഷേ സവിശേഷമായ ഒന്നും തന്നെ കാണാൻ എനിക്ക് സാധിച്ചില്ല. ഇപ്പോൾ അങ്ങയുടെ സവിധത്തിലിരിക്കുമ്പോഴും സംസാരിക്കുമ്പോഴും എനിക്കത് കണ്ടെത്താനാകുന്നില്ല. എത്രയും ആയാസരഹിതനും ആനന്ദഭരിതനും ശാന്തനുമായി വർത്തിക്കുവാൻ അങ്ങയെ സഹായിക്കുന്ന വിശിഷ്ടമായ ആ സമ്പ്രദായത്തെക്കുറിച്ച് അല്ലെങ്കിൽ പരിശീലനത്തെക്കുറിച്ച് അങ്ങ് എനിക്ക് വെളിച്ചം നൽകുമോ? അങ്ങും ഞാനും ചെയ്യുന്ന കർമ്മങ്ങളിൽ വ്യത്യാസമൊന്നും കാണുന്നില്ല, പക്ഷേ ഗഹനമായ ശാന്തി എനിക്ക് പ്രാപ്യമാകുന്നില്ല.''

സന്ന്യാസി തന്റെ പാത്രം സശ്രദ്ധം ആ ചെറിയ മേശമേൽ വച്ച് അപാരമായ കരുണ വഴിയുന്ന മിഴികളോടെ രാജാവിനുനേർക്ക് തലയുയർത്തി നോക്കിക്കൊണ്ട് സാവധാനത്തിൽ സംസാരിച്ചു തുടങ്ങി. ''പ്രിയരാജൻ, താങ്കൾ സൂക്ഷ്മമായി നിരീക്ഷിച്ചില്ല. ഞാൻ ചെയ്യുന്നവയും താങ്കൾ ചെയ്യുന്നവയുമായ കാര്യങ്ങളിൽ വളരെ വ്യത്യാസമുണ്ട്, രഹസ്യം അവിടെയാണ് കിടക്കുന്നത്.''

സന്ന്യാസി തുടർന്നു. ''പക്ഷേ, താങ്കൾ വളരെ ആത്മാർത്ഥമായി എന്നോട് ചോദിച്ച സ്ഥിതിക്ക് ഞാൻ ഇത് വിശദീകരിക്കാം. ഞാൻ എന്റെ ജോലി ചെയ്യുമ്പോൾ ഞാനാ ജോലി ചെയ്യുന്നു. ഉച്ചഭക്ഷണം കഴിക്കുമ്പോൾ ഞാനത് ചെയ്യുന്നു. ചായ കുടിക്കുമ്പോഴാകട്ടെ അതും.''

ആശയക്കുഴപ്പം സ്ഫുരിക്കുന്ന രാജാവിന്റെ മുഖം നോക്കി ഒരു പുഞ്ചിരിയോടെ സന്ന്യാസി തുടർന്നു. ''പക്ഷേ രാജൻ താങ്കൾ ജോലി

ചെയ്യുമ്പോൾ പഴയ കാര്യങ്ങൾ ഓർക്കുകയും വരാൻ പോകുന്നവ ആസൂത്രണം ചെയ്യുകയും അവയെച്ചൊല്ലി വേവലാതിപ്പെടുകയും ചെയ്യുന്നു. ഭക്ഷണം കഴിക്കുന്ന വേളയിൽ രാജ്യകാര്യങ്ങളെക്കുറിച്ചും ഇനിയും എടുക്കേണ്ടുന്ന തീരുമാനങ്ങളെക്കുറിച്ചുമാണ് താങ്കൾ ആലോചിക്കുന്നത്. ചായ കുടിക്കുമ്പോഴാകട്ടെ താങ്കൾ കേവലം ചായ കുടിക്കുകയല്ല, അപ്പോഴും കാര്യഗ്രസ്തനായിരിക്കുകയാണ്. താങ്കൾക്ക് മനസ്സിലാകുന്നുണ്ടോ?'' ഇനിയും ഒരു പാട് ദൂരം തനിക്ക് താണ്ടുവാനുണ്ടെന്ന തിരിച്ചറിവോടെ രാജാവ് തലയാട്ടി. ദൈനംദിന ജീവിതത്തിൽ ഇതെങ്ങനെ പ്രാവർത്തികമാക്കാം എന്ന് രാജാവ് ചിന്തിക്കുമ്പോൾ സന്യാസി പുഞ്ചിരിച്ചുകൊണ്ടിരുന്നു- അദ്ദേഹം ചായ കുടിക്കുകമാത്രം ചെയ്ത് അതാസ്വാദിക്കുകയായിരുന്നു.

എല്ലാ സൂചനകളും എപ്രകാരമാണ് നമ്മുടെ ഉള്ളത്തിലേക്ക് വിരൽ ചൂണ്ടുന്നതെന്ന് കഴിഞ്ഞ അദ്ധ്യായങ്ങളിൽ നമ്മൾ കണ്ടു കഴിഞ്ഞു. മാത്രമല്ല, നമ്മൾ പിറകെ പാഞ്ഞുകൊണ്ടിരിക്കുന്നതെല്ലാം സന്തോഷവാഗ്ദാനങ്ങൾ മാത്രമാണെന്നും അവയല്ല യഥാർത്ഥം എന്നും. നമ്മൾ സന്തോഷവും ശാന്തിയും ആനന്ദവും അനുഭവിക്കുന്നത് മനസ്സ് ആ നിമിഷം ഉള്ളിലേക്ക് ഉന്മുഖമായിക്കൊണ്ട് നമ്മുടെ സഹജമായ പ്രകൃതം അനുഭവിക്കുന്നതിനാലാണ് എന്ന് നമ്മൾ കണ്ടു. മാത്രമല്ല, അനായാസമായി ഈ നില നമുക്ക് പ്രാപ്യമായിരുന്നു, ചുരുങ്ങിയത് നമ്മുടെ ജീവിതത്തിലെ ആദ്യകാലത്തെങ്കിലും. അപ്പോൾ, മനശ്ശാന്തി കണ്ടെത്തുന്നത് തിരിച്ചറിവിന്റേയും വേഗത കുറയ്ക്കുന്നതിന്റേയും പ്രക്രിയകളിലൂടെയാണെന്നും അഭിവൃദ്ധിയുടേയോ നേട്ടങ്ങളിലൂടേയോ അല്ലെന്നും നാം മനസ്സിലാക്കുന്നു. നിങ്ങളെ സുഖദമായ ജീവിതത്തിലേക്ക് നയിക്കുമെന്ന് നിങ്ങൾ സ്വയം വാഗ്ദാനം ചെയ്ത വസ്തുക്കൾക്കു പുറകെയുള്ള ഓട്ടം നിർത്തിനോക്കിയാൽ കാണാം എത്തേണ്ടിടത്തുതന്നെയാണ് നിങ്ങൾ നിൽക്കുന്നതെന്ന്. യഥാർത്ഥ ശാന്തിയും സന്തോഷവും നിങ്ങളുടെ പ്രകൃതമാണ്, അത് നിങ്ങൾക്ക് നഷ്ടമാകില്ല. നിങ്ങളെ വലയം ചെയ്തിരിക്കുന്ന പൊടിയും ശബ്ദവും മൂലം നിങ്ങൾക്കത് കാണാനോ അനുഭവിക്കാനോ പറ്റിയെന്ന് വരില്ല. പക്ഷേ അതൊരിക്കലും നിങ്ങൾക്ക് നഷ്ടമായിട്ടില്ല. അങ്ങനെ ചിന്തിച്ചാൽ നമ്മൾ പരമാണു പോലെയാണ്. ഉള്ള് പോസിറ്റീവ് ആണ്, എന്തെങ്കിലും അസ്വാസ്ഥ്യം അല്ലെങ്കിൽ നെഗറ്റിവിറ്റി (ഇലക്ട്രോണുകൾ) പുറന്തോടിൽ മാത്രമാണ്.

നിങ്ങളുടെ മനസ്സിന്റെ ആഴത്തിൽ വ്യസനവും അമർഷവും പശ്ചാത്താപവും ആണ് ഉള്ളതെന്ന് ഏതെങ്കിലും മനശ്ശാസ്ത്രജ്ഞൻ പറയുകയാണെങ്കിൽ അദ്ദേഹം വേണ്ടത്ര ആഴത്തിൽ പോയിട്ടില്ലെന്ന് പറയേണ്ടി വരും. അവർ പുറന്തോടിൽ മാന്തിനോക്കുക മാത്രമായിരുന്നു.

നിങ്ങൾ കൂടുതലാഴത്തിൽ മുങ്ങിയാൽ അവിടെ, ആഴത്തിനുമുള്ളിൽ, ആനന്ദവും സമാധാനവും ഉന്മേഷവുമാണ് കാണുക. അപ്പോൾ നിങ്ങൾ ചെയ്യേണ്ടതിത്രയേയുള്ളൂ. നിങ്ങളാകുന്ന വജ്രത്തെ പൊതി ഞ്ഞിരിക്കുന്ന പൊടിയും മാലിന്യങ്ങളും തുടച്ചു നീക്കുക. വജ്രം പൊടി പൊതിഞ്ഞ് മലിനമാകാം പക്ഷേ അതൊരിക്കലും വജ്രമല്ലാ താകുന്നില്ല. നൂറ്റാണ്ടുകളായി അതൊരോടയിൽ കിടന്നതായിരിക്കാം. പക്ഷേ അതൊന്ന് വൃത്തിയായി തുടയ്ക്കുന്ന നിമിഷത്തിൽ നൂറ്റാണ്ടു കൾക്കു മുമ്പുണ്ടായിരുന്ന അതേ തേജസ്സോടെ അത് തിളങ്ങുന്നത് കാണാം. ഇപ്പറഞ്ഞ പൊടി തുടക്കലും മാറാല നീക്കലും ശുദ്ധവായു വരാനായി ജനൽ തുറക്കലും ഒക്കെത്തന്നെയാണ് ധ്യാനം. അതി നാൽ ഞാനതിങ്ങനെ വിശദമാക്കാം: ശാന്തിയോ സന്തോഷമോ നേടാൻ ധ്യാനം നിങ്ങളെ സഹായിക്കുന്നില്ല; ശരിയായി പറഞ്ഞാൽ ധ്യാനം നിങ്ങളെ അത് തിരിച്ചുപിടിക്കാനാണ് സഹായിക്കുക, അഥവാ, നമുക്കുള്ളിൽത്തന്നെ ഉള്ളതിലേക്ക് അത് പ്രവേശനം സാദ്ധ്യമാക്കും.

ധാരണകൾ, ആശയങ്ങൾ, പ്രതീക്ഷകൾ, തീവ്രാഭിനിവേശങ്ങൾ, വിരോധങ്ങൾ തുടങ്ങിയവയിൽ നമ്മുടെ മനസ്സ് കുരുങ്ങിക്കിടക്കുക യാണ്, കാരണം അവയുമായി നമ്മെ കൊളുത്താൻ എളുപ്പമാണ് എന്നതാണ്. പക്ഷേ, ഇതെല്ലാം വിട്ടുകളയാനുള്ള പരിശീലനം നമുക്കില്ല. ചെറുപ്രായത്തിൽ ഇതൊരു പ്രശ്നമായിരുന്നില്ല. പക്ഷേ നമ്മുടെ മനസ്സും ബുദ്ധിയും പരിപാകമാകുന്തോറും നമ്മൾ അനു ഭവങ്ങളെ മുറുകെ പിടിക്കുന്നു. അത് കാരണം അവയെ എങ്ങനെ വിട്ടുകളയണമെന്നത് പഠിക്കേണ്ടതായി വരികയാണ്.

മനസ്സിനെ ഭൂതകാലാനുഭവങ്ങളുടെ കൊളുത്തിൽ നിന്ന് വിടുവി ക്കാനും വർത്തമാനകാലത്തിൽ അനായാസമായി നങ്കൂരമിടാനും പഠിപ്പിക്കുന്നതാണ് ധ്യാനം. ഭൂതകാലം കോറിയിട്ട അനാവശ്യമായ പാടുകളേയും ഭാവിയെക്കുറിച്ചുള്ള ആകാംക്ഷകളേയും എത്രത്തോളം നിങ്ങൾക്ക് കളയാൻ സാധിക്കുന്നുവോ അത്രത്തോളം ഇപ്പോൾ സംഭവിച്ചുകൊണ്ടിരിക്കുന്ന കാര്യങ്ങളിൽ നിങ്ങൾ സന്നിഹിതരാകു കയും അത്രയേറെ നിങ്ങളുടെ സഹജാവസ്ഥയായ യഥാർത്ഥ ശാന്തി നിങ്ങൾ അനുഭവിച്ചു തുടങ്ങുകയും ചെയ്യുന്നു, അതായത് ആത്മ ശാന്തി. ഈ അവസ്ഥ നിങ്ങൾക്കെപ്പോൾ വേണമെങ്കിലും കയ്യെത്തു ന്നതാണ്, ഏത് സാഹചര്യത്തിലും. അതാണ് ആത്മശാന്തിക്കുള്ള പരിശ്രമങ്ങളെ അഭികാമ്യമാക്കുന്നത്.

മനസ്സിനെ അതിന്റെ കേന്ദ്രം അറിയാനും ഉന്മേഷം വീണ്ടെടുത്ത് പുനരുജ്ജീവിപ്പിക്കാനും സഹായിക്കുക വഴി അഗാധമായ വിശ്രമമേകു ന്നതാണ് ധ്യാനം. നാം മനസ്സിനെ പലവിധ തോന്നലുകൾക്കായി മലർത്തി തുറന്നിട്ടതിനാൽ, അവ അമിതമായി നമ്മെ ബാധിക്കുന്നു,

അതിൽ നിന്ന് അല്പം ആശ്വാസത്തിനായി പക്ഷേ, നമ്മൾ മനസ്സ് തോന്നലുകൾക്കായി കൂടുതൽ തുറക്കുകയാണ് ചെയ്യുന്നത്. ഇതിനു കാരണം നമ്മൾ മനസ്സിന് ശരിക്കും വിശ്രമം കൊടുക്കാൻ പഠിച്ചിട്ടില്ല എന്നതാണ്. ഇത് റേഡിയോ കേട്ട് മടുക്കുമ്പോൾ അത് നിർത്താൻ അറിയാത്ത കാരണം ടി.വി യുടെ ശബ്ദം റേഡിയോയെക്കാൾ കൂട്ടി വെക്കുന്ന പോലെയാണ്.

ഒന്ന് ശാന്തമായിരിക്കാൻ വേണ്ടി മനസ്സിന്റെ നിരന്തരമായ കലമ്പലിൽനിന്ന് – ഇതിൽ വേവലാതികളും ഭാവിപദ്ധതികളും ആഗ്രഹങ്ങളും ചേർന്നിരിക്കുന്നു – രക്ഷപ്പെടാൻ നിങ്ങൾ പലവിധത്തിൽ ശ്രമിക്കുന്നു. പക്ഷേ അവയൊന്നും തന്നെ മനസ്സിനെ വേറൊന്നിലേക്ക് വ്യതിചലിപ്പിക്കുകയല്ലാതെ മനസ്സിന് ഊർജ്ജമോ ഉന്മേഷമോ പകരാൻ സഹായിക്കുന്നില്ല. അല്പനേരത്തേക്കെങ്കിലും മനസ്സിനെ മറ്റെന്തെങ്കിലും വിധത്തിൽ വ്യാപൃതമാക്കി വേവലാതികളിൽ നിന്ന് ആശ്വാസം കണ്ടെത്താനായി ടി.വി. കാണുകയോ, സംഗീതം ശ്രവിക്കുകയോ, കമ്പ്യൂട്ടർ ഗെയിമുകളിൽ ഏർപ്പെടുകയോ മദ്യപിക്കുകയോ ചെയ്യുന്നത് നിങ്ങൾക്ക് നീണ്ടുനിൽക്കുന്ന ഒരാശ്വാസവും പ്രദാനം ചെയ്യുന്നില്ല. ഉറക്കത്തിൽപ്പോലും പൂർണ്ണമായി ശമനമാകാത്ത വിധത്തിൽ മനസ്സ് അമിതമായി പ്രവർത്തിക്കുകയാണ് ചെയ്യുന്നത്. നിങ്ങളുടെ നിദ്രയുടെ ഗുണനിലവാരം താഴുന്നു, രാത്രി മുഴുവൻ പലവിധ ചിന്തകളും സ്വപ്നങ്ങളുമായി എട്ട് മണിക്കൂർ ഉറങ്ങിയാൽപ്പോലും കാലത്ത് എഴുന്നേൽക്കുമ്പോൾ നിങ്ങൾക്ക് ഉന്മേഷം തോന്നുകയോ വിശ്രമം ലഭിച്ചതായി അനുഭവപ്പെടുകയോ ചെയ്യുന്നില്ല. കാലത്ത് വീണ്ടും കർമ്മവ്യഗ്രരാകാൻ പലർക്കും അല്പം ആവേശം പകരുന്ന സംഗീതമോ, ഒരു കപ്പ് ചായയോ കാപ്പിയോ, ചിലർക്ക് റെഡ് ബുൾപോലെയുള്ള ഏതെങ്കിലും ലഹരി പോലുമോ ആവശ്യമായി വരും. പക്ഷേ എക്കാലവും കാര്യങ്ങൾ ഇങ്ങനെയായിരുന്നില്ലല്ലോ, ഓർത്തു നോക്കാമോ?

കുഞ്ഞുനാളിൽ നിങ്ങളുടെ ഉറക്കം ആഴമുള്ളതായിരുന്നു. നിങ്ങൾ എഴുന്നേറ്റിരുന്നത് എത്രയോ ഉന്മേഷത്തോടും വിശ്രമിച്ചു കഴിഞ്ഞ പ്രസാദത്തോടുമായിരുന്നു, നിങ്ങൾ കിടക്കയിൽ നിന്ന് ചാടിയെഴുന്നേറ്റ് വീണ്ടും കളിക്കാൻ തുടങ്ങുമായിരുന്നു. ഈ ആനന്ദത്തിന്റെ സുപ്രധാനമായ ഒരു താക്കോൽ "വിട്ടുകളയാനുള്ള കഴിവാണ്" (Ability to let go). കാരണം ഒരു കുട്ടി ഉറക്കത്തിലാകുമ്പോൾ അതിലേക്ക് പൂർണ്ണമായും കീഴടങ്ങുകയാണ്, എല്ലാതിൽ നിന്നും മുക്തനായിക്കൊണ്ട്. അനാസക്തിയിൽ നിന്ന് വരുന്ന ഗുണമാണ് വിട്ടുകളയാനുള്ള കഴിവ്. മറ്റേത് കാലത്തിലുമുപരി ഇക്കാലത്ത് അനാസക്തി വളർത്തിയെടുക്കേണ്ടതുണ്ട്. ഒട്ടനവധി ആസക്തികളെ

പ്രോത്സാഹിപ്പിച്ചുകൊണ്ടിരിക്കുമ്പോൾ സമതുലിതാവസ്ഥ നില നിർത്താനായെങ്കിലും. എന്റെ ഗുരു ഒരിക്കൽ ഭംഗിയായി പറഞ്ഞു, ''ആസക്തി ശ്വാസമെടുക്കലാണ്, അനാസക്തി നിശ്വാസമാണ്, വിട്ടു കളയലാണ്. നമുക്ക് ജീവിതം ശ്വസിച്ച് കൊണ്ട് മുന്നോട്ട് പോകണം.''

അനാസക്തി ഒരു നിമിഷത്തേക്ക് എല്ലാം വേണ്ടെന്ന് വെക്കാനുള്ള കഴിവാണ്. ഇത് നമുക്കെല്ലാവർക്കും ഉണ്ട്, അതില്ലെങ്കിൽ രാത്രി ഉറങ്ങാൻ നിങ്ങൾക്കു കഴിയില്ല. ഈ ലോകത്തിൽ ഒന്നിലും ആസക്തിയില്ലാതിരിക്കുന്ന അവസ്ഥയാണ് അത്, ഇപ്പോൾ ഈ നിമിഷത്തിൽ എങ്കിലും. ജീവിതത്തിൽ സംഭവിച്ചുകൊണ്ടിരിക്കുന്നത് എന്തായാലും അവയെ വിട്ടുകളയാൻ കഴിഞ്ഞില്ലെങ്കിൽ നിങ്ങൾക്ക് രാത്രി ഉറങ്ങാൻ സാധിക്കില്ല. പക്ഷേ ബോധപൂർവ്വം അത് ചെയ്യുന്നത് നിങ്ങളുടെ മനസ്സിന് യഥാർത്ഥമായ വിശ്രമം കൊടുക്കും- ഉറക്കത്തേക്കാൾ ആഴമുള്ള വിശ്രമം. അതാണ് ധ്യാനം.

അനാസക്തിയുടെ അഭാവത്തിൽ ആസക്തി വിഷാദരോഗമായി മാറും. ഇക്കാലത്ത് നിർഭാഗ്യവശാൽ ഇതാണ് നാം പലപ്പോഴും കാണുന്നത്. ഒരു വിധത്തിൽ നോക്കിയാൽ, അനുഭവങ്ങളെ, ചിന്തകളെ, സംഭവങ്ങളെ, ആഗ്രഹങ്ങളെ എല്ലാം അതങ്ങനെ പോട്ടെ എന്ന മട്ടിൽ കരുതാൻ വേണ്ട അറിവില്ലാത്തതാണ് വിഷാദത്തിന് കാരണം. മാനസികാഘാതം തന്നെ ഒരു തരത്തിൽ നോക്കിയാൽ അനുഭവങ്ങളെ പ്രതി അപ്രകാരം ഒരു നിലപാടെടുക്കാൻ സാധിക്കാത്ത അവസ്ഥയാണ്. ഇങ്ങനെ നോക്കിയാൽ നമ്മിൽ പലരും ഇന്ന് അൽപാല്പം മാനസികാഘാതത്തിലാണ്. കാരണം സംഭവങ്ങളും സാഹചര്യങ്ങളും നമ്മെ വല്ലാതെ അസ്വസ്ഥരാക്കുക കാരണം രാത്രി ശരിയായി ഉറങ്ങാൻ പലർക്കും മരുന്നോ മറ്റ് ചികിത്സകളോ ആവശ്യമായി വരുന്നു. എന്നാൽ മാത്രമേ നന്നായി ഉറങ്ങാനും വിശ്രമിക്കാനും ജീവിതം നമുക്ക് നേരെ എടുത്തെറിയുന്ന സാഹചര്യങ്ങളെ കൈകാര്യം ചെയ്യാനും സാധിക്കുന്നുള്ളു. കുറെയേറെ വർഷങ്ങളായി നമുക്കുള്ളിൽ അമിതമായ അഭിനിവേശം എരിഞ്ഞു കൊണ്ടിരിക്കുകയാണ്. ഇത് ഒട്ടേറെ തൃഷ്ണകൾക്കും ആശകൾക്കും സ്വപ്നങ്ങൾക്കും ആശയങ്ങൾക്കും ചിറകുകൾ നൽകിയിട്ടുണ്ട്. പക്ഷേ ഇവയെല്ലാം വേണ്ടെന്ന് വച്ച് തിരിച്ച് നമ്മുടെ മനസ്സിന്റെ കേന്ദ്രത്തിലേക്ക് എത്താൻ നാം പഠിച്ചിട്ടില്ല. ആസക്തിയേയും അനാസക്തിയേയും ഒരുമിച്ച് കൊണ്ടുപോകാൻ സാധിക്കാതെ വരുമ്പോൾ നമ്മൾ പല പ്രശ്നങ്ങളും നേരിടേണ്ടി വരും- മാനസിക സമ്മർദ്ദമാകാം, വിഷാദമാകാം അല്ലെങ്കിൽ നിഷ്ഫലതാബോധമാകാം. അനാസക്തി നമ്മുടെ വേഗത ഒട്ടൊന്ന് കുറയ്ക്കുന്ന പ്രക്രിയയാണ്, അസ്തിത്വമില്ലാത്തതോ ഇനിയും കണ്ടെത്താനാകാത്തതോ ആയ

വിഷയങ്ങളിൽ നിന്ന് ശ്രദ്ധ മാറ്റി അസ്തിത്വമുള്ള വിഷയങ്ങളിലേക്ക് ശ്രദ്ധ ഊന്നുകയും നിങ്ങൾക്കാവശ്യമായ എല്ലാം ഈ നിമിഷത്തിൽ ഇവിടെയുണ്ട് എന്ന് തിരിച്ചറിയുകയുമാണ്. നിലവിലെ ഉണ്മകളെ, അവ എത്രയോ അപൂർണ്ണമായിക്കൊള്ളട്ടെ, സ്വീകരിക്കുകയാണ്. ഇങ്ങനെയുള്ള സന്ദർഭങ്ങളിലാണ് നിങ്ങൾ ശരിയായ വിശ്രാന്തിയും ശാന്തിയും സന്തോഷവും അനുഭവിക്കുന്നത്.

അല്ലെങ്കിൽ, നിങ്ങൾ സന്തോഷവാനായിരിക്കുന്നു. അപ്പോഴും വരാനിരിക്കുന്ന സന്തോഷത്തിനായി നിങ്ങൾ ദാഹിച്ചുതുടങ്ങുകയാലോ നിലവിലുള്ള സന്തോഷാവസ്ഥ നഷ്ടമാകാതെ എന്നെന്നും നിലനിൽക്കുന്നതിനെപ്പറ്റി ആകാംക്ഷപൂണ്ടോ മനസ്സ് ഓടാൻ ആരംഭിക്കും. എല്ലായ്പോഴും സന്തോഷവും ശാന്തിയും ഉണ്ടാകണമെന്ന നിങ്ങളുടെ മോഹം ഉപേക്ഷിച്ചാൽ മാത്രമേ നിങ്ങൾക്ക് യഥാർത്ഥത്തിൽ സന്തോഷവാനും ശാന്തനും സ്വച്ഛന്ദത അനുഭവിക്കുന്നവനുമാകാൻ സാധിക്കൂ. അല്ലെങ്കിൽ എല്ലായ്പോഴും ഇതേപോലെയിരിക്കണമെന്ന് മോഹം തന്നെ മറ്റൊരു മാനസികസമ്മർദ്ദവും വ്യാകുലതയുമായിത്തീരുന്നു.

ഭൗതികലോകത്തിന്റെ അസ്ഥിരത തിരിച്ചറിയുമ്പോൾ വലിയ ശ്രമമൊന്നും കൂടാതെ തന്നെ നമുക്ക് അനാസക്തരാകാൻ സാധിക്കുന്നു. പുരാതനകാലത്ത് ഇതിനെ ശ്മശാന വൈരാഗ്യം എന്നു പറഞ്ഞിരുന്നു, അതായത് ശ്മശാനഭൂമിയിലെ വൈരാഗ്യം. പ്രിയപ്പെട്ട ഒരാളുടെ മരണാനന്തരമോ, മാരകമാകാമായിരുന്ന അപകടത്തിൽ നിന്നോ രോഗാവസ്ഥയിൽ നിന്നോ രക്ഷപ്പെട്ട ശേഷമോ, അതുമല്ലെങ്കിൽ ജീവിതത്തിലിനി പരിമിതമായ സമയമേ ബാക്കിയുള്ളൂ എന്നറിയുമ്പോഴോ തങ്ങളുടെ ജീവിതശൈലിയിൽ അല്ലെങ്കിൽ ജീവിതവീക്ഷണത്തിൽ കടുത്ത മാറ്റങ്ങൾ വരുത്തിയവരെ എനിക്കറിയാം. നമ്മുടെ ജീവിതത്തിന്റെ ക്ഷണികതയിലേക്ക് അവരുടെ കണ്ണുകൾ തുറക്കുകയായിരുന്നു. ഇതവരെ നിസ്സാരമായ മനപ്രയാസങ്ങളെ അവഗണിച്ച് ശരിക്കും പ്രധാനമായ കാര്യങ്ങളിൽ ശ്രദ്ധയൂന്നാൻ പ്രേരിപ്പിച്ചു.

ഈ സത്യത്തെക്കുറിച്ച് രസകരമായ കഥ ഒരിക്കൽ കേട്ടത് ഞാനോർക്കുന്നു. വളരെക്കാലമായി തന്റെ മനസ്സിനെ മഥിച്ചിരുന്ന ഒരു ചോദ്യം ഗുരുവിനോട് ചോദിക്കാൻ ഒരു മാന്യന് ധൈര്യം തോന്നുകയാണ്. ''ഗുരോ, അങ്ങയോട് എനിക്കൊരു ചോദ്യം ചോദിക്കാനുണ്ട്. പക്ഷേ സത്യമായ ഉത്തരം നൽകുമെന്ന് അങ്ങ് വാക്കു തരണം.''

ഗുരു പുഞ്ചിരിച്ചു, പക്ഷേ അസാധാരണമായ നിബന്ധനയിൽ അത്ഭുതം കൂറിയപോലെ അദ്ദേഹം മാന്യനോട് പറഞ്ഞു: ''തീർച്ചയായും

ഞാനെപ്പോഴും സത്യസന്ധനായിരുന്നില്ലേ? എനിക്കൊന്നും ഒളിക്കാനില്ല, ചോദിച്ചു കൊള്ളുക.''

ഗുരുവിന്റെ വാക്കുകളാൽ പ്രോത്സാഹിതനായി തുടരാൻ തീരുമാനിച്ച് മാന്യൻ ചോദിച്ചു. ''അങ്ങേക്ക് ഒരിക്കലും കോപമോ നിഷ്ഫലതാബോധമോ അസൂയയോ കാമമോ ആർത്തിയോ ഒന്നും തോന്നുന്നില്ലേ? ഗുരോ, എന്നോട് സത്യം പറയൂ, എങ്ങനെയാണ് അങ്ങ് ഇതെല്ലാം കൈകാര്യം ചെയ്യുന്നത്?''

ഗുരു അദ്ദേഹത്തിന്റെ കണ്ണുകളിലേക്ക് ഒരു നിമിഷം നോക്കി ഒന്ന് പുഞ്ചിരിച്ചു. ''വാക്ക് തന്നപോലെ ഞാൻ നിങ്ങൾക്ക് ഉത്തരം നൽകാം, പക്ഷേ ഞാനത് ഞായറാഴ്ച ചെയ്യും. അത് പോരെ?''

വർഷങ്ങളോളം ഈ ചോദ്യം ചോദിക്കാനായി കാത്തിരുന്ന അയാൾ ഇനി ഏതാനും ദിവസങ്ങൾ കൂടി കാത്തിരിക്കുന്നത് കാര്യമാക്കാതെ അതിന് സമ്മതിച്ചു. പിറ്റേന്ന് സായാഹ്നപ്രഭാഷണത്തിൽ പങ്കെടുക്കാനായി അയാൾ ഒരിക്കൽകൂടി ആശ്രമത്തിലെത്തി. പരിപാടി കഴിഞ്ഞപ്പോഴാകട്ടെ, ഗുരു വേഗത്തിൽ അയാളുടെ അടുത്തെത്തുകയും സൗമ്യതയോടെ അയാളെ മാറ്റിനിർത്തി തന്റെ ശബ്ദത്തിലെ തിടുക്കം പ്രകടമാക്കി പറഞ്ഞു. ''നിങ്ങൾ ഇന്ന് വന്നത് എനിക്ക് സന്തോഷമായി. സുപ്രധാനമായ ഒരു കാര്യം എനിക്ക് നിങ്ങളോട് പറയാനുണ്ട്.''

എന്തായിരിക്കാം ഇത്രയും പ്രധാന കാര്യം എന്ന് അയാൾ അമ്പരന്നു, കാരണം, ഗുരു ഇതിന് മുമ്പ് ഇങ്ങനെ അയാളോട് സംസാരിച്ചിട്ടുണ്ടായിരുന്നില്ല.

''എന്റെ പ്രഭാതധ്യാനത്തിനിടയിൽ എനിക്കൊരു തോന്നലുണ്ടായി, നാളെ കാലത്ത് ആറു മണിക്ക് നിങ്ങൾ ദേഹം വെടിയുമെന്ന്. ഉടനെ നിങ്ങളെ ഇതറിയിക്കണമെന്ന് എനിക്ക് തോന്നി, ചുരുങ്ങിയത് സ്വയം തയ്യാറാകാൻ നിങ്ങൾക്ക് സമയം വേണമല്ലോ.''

വിശ്വസിക്കാനാവാതെ ആ മനുഷ്യൻ ഗുരുവിനെ നോക്കി. പക്ഷേ നാളിതുവരെ ഗുരു സത്യമല്ലാതൊന്നും ഉരിയാടിയിട്ടില്ല, ഭാവി സംഭവങ്ങളെക്കുറിച്ച് അദ്ദേഹം പ്രവചിച്ചതൊന്നും ഫലിക്കാതിരുന്നിട്ടുമില്ല, അയാൾ ഓർത്തു. ഇപ്പോൾ ലഭിച്ച ഈ അറിവിനാൽ ചകിതനായ അയാൾ വീട്ടിലേക്ക് മടങ്ങിയെത്തിയ ശേഷം സ്വയം നിയന്ത്രിച്ച് തനിക്ക് ഇനി ശിഷ്ടമുള്ള സമയം ഏറ്റവും നല്ല രീതിയിൽ ചെലവഴിക്കണമെന്ന് തീരുമാനിച്ചു.

തന്റെ മരണപത്രവും അന്ത്യാഭിലാഷങ്ങളും എഴുതിയ ശേഷം അയാൾ തന്റെ കുടുംബാംഗങ്ങളേയും ഉറ്റസുഹൃത്തുക്കളേയും കാര്യം

അറിയിച്ചു. വാർത്തയറിഞ്ഞപ്പോൾ അവരെല്ലാം തകർന്ന ഹൃദയത്തോടെ അയാൾക്കരികെയെത്തി. വിലപിച്ചും വ്യസനിച്ചും തന്റെ ചുറ്റുമുള്ളവർക്കിടയിലിരിക്കുമ്പോൾ തന്റെ അന്ത്യനിമിഷങ്ങൾ ഇങ്ങനെയല്ല ചെലവഴിക്കേണ്ടത് എന്ന് അയാൾക്ക് തോന്നി. അയാൾ എല്ലാവരോടുമായി പറഞ്ഞു, തമാശ പറഞ്ഞും അവരുടെ ജീവിതത്തിലെ സന്തോഷകരമായ സന്ദർഭങ്ങൾ ഓർത്തുമാണ് ഈ അന്ത്യനിമിഷങ്ങൾ കഴിക്കാൻ താനാഗ്രഹിക്കുന്നതെന്ന്. അവരതുതന്നെ ചെയ്തു. കുറേ നേരം ഇങ്ങനെ കഴിഞ്ഞപ്പോൾ തനിക്ക് തനിച്ചായി കുറച്ചു സമയം ഇരിക്കണമെന്നതിനാൽ അവരോടെല്ലാം പൊയ്ക്കൊള്ളാൻ അയാൾ പറഞ്ഞു, അവരെല്ലാം പിറ്റേന്ന് കാലത്ത് തിരിച്ചെത്തി തനിക്ക് അവസാനയാത്ര പറയണമെന്നും.

അനന്തരം, അയാൾ തനിച്ചിരുന്നു. താൻ ദേഹം വെടിഞ്ഞതിനു ശേഷം എന്തു സംഭവിക്കുമെന്ന് ചിന്തിച്ചപ്പോൾ അയാൾക്ക് തോന്നി, സ്വർഗ്ഗവും നരകവും യഥാർത്ഥമാണെങ്കിൽ തനിക്ക് സ്വർഗ്ഗത്തിലേക്ക് തന്നെ പോകണം. ഇപ്പോൾത്തന്നെ വേണ്ടത് ചെയ്യുന്നതാണ് പിന്നീട് ദുഃഖിക്കുന്നതിനേക്കാൾ നന്നായിരിക്കുക എന്ന ചിന്തയാൽ അയാൾ ഫോൺ എടുത്ത് താൻ നല്ല ബന്ധം പുലർത്താത്തവരേയും താൻ ഉപദ്രവിച്ചിരിക്കാൻ സാദ്ധ്യതയുള്ളവരേയും വിളിക്കാൻ തുടങ്ങി. അവരോടെല്ലാം മാപ്പ് പറഞ്ഞ് സൗഹാർദ്ദത്തിലായപ്പോൾ അയാൾക്ക് സ്വയം ശാന്തിയനുഭവപ്പെട്ടു, തന്റെ ഭാഗത്തുനിന്ന് ചെയ്യാവുന്നതെല്ലാം ചെയ്തിരിക്കുന്നു.

ഈ ഭൂമിയിലെ തന്റെ അവസാനത്തെ മണിക്കൂറുകൾ ഉറങ്ങിത്തീർക്കാനുള്ളതല്ലെന്ന് കരുതി രാത്രി ബാക്കിയുള്ള സമയം തനിക്ക് പ്രിയപ്പെട്ട സംഗീതം ആസ്വദിച്ചിരിക്കാൻ അയാൾ തീരുമാനിച്ചു. അങ്ങനെ പ്രഭാതം വന്നെത്തി, ഒപ്പം അയാളുടെ സുഹൃത്തുക്കളും ബന്ധുക്കളും എത്തിത്തുടങ്ങി.

ക്ലോക്കിൽ സമയം 5.30 ആയപ്പോൾ അയാൾ തന്റെ കട്ടിലിൽ നിവർന്ന് കിടന്നു, മരണം എത്തിച്ചേരുമ്പോൾ അദ്ദേഹത്തെ സ്വാഗതം ചെയ്യാൻ സന്നദ്ധനായി. 5.45ന് പക്ഷേ പെട്ടെന്ന് ഡോർബെൽ അടിച്ചു. അയാളുടെ സഹോദരൻ വാതിൽ തുറന്നപ്പോൾ ഋഷിസമാനമായ ഗുരുവിന്റെ രൂപം മുറിക്കുള്ളിലേക്ക് നടന്നു വരുന്നത് കണ്ട് എല്ലാവരും അന്ധാളിച്ചു. ദേഹം വെടിയുന്ന നേരം മരണശയ്യയ്ക്കരികെ തങ്ങളുടെ ഗുരു ഉണ്ടാകുന്നത് വലിയ അനുഗ്രഹമായിട്ടാണ് കണക്കാക്കപ്പെടുന്നത്. ഇതിന്റെ അർത്ഥം നിങ്ങൾ മുക്തിപ്രാപിക്കും എന്നാണ്, ചുരുങ്ങിയത് മരണാനന്തരം ഏറ്റവും അഭിലഷണീയമായ സ്ഥലത്തേക്ക് നിങ്ങൾ എത്തും.

''എന്റെ പ്രിയപ്പെട്ട കുഞ്ഞേ, ഞാനൊരു കുറ്റസമ്മതം നടത്തട്ടെ. നിന്നോട് ഞാൻ തെറ്റ് ചെയ്തു.'' ഗുരുവിന് പൂർത്തിയാക്കാൻ കഴിയുന്നതിനു മുമ്പായി ആ മാന്യൻ ഇടപെട്ടു. ''അയ്യോ, അതിപ്പോൾ പ്രസക്തമല്ല. ഞാനെല്ലാവരുമായും ശാന്തിയിലായി. ഇപ്പോൾ എനിക്ക് സംതൃപ്തിയും സമാധാനവും അനുഭവപ്പെടുന്നു. എനിക്ക് ഒന്നും അറിയണമെന്നല്ല. അങ്ങ് അതെന്നോട് പറഞ്ഞാൽ അതെന്നിലെ അധമവികാരങ്ങൾ വീണ്ടും ഇളക്കും. സമാധാനമായി മരിക്കാനാണ് എനിക്ക് താത്പര്യം. ഞാൻ സന്തോഷവാനാണ്.''

ഗുരു മന്ദഹസിച്ചു കൊണ്ട് കുസൃതി സ്ഫുരിക്കുന്ന ഭാവത്തിൽ അയാളോട് പറഞ്ഞു. ''പക്ഷേ അതുതന്നെയാണ് കാര്യം. നിങ്ങൾ മരിക്കാൻ പോകുന്നില്ല.''

ഒരു നിമിഷത്തേക്ക് ആ മനുഷ്യൻ സ്തബ്ധനായി കാണപ്പെട്ടു. പിന്നെ കട്ടിലിൽ നിവർന്നിരുന്ന് ഗുരുവിനെ നോക്കി അയാൾ ചോദിച്ചു. ''അങ്ങ് എന്താണ് ഉദ്ദേശിക്കുന്നത്?''

''എന്റെ സ്നേഹിതാ. ധ്യാനസമയത്ത് എനിക്കുണ്ടായി എന്നു പറഞ്ഞ തോന്നൽ ഞാനുണ്ടാക്കിയ ഒരു കഥയാണ്. നിങ്ങൾ മരിക്കാൻ പോകുന്നില്ല, ചുരുങ്ങിയത് അടുത്തെങ്ങാനും.''

എന്താണ് പറയേണ്ടതെന്ന് അയാൾക്ക് ഒരു രൂപവുമുണ്ടായിരുന്നില്ല, കാരണം ഇത് ആകെ കുഴക്കുന്നതായിരുന്നു. പക്ഷേ ഗുരു തുടർന്നു. ''പക്ഷേ എന്നോട് ഒരു കാര്യം പറയൂ. ഇക്കഴിഞ്ഞ ഒരു ദിവസം നിങ്ങൾക്ക് കോപം, കാമം, ആർത്തി, അസൂയ എന്നിങ്ങനെ എന്തെങ്കിലും ചിന്ത ഉണ്ടായിരുന്നോ?''

പൊടുന്നനെ, പ്രഹേളികയുടെ ചുരുളുകൾ ഓരോന്നായി തെളിഞ്ഞുവന്നു. അയാൾ ഗുരുവിന്റെ മുഖത്തേക്ക് നോക്കി. ''ഗുരുവേ, ഒരെറ്റൊന്നും ഉണ്ടായിരുന്നില്ല. മരിക്കാൻ പോകുകയാണ് എന്ന് വിചാരിച്ചിരിക്കുമ്പോൾ ആരോടെങ്കിലും വെറുപ്പ് തോന്നാനോ എന്തിനെക്കുറിച്ചെങ്കിലും വൃഥാ ചിന്തിക്കുവാനോ എവിടെയാണ് സമയം? അതിനായി സമയവും ഊർജ്ജവും കളയുന്നത് അർത്ഥശൂന്യമല്ലേ?. അവയെല്ലാം എത്ര നിസ്സാരങ്ങളാണ്!'' പുഞ്ചിരിയോടെ ഗുരു പറഞ്ഞു, ''ഇപ്പോൾ നിങ്ങളുടെ സംശയത്തിന് ഉത്തരം കിട്ടിയല്ലോ? ഓരോ നിമിഷവും അവസാനത്തേതാണ് എന്ന പോലെയാണ് ഞാൻ ജീവിക്കുന്നത്.''

ഒരു ദിവസം നമ്മൾ മരിക്കുമെന്ന് എല്ലാവർക്കും അറിയാം. പക്ഷേ ഈ യാഥാർത്ഥ്യവുമായി നേർക്കുനേർ നിൽക്കുന്ന ദിവസം വരെ മരണം എന്താണെന്ന് നാം അറിയുന്നില്ല. അറിയുമ്പോഴാകട്ടെ, അത് നമ്മെ പരിവർത്തനപ്പെടുത്തുന്നു. അതു വരെ ചിരഞ്ജീവികളാണ്

എന്നപോലെ നാം ജീവിക്കുന്നു. അതിനാൽ നമുക്ക് പ്രധാനമായ കാര്യങ്ങൾ പോലും മറ്റൊരിക്കൽ ചെയ്യാം എന്ന് വിചാരിച്ചു കൊണ്ട് നാം നീട്ടിവെക്കുന്നു. ഇതിനിടെ അനവധി നിസ്സാരമായ കാര്യങ്ങളിൽ നാം വ്യപൃതരാകുന്നു. അന്ത്യം എപ്പോൾ വേണമെങ്കിലും, പലപ്പോഴും യാതൊരു മുന്നറിയിപ്പുമില്ലാതെ സംഭവിക്കാമെന്നത് നാം മറക്കുന്നു.

നമ്മുടെ സമയം ശരിക്കും പരിമിതമാണെന്ന് അറിയുമ്പോൾ, അത് പത്ത് ദിവസമോ പത്ത് വർഷമോ അല്ലെങ്കിൽ അമ്പത് വർഷമോ ആകട്ടെ, നാമൊരു സത്യം മനസ്സിലാക്കുന്നു. അതായത് ഇക്കാലമത്രയും നമ്മുടെ സമയവും ഊർജ്ജവും എടുത്തിരുന്ന പ്രശ്നങ്ങളും വിഷയങ്ങളും എത്രയോ നിസ്സാരമാണ് എന്ന്, അവയെക്കുറിച്ച് ചിന്തിക്കുന്നതുപോലും അനാവശ്യമാണെന്നും. ഇങ്ങനെയൊരു ഓർമ്മപ്പെടുത്തൽ മതി നമുക്ക് പ്രസക്തമായ കാര്യങ്ങളിലേക്ക് നമ്മെ തിരിച്ചു കൊണ്ടുവരാനും നമ്മളാഗ്രഹിക്കുന്ന വിധത്തിൽ സമയം ചെലവഴിക്കാനും. വരുംകാലത്തേക്കാൾ പ്രധാനം വർത്തമാനമാണ് എന്ന അവബോധരൂപീകരണത്തിന് അത് സഹായിക്കുന്നു, ഒപ്പംതന്നെ അനാവശ്യമായ വേവലാതികളേയും കോപത്തേയും അസൂയയേയും കളയാനും. നമ്മളും നാം വെറുക്കുന്നവരും ഒരു ദിവസം മരിക്കേണ്ടവരാണ് എന്ന അറിവാണ് ഇതിനാധാരം. അതിനാൽ അനിവാര്യതയെക്കുറിച്ചുള്ള അറിവ് അല്ലെങ്കിൽ അവബോധം ഭയപ്പെടുത്തുകയോ വിഷാദം ജനിപ്പിക്കുകയോ ശ്വാസം മുട്ടിക്കുകയോ ചെയ്യുന്നില്ല, മറിച്ച് ആ അറിവ് നമ്മെ ജീവസ്സുറ്റവരും മോചിതരുമാക്കുന്നു. പൊടുന്നനവേ നമ്മെ സംബന്ധിച്ചേടത്തോളം ശരിക്കും പ്രധാനമായ കാര്യങ്ങളിൽ നാം വ്യാപൃതരാകാൻ തുടങ്ങുന്നു- നാം യഥാർത്ഥത്തിൽ നമ്മുടെ ജീവിതം ജീവിച്ചു തുടങ്ങുന്നു. നമ്മുടെ സമാധാനവും സന്തോഷവും കവർന്നെടുക്കുന്ന ഒരു പാട് കാര്യങ്ങളിൽനിന്ന് അത് നമ്മെ മുക്തമാക്കുന്നു.

ഇത്രകാലവും അവർക്ക് ലഭ്യമല്ലാതിരുന്ന മനശ്ശാന്തിയും യഥാർത്ഥ സന്തോഷവും ശരിയായ സ്വാതന്ത്ര്യവും ഒരു നാൾ പ്രാപ്യമാകുമെന്ന പ്രതീക്ഷയിലാണ് പലരും ജീവിച്ചുപോരുന്നത്. പക്ഷ, ഒരേ പ്രവൃത്തി തുടരുകയും മറ്റൊരു ഫലം പ്രതീക്ഷിക്കുകയും ചെയ്യുന്നത് ബുദ്ധിഭ്രമത്തിന്റെ ഉത്തമമായ നിർവ്വചനമാണ്. ഫലം വ്യത്യസ്തമാകണമെങ്കിൽ നിങ്ങൾ വ്യത്യസ്തമായി കാര്യങ്ങൾ ചെയ്യേണ്ടിയിരിക്കുന്നു. ശാന്തിയും മുക്തിയും നിങ്ങൾക്കുള്ളിൽ മാത്രമേ കണ്ടെത്താനാവൂ. ധ്യാനം മനസ്സിനെ ചിട്ടപ്പെടുത്താൻ സഹായിക്കുന്നു, അങ്ങനെ, നമ്മുടെ മനസ്സിനുമപ്പുറത്ത് നിലക്കൊള്ളുന്ന അസ്തിത്വത്തിന്റെ ആഴത്തിലുള്ള അടരുകളെ അനുഭവിക്കാൻ നമുക്ക് സാധിക്കുന്നു. അനാസക്തി (വൈരാഗ്യം, നിസ്സംഗത) ഇവിടെ വളർത്തിയെടുക്കേണ്ട അത്യന്താപേക്ഷിതമായ ഗുണമാണ്. ബാഹ്യലോകത്തിലെ

പല പല സംഗതികളിലേക്ക് പാഞ്ഞുകൊണ്ടിരിക്കുന്ന മനസ്സിനെ ഉള്ളിലേക്ക് അതിന്റെ ഉത്ഭവസ്ഥാനത്തേക്ക് തിരികെ വലിക്കാനുള്ള കഴിവാണ് അത്. നിലവിലുള്ള അവസ്ഥയുമായി പൊരുത്തപ്പെട്ട് സന്തുഷ്ടിക്കും ശാന്തിക്കുമായി വേണ്ടതെല്ലാം നിങ്ങളുടെയടുത്തുതന്നെയുണ്ടെന്ന തിരിച്ചറിവാണ്. ഒന്നും തന്നെ ഇപ്പോൾ ആവശ്യമില്ല എന്ന് നിങ്ങൾക്ക് ശരിക്കും തോന്നിയാൽ മനസ്സിലെ അലകൾ പൊടുന്നനെ ശാന്തമാകുന്നു. നിങ്ങൾ നിങ്ങളുടെ സഹജ പ്രകൃതവുമായി അടുക്കാൻ തുടങ്ങുകയും ചെയ്യുന്നു. നിങ്ങളും നിങ്ങളുടെ ജീവിതവും ലോകവും ഈ നിമിഷം എങ്ങനെയാണോ അതുമായി സൗഖ്യപ്പെടലാണ് അത്.

പലരും എന്നോട് ചോദിക്കാറുണ്ട് നിങ്ങൾ എങ്ങിനെ ഇത്ര സൗഖ്യമായും ശാന്തമായും ലളിതമായും ജീവിക്കുന്നു? നിങ്ങൾ ഇടയ്ക്കിടയ്ക്ക് സ്ഥലം മാറിക്കൊണ്ടിരിക്കുന്നു, സ്ഥിരമായൊരു സ്ഥലം നിങ്ങൾക്ക് വേണ്ടേ? നിങ്ങൾക്ക് കുറച്ചൊക്കെ സമ്പാദ്യം വേണ്ടേ? വയസ്സാകുമ്പോൾ നിങ്ങൾ എന്തു ചെയ്യും? ഇപ്പോൾ അനുഭവിക്കുന്ന സുഖം നിലനിന്നില്ലെങ്കിൽ? ഇടയ്ക്കെങ്കിലും അല്പം സമയം നിങ്ങൾക്കായി ചെലവിടാൻ വേണ്ടി അവധിയെടുത്തു കൂടേ? അല്ലെങ്കിൽ എവിടേക്കെങ്കിലും ഒരു യാത്ര പോയ്ക്കൂടേ? നിങ്ങളുടെ ജീവിതം തികച്ചും കഠിനം തന്നെ. അവർ ധരിക്കുന്നതിന് നേരെ എതിരാണ് സത്യമെന്ന് എങ്ങിനെയാണ് ആൾക്കാരെ പറഞ്ഞു മനസ്സിലാക്കുക? നിങ്ങൾക്ക് ആവശ്യങ്ങൾ എത്ര കുറയുന്നുവോ അത്രയധികം നിങ്ങൾ സന്തോഷവാനും സ്വസ്ഥനുമാകുമെന്നത് എങ്ങനെയാണ് വിശദീകരിക്കുക? എവിടെയിരുന്നാലും അവിടെ സൗഖ്യം കൊള്ളാനും, അവബോധത്തോടെ ജീവിക്കുമ്പോഴും വേവലാതികളില്ലാതെയിരിക്കാനും വളരെ കുറച്ച് മാത്രം കൊണ്ട് സന്തുഷ്ടരാകാനുമുള്ള കഴിവ് നമ്മിലെല്ലാമുണ്ട്. ജീവിതം എത്രമാത്രം സുന്ദരമാണെന്നതിനെക്കുറിച്ച് നിങ്ങൾക്ക് ധാരണയില്ല. കൊച്ചുകൊച്ചു സന്തോഷങ്ങൾ വളരെ വലുതാകുന്നു. യഥാർത്ഥത്തിലുള്ള മനശ്ശാന്തി, അതിന്റെ നിലനിൽപ്പ് പുറത്തുള്ള ഒന്നുമായും ബന്ധപ്പെട്ടതല്ലാത്തതിനാൽ, വളരെ ഉറപ്പുള്ളതാണ്. ഇതാണ് നിസ്സംഗതയ്ക്ക് നിങ്ങളുടെ ജീവിതത്തിലേക്ക് ചേർക്കാൻ കഴിയുന്ന മൂല്യം. നിസ്സംഗതയുടെ അർത്ഥം നിങ്ങൾക്ക് യാതൊന്നും ആസ്വദിക്കാൻ സാധിക്കാത്ത നിലയല്ല. വാസ്തവത്തിൽ അത് നിങ്ങളെ എന്തും ആസ്വദിക്കാൻ അനുവദിക്കും. അത് മനോഹരമായ വ്യതിചലനം നിങ്ങളുടെ ജീവിതത്തിൽ കൊണ്ടുവരും- സന്തോഷിക്കാമെന്ന പ്രതീക്ഷയോടെ നിങ്ങൾ ഒന്നും ചെയ്യേണ്ടതില്ല, മറിച്ച് ചെയ്യുന്നതെന്തും സസന്തോഷം ചെയ്യുക. എന്റെ ഗുരു മനോഹരമായി വിവരിച്ചപോലെ, സന്തോഷം

തേടിയുള്ള യാത്ര എന്ന രീതിയിൽ ജീവിതം നയിക്കുന്നത് അവസാനിപ്പിച്ച് സന്തോഷത്തിന്റെ പ്രകാശനമായി ജീവിക്കാനാരംഭിക്കുന്ന തലത്തിൽ നിങ്ങളെത്തുന്നു.

ഭാരതത്തിലെ ഏറ്റവും തിളക്കമുള്ള ധിഷണാശാലികളിലും സന്യാസിവര്യന്മാരിലും തത്ത്വജ്ഞാനികളിലും ഒരാളായ ആദി ശങ്കരാചാര്യർ നൂറ്റാണ്ടുകൾക്ക് മുമ്പ് തന്റെ ഭജഗോവിന്ദം എന്ന കാവ്യത്തിൽ മനോഹരമായി ഇക്കാര്യം അവതരിപ്പിച്ചിട്ടുണ്ട്. അദ്ദേഹം പറഞ്ഞു, 'കസ്യ സുഖം ന കരോതി വിരാഗ', അതായത് ''എന്ത് സന്തോഷമാണ് വൈരാഗ്യത്തിന് നൽകാനാകാത്തത്?'' താത്പര്യമില്ലായ്മ, ജഡത, ആനന്ദരാഹിത്യം എന്നീ അവസ്ഥകളായി വൈരാഗ്യം തെറ്റിദ്ധരിക്കപ്പെട്ടിട്ടുണ്ട്. മറിച്ചാണ് സത്യം. നിങ്ങളിൽ നിന്ന് പിരിക്കാനാവാത്ത ഊർജ്ജസ്വലതയും സന്തോഷവും ആനന്ദവും സ്വാതന്ത്ര്യവും യഥാർത്ഥമായ വൈരാഗ്യം പ്രദാനം ചെയ്യും, കാരണം നിങ്ങൾക്ക് ബാഹ്യമായ ഒന്നിനേയും ആശ്രയിച്ചല്ല അത്. ഇവയെല്ലാം ദർശിക്കാവുന്ന അന്തരാളത്തിലേക്ക് നിങ്ങളെ നയിക്കുന്ന പരിശീലനമാണ് ധ്യാനം.

ജ്ഞാനസൂത്രങ്ങൾ

* നിങ്ങൾക്ക് ആവശ്യങ്ങൾ എത്ര കണ്ട് കുറവാണോ സന്തോഷം അത്രയും നിരുപാധികമാകും.
* ദുഃഖാർത്തനാകാൻ നിങ്ങൾക്ക് ഒരു കാരണം വേണം. സന്തോഷവാനാകാനാകട്ടെ, ഒരു കാരണവും ആവശ്യമില്ല. സന്തോഷം നിങ്ങളുടെ സഹജപ്രകൃതമാണ്.
* യഥാർത്ഥ മുക്തി അനുഭവിക്കുന്നത് ജീവിതത്തെ സന്തോഷം തേടിയുള്ള യാത്ര എന്നതിൽ നിന്ന് സന്തോഷത്തിന്റെ പ്രകാശനമായി മാറ്റുമ്പോളാണ്.

10 മിനിറ്റ് പരിശീലനം

സ്വസ്ഥമായി ഇരുന്ന് ഒരു നിമിഷം കണ്ണുകളടക്കുക. ചെയ്തുതീർക്കാനായി നിങ്ങളുണ്ടാക്കിയ ലിസ്റ്റിലെ കാര്യങ്ങളെല്ലാം ഓർത്തെടുക്കുക. നിങ്ങൾ ചെയ്യാനാഗ്രഹിക്കുന്ന കാര്യങ്ങൾ, ചെയ്തുതീർക്കാൻ ശ്രമിക്കുന്നവ, നിങ്ങളുടെ സമയവും ഊർജ്ജവും ഇപ്പോൾ എടുക്കുന്നതും അടുത്ത ദിവസങ്ങളിലും ആഴ്ചകളിലുമായി എടുക്കാൻ പോകുന്നതുമായ കാര്യങ്ങൾ എന്നിങ്ങനെ.

കണ്ണുകൾ തുറന്ന് അവയെല്ലാം ഒരു കടലാസ്സിൽ എഴുതുക. മനസ്സിൽ വരുന്നതെല്ലാം എഴുതുക, ആലോചിച്ച് കൂടുതൽ കാര്യങ്ങൾ കൂട്ടിച്ചേർക്കുക. ഇപ്പോഴോ അടുത്ത ദിവസങ്ങളിലോ ചെയ്തു തീർക്കണമെന്ന് ചിന്തിച്ച് നിങ്ങൾ അസ്വസ്ഥനാകുന്ന കാര്യങ്ങൾ ഇനിയൊന്നുമില്ല എന്ന് ഉറപ്പാകുംവരെ ഇത് തുടരുക. ഇപ്പോൾ നിങ്ങളെ അസ്വസ്ഥനാക്കുന്ന, അല്ലെങ്കിൽ വേവലാതിപ്പെടുത്തുന്ന കാര്യങ്ങളും എഴുതുക. സ്നേഹിതനുമായോ ബന്ധുവുമായോ ഉണ്ടായ തെറ്റിദ്ധാരണയാകാം, അല്ലെങ്കിൽ അടുത്ത മാസത്തെ കാര്യക്ഷമതാ നിർണ്ണയത്തിൽ നല്ല മാർക്ക് കിട്ടുമോ എന്നതിനെക്കുറിച്ചുള്ള ഉത്ക്കണ്ഠയോ മറ്റെന്തെങ്കിലുമോ ആകാം.

ഇനി മറ്റൊരു കടലാസ്സെടുക്കുക, അല്ലെങ്കിൽ പുതിയൊരു കോളം വരക്കുക. നമ്മൾ ഒരു ലിസ്റ്റ് കൂടി ഉണ്ടാക്കാൻ പോകുകയാണ്, പക്ഷേ നമ്മളത് ചെയ്യുന്നത് വ്യത്യസ്തമായിട്ടായിരിക്കും.

ഇനി ഒരാഴ്ചകൂടിയേ നിങ്ങൾക്ക് ആയുസ്സുള്ളൂ എന്ന് ഒരു നിമിഷം സങ്കൽപിക്കുക. ഈയൊരു അന്ത്യ വാരത്തിൽ നിങ്ങൾ എന്ത് ചെയ്ത് തീർക്കുവാനാണ് ആഗ്രഹിക്കുന്നതെന്ന് ചിന്തിച്ചു നോക്കുക. ഇനിയും എന്താണ് ചെയ്യാൻ നിങ്ങൾ ആഗ്രഹിക്കുന്നത്, എങ്ങനെയാണ് നിങ്ങൾ സമയം ചെലവാക്കാൻ പോകുന്നത്? ഇക്കാര്യങ്ങളെല്ലാം രണ്ടാമത്തെ ലിസ്റ്റിൽ അല്ലെങ്കിൽ കോളത്തിലെഴുതുക.

നിങ്ങളുണ്ടാക്കിയ രണ്ട് ലിസ്റ്റുകളും നമുക്കൊന്ന് താരതമ്യം ചെയ്യാം. എത്രത്തോളം അവ സദൃശമാണോ അത്രത്തോളം നിങ്ങൾ ജീവിതം യഥാർത്ഥമായി ജീവിക്കുകയാണ്. നിങ്ങളാഗ്രഹിക്കുന്ന, നിങ്ങൾക്ക് പ്രധാനമായ, നിർണ്ണായകമായ കാര്യങ്ങൾ ചെയ്യാൻ നിങ്ങൾ എത്ര സമയം കണ്ടെത്തുന്നു? അടിയന്തിരം, പ്രധാനം എന്നൊക്കെ തോന്നിയെങ്കിലും വാസ്തവത്തിൽ ഒട്ടും ഗണ്യമല്ലാത്ത കാര്യങ്ങൾക്കായി നിങ്ങൾ എത്ര സമയം ചെലവഴിക്കുന്നു? നിങ്ങളുടെ സമയമോ ഊർജ്ജമോ അർഹിക്കാത്ത കാര്യങ്ങളെക്കുറിച്ച് ചിന്തിക്കാനും വിഷമിക്കാനും എത്ര സമയം നിങ്ങൾ ചിലവഴിക്കുന്നു? ഇതെല്ലാം തിട്ടപ്പെടുത്തിക്കഴിഞ്ഞാൽ ഇവയിൽ കുറേ കാര്യങ്ങൾ വേണ്ടെന്ന് വെച്ച് ശരിക്കും പ്രധാനമായ കാര്യങ്ങൾക്കായി കുറെക്കൂടി സമയം നിങ്ങൾക്ക് ചിലവഴിച്ചു കൂടേ?

■

5
ധ്യാനം - ശ്രദ്ധാപൂർണ്ണതയോ (Mindfulness) മനസ്സിന്റെ അഭാവമോ?

ഏതാനും മണിക്കൂർ യാത്ര ചെയ്ത് ഒടുവിൽ ഞങ്ങൾ ലക്ഷ്യസ്ഥാനത്തെത്തി- നെതർലണ്ടിലെ ഗ്രാമപ്രാന്തത്തിൽ മനോഹരമായ സമുച്ചയം. നാല് ദിവസം നീളുന്ന ഈ റിട്രീററിൽ എന്നോടൊപ്പം ചേരാൻ എന്റെ ഏതാനും സുഹൃത്തുക്കളെ പ്രേരിപ്പിക്കാൻ എനിക്ക് കഴിഞ്ഞു. മനോനിയന്ത്രണം, ശ്വസനക്രിയകൾ, ധ്യാനം എന്നിവ ഇവിടെ ഞങ്ങൾ പരിശീലിക്കും. യുവാക്കൾക്കായി ആർട്ട് ഓഫ് ലിവിങ്ങ് നെതർലണ്ടിൽ ഇദംപ്രഥമമായി സംഘടിപ്പിക്കുന്ന പരിപാടിയായിരുന്നു അത്.

വർഷങ്ങളായി ഞാൻ ആയോധനകലകൾ പരിശീലിക്കുന്നുണ്ട്. ഞങ്ങളുടെ ജൂഡോ, ഐകിഡോ, നിമ്പോ ബുജുട്സു ക്ലാസ്സുകൾ സാധാരണ ആരംഭിച്ചിരുന്നത് ഏതാനും നിമിഷങ്ങൾ ആഴമുള്ള ശ്വാസമെടുത്തും മനസ്സിനെ ശാന്തമാക്കിയും ആയിരുന്നു. പക്ഷേ ഈ പ്രയോഗ രീതികളിലൂടേയെല്ലാം കൂടുതൽ സഞ്ചരിക്കണമെന്ന് ഞാൻ ആഗ്രഹിച്ചു വരികയായിരുന്നു. എന്റെ അമ്മാമൻ തന്റെ ഇന്ത്യൻ യാത്രകളിൽ നിന്ന് ഒരിക്കൽ മടങ്ങിവരുമ്പോൾ കൊണ്ടുവന്ന ബുദ്ധപ്രതിമയുടെ മുന്നിൽ ഞാൻ ഇടയ്ക്കൊക്കെ ചെന്നിരിക്കും. പൂർണ്ണതയുള്ള ആ ഇരിപ്പും മുഖത്തെ പ്രശാന്തിയും നോക്കിക്കൊണ്ട് അതുപോലെ, പക്ഷേ ബുദ്ധഭഗവാന്റെ ശരീരലാഘവമൊന്നും ആവശ്യമില്ലാത്ത ഒരു ശരീരനിലയിൽ, ഇരുന്നുകൊണ്ട് കണ്ണുകളടച്ച് മറ്റൊന്നിനേക്കുറിച്ചും ചിന്തിക്കാതെ ഞാനിരിക്കും. പ്രശ്നമെന്തെന്നാൽ, നമുക്കെല്ലാമറിയുന്നപോലെ, അതൊട്ടും

എളുപ്പമല്ല എന്നതാണ്. സെന്നിനെയും ധ്യാനത്തേയും പറ്റി ഏതാനും പുസ്തകങ്ങൾ വായിച്ചത് കാര്യങ്ങൾ മോശമാക്കിയതേയുള്ളൂ. യഥാർത്ഥമായ മനശ്ശാന്തിയുടെ ആധികാരികമായ അനുഭവത്തിനായി എന്റെ ദാഹം വർദ്ധിക്കുന്തോറും ഇതൊരു പക്ഷേ, തനിയെ സാക്ഷാത്ക്കരിക്കാനാവുന്ന ഒന്നല്ല എന്ന തീവ്രമായ അവബോധം എനിക്കുണ്ടായി. ആർട്ട് ഓഫ് ലിവിങ്ങിന്റെ സ്ഥാപകനായ ഗുരുദേവ് ശ്രീ ശ്രീ രവിശങ്കറിനെ ആംസ്റ്റർഡാമിൽ വച്ച് വലിയ ഒരു പൊതു പരിപാടിയിൽ കാണുകയും അദ്ദേഹത്തിന്റെ മാർഗ്ഗദർശനത്തിലുള്ള ധ്യാനാനുഭവം ലഭിക്കുകയും ചെയ്തതോടെ തേടിക്കൊണ്ടിരുന്നതെന്തോ അത് അവസാനം ഞാൻ കണ്ടെത്തിയെന്ന് എനിക്ക് ബോദ്ധ്യമായി. അതായത്, ആധികാരികമായ ഒരു മാർഗ്ഗവും സാക്ഷാത്കാരം സിദ്ധിച്ച ഗുരുവും ചേർന്ന് എന്നെ ലക്ഷ്യത്തിലെത്തിക്കുമെന്ന്. ഏതാനും മാസങ്ങൾക്ക് ശേഷം ആർട്ട് ഓഫ് ലിവിങ്ങ് യുവാക്കളെ ഉദ്ദേശിച്ച് താമസസൗകര്യത്തോടു കൂടിയ ഒരു അടിസ്ഥാനപ്രോഗ്രാം നടത്താൻ പോകുന്നു എന്നും അവിടെ ശ്വസനക്രിയകളേയും ധ്യാനത്തേയും കുറിച്ച് കൂടുതൽ പഠിക്കാനാകും എന്നും അറിഞ്ഞപ്പോൾ എന്റെ അനുജനും ഞാനും തൽക്ഷണം പ്രോഗ്രാമിൽ ചേരാൻ പേര് നൽകി.

‘‘ഹായ്, എന്റെ പേര് ക്ലോഡിയോ. ആൾറൗണ്ട് ട്രെയ്നിങ്ങ് ഇൻ എക്സെല്ലൻസിനായി എത്തിയവരാകും നിങ്ങൾ രണ്ടു പേരും അല്ലേ?’’ ആ യുവമാന്യന്റെ ഇംഗ്ലീഷ് ഉച്ചാരണം അയാൾ ജർമ്മനി അല്ലെങ്കിൽ അടുത്തുള്ള ഏതോ രാജ്യത്തുനിന്നാണെന്ന് വെളിപ്പെടുത്തി. അയാൾ സ്വിറ്റ്സർലാന്റിൽ നിന്നാണെന്നും യൂറോപ്പിൽ ആദ്യമായി ഈ പുതിയ പ്രോഗ്രാം നടത്താൻ അംഗീകൃതനായ ഒരാളാണെന്നും വ്യക്തമായി.

‘‘ഞാനാണ് ഈ പ്രോഗ്രാം നയിക്കുന്നത്.’’ അയാൾ മന്ദസ്മിതത്തോടെ പറഞ്ഞു. അയാൾക്ക് പ്രായം മുപ്പതിനോടടുത്തിരിക്കും. അയാളുടെ കുറ്റിത്തലമുടിയും സുഭഗമായ വസ്ത്രധാരണരീതിയും കാരണം ധ്യാനനിരതതയേക്കാൾ അയാളുടെ പ്രകൃതം ശാന്തതയാർന്ന ഉദാസീനതയായി തോന്നി. ഇങ്ങനെയൊരു ധ്യാനകേന്ദ്രത്തിൽ നിന്ന് എന്താണ് പ്രതീക്ഷിക്കേണ്ടത് എന്നതിനെപ്പറ്റി ഞാൻ അത്ര

ചിന്തിച്ചിരുന്നില്ല. പക്ഷേ ക്ലോഡിയോയെ കണ്ട മാത്രയിൽ കുറേക്കൂടി ചന്ദനത്തിരികളും മണികിലുക്കങ്ങളും ഉണ്ടാകുമെന്നായിരുന്നു എന്റെ പ്രതീക്ഷ. ഞാൻ പൗരസ്ത്യ സംസ്കാരവും പാരമ്പര്യങ്ങളും ഇഷ്ടപ്പെടുന്നതിനാൽ എനിക്ക് ഇവയൊന്നും ഒരു വിഷയമേ അല്ല. എങ്കിലും ഉദാസീനശാന്തനായ ഈ യുവാവുമായി പരിചയപ്പെട്ടപ്പോൾ പ്രോഗ്രാം എങ്ങനെയൊക്കെ ആകുമെന്നതിനെക്കുറിച്ച് എന്നിൽ ഔത്സുക്യം വളർന്നു.

അടുത്ത ദിവസങ്ങളിൽ പരസ്യപ്പെടുത്തിയവയിൽ കൂടുതൽ കാര്യങ്ങൾ ഞങ്ങൾ മനസ്സിലാക്കി. മനസ്സ് പ്രവർത്തിക്കുന്നതെങ്ങനെ, അതിനെ കൂടുതൽ ഫലപ്രദമായി എങ്ങനെ കൈകാര്യം ചെയ്യാം എന്നിവയെക്കുറിച്ചെല്ലാം കൂടുതൽ മനസ്സിലാക്കി. ഊർജ്ജത്തിന്റെ തോത് കൂട്ടാനും മനസ്സിനെ അയച്ചുവിടാനും ഉതകുന്ന ചില ശ്വസനരീതികളും ഞങ്ങൾ അഭ്യസിച്ചു. ധ്യാനത്തിൽ ഞങ്ങളുടെ ആദ്യാനുഭവവും ഉണ്ടായി. യഥാർത്ഥ ധ്യാനത്തിന്റെ ഏറ്റവും വിലപ്പെട്ടതും പ്രധാനവുമായ ചില തത്ത്വങ്ങളും ഞാൻ പഠിച്ചത് ഇവിടേയാണ്. അതായത് 'വിട്ടുകളയുക എന്ന കല' ('Art of letting go')

വർഷങ്ങളായി ഞാൻ ആ പരിപൂർണ്ണ ശാന്തതയിൽ എന്റെ മനസ്സ് കേന്ദ്രീകരിക്കാൻ ശ്രമിച്ചു വരികയായിരുന്നു. കാരണം ശ്രദ്ധാപൂർണ്ണതയും അവബോധവും വിഷയോന്മുഖതയും ഞാനനുഭവിച്ചറിഞ്ഞ പല കാര്യങ്ങളുടേയും വായിച്ചറിഞ്ഞ കാര്യങ്ങളുടേയും അവശ്യമായ ഭാഗമായിരുന്നു. അത് ആയോധനപരിശീലന ക്ലാസ്സുകളാകാം സെന്നിനെക്കുറിച്ചുള്ള പുസ്തകവായനയുമാകാം. വിഷയോന്മുഖത അല്ലെങ്കിൽ ശ്രദ്ധാപൂർണ്ണത ആദ്യത്തെ ചുവടുവെപ്പ് അല്ലെങ്കിൽ തയ്യാറെടുപ്പ് മാത്രമാണെന്ന് ഞാൻ ഇപ്പോഴാണ് മനസ്സിലാക്കുന്നത്. ആഴമുള്ള വിശ്രാന്തി നൽകുന്നതും മനസ്സിന്റെ പിരിമുറുക്കം കുറയുന്നതുമായ യഥാർത്ഥ ധ്യാനം സംഭവിക്കുന്നത് നിങ്ങൾ വിട്ടുകളയുമ്പോൾ മാത്രമാണ്. ഇത് പറയാൻ എളുപ്പം, ശരിയായി വരണമെങ്കിൽ ഉചിതമായ മാർഗ്ഗദർശനവും പരിശീലനവും ആവശ്യമാണ്. ഫലം പക്ഷേ സുനിശ്ചിതമാണ്.

മൂന്നാം ദിവസം ഉച്ചഭക്ഷണത്തിന്റെ നേരത്ത് വലിയ മരമേശയുടെ മറുഭാഗത്തിരുന്ന് ക്ലോഡിയോയുടെ മുഖത്ത്

നോക്കി എനിക്ക് ചോദിക്കാതിരിക്കാൻ കഴിഞ്ഞില്ല. ‘‘എങ്ങനെയാണ് നിങ്ങൾ എപ്പോഴും പുഞ്ചിരിച്ചുകൊണ്ടിരിക്കുന്നത്?’’ ഇയാൾ ഏതുനേരവും മന്ദഹസിച്ചു കൊണ്ടാണല്ലോ കാണപ്പെടുന്നത് എന്ന് കഴിഞ്ഞ ദിവസങ്ങളിൽ പല തവണ എനിക്ക് തോന്നിയിരുന്നു. അത് അമിതമായി പെരുപ്പിച്ചതോ അസ്വാഭാവികമോ ആയ ഒന്നായിരുന്നില്ല, പക്ഷേ വളരെ നേർത്ത, സംതൃപ്തിയുടേതായ പുഞ്ചിരി, ഓരോ നിമിഷവും ആസ്വദിക്കുന്നതു പോലെ. ഇത് പ്രായപൂർത്തിയായ ഒരാളുടെ കാര്യത്തിൽ അസാധാരണമാണ്, പ്രത്യേകിച്ചും തിരക്കുപിടിച്ച ഇക്കാലത്ത്.

ക്ലോഡിയോ എന്നെ നോക്കി ഇപ്പോൾ മുന്നത്തേക്കാളും തെളിവാർന്ന് മന്ദഹസിച്ചു, തന്റെ കൈയിലുണ്ടായിരുന്ന സാൻഡ്‌വിച്ച് മാറ്റി വച്ച് പറഞ്ഞു. ‘‘ഓ, അതോ? ഞാൻ ഒറ്റ ദിവസവും മുടങ്ങാതെ ശ്വസനക്രിയയും ധ്യാനവും നടത്തുന്നു. കഴിഞ്ഞ ഏതാനും വർഷങ്ങളായി ഞാനിങ്ങനെ ചെയ്തു വരുന്നു. തിരിച്ച് വീട്ടിലെത്തുമ്പോൾ നിങ്ങളും ഇത് പരിശീലിച്ചു നോക്കൂ. അത് ഫലിക്കാതിരിക്കില്ല!’’ ഇതും പറഞ്ഞ് അയാൾ തന്റെ ഹെർബൽ ചായ ഒരു സിപ്പ് എടുക്കുകയും മാറ്റിവെച്ചിരുന്ന സാൻഡ്‌വിച്ച് കഴിക്കാനെടുക്കുകയും ചെയ്തു.

അയാൾ കാര്യങ്ങൾ അവതരിപ്പിച്ചത് വളരെ നിസ്സാരമായ മട്ടിലായിരുന്നെങ്കിലും അയാളെന്നെ വിഡ്ഢിയാക്കുകയായിരുന്നില്ല. കേവലം ഒരു കൗമാരക്കാരനായിരുന്നെങ്കിലും അത്രകാലം എനിക്കുണ്ടായിരുന്ന ലോകപരിചയത്തിൽനിന്ന് ഞാൻ മനസ്സിലാക്കിയിരുന്നു ശാന്തിയും സന്തോഷവും അത്രയെളുപ്പം നേടാവുന്നതല്ല എന്ന്. ധ്യാനം വാസ്തവത്തിൽ ഇത്ര ഫലപ്രദമാകുമോ?

ഇക്കഴിഞ്ഞ ഏതാനും വർഷങ്ങളിൽ യോഗ ഗമിച്ച പാതയിലൂടെ തന്നെയാണ് ധ്യാനവും അതിവേഗം പോകുന്നത്. ഒരു വിധം എല്ലാവരും ധ്യാനത്തെപ്പറ്റി കേട്ടിട്ടുണ്ട്, പലരും തങ്ങൾക്ക് അതേക്കുറിച്ച് എല്ലാം അറിയാം എന്നും കരുതുന്നുണ്ടായിരിക്കാം. പതിറ്റാണ്ടുകളായി യോഗയും ധ്യാനവും വലിയ മാറ്റങ്ങൾക്ക് വിധേയമായിട്ടുണ്ട്, അതിന്റെ ബ്രാൻഡിങ്ങ്, പ്രതിച്ഛായയും പങ്കാളിത്തവും പ്രയോഗരീതികളും തത്സംബന്ധമായ സങ്കൽപങ്ങളും എല്ലാം. പണ്ട് ഒരു യഥാർത്ഥ യോഗിയെ ചിത്രീകരിച്ചിരുന്നത് അല്പവസ്ത്രധാരിയായ

ഒരു വ്യക്തി ആണികളുടെ മെത്തമേൽ ഇരിക്കുന്നതായോ അല്ലെങ്കിൽ ഒറ്റക്കാലിൽ നിൽക്കുന്നതായോ ആണ്. ഇന്നാകട്ടെ, യോഗയുടെ വിഖ്യാതരായ പല ബിംബങ്ങളും ബീച്ചിൽ ഇരിക്കുകയോ മലയിൽ ഒറ്റക്കാലിൽ നിൽക്കുകയോ ചെയ്യുന്ന അല്പവസ്ത്രധാരികളും കൃശഗാത്രികളുമായ സ്ത്രീകളാണ്. ശരി, ന്യായം തന്നെ, അല്പവസ്ത്രവും മെലിവും ഒറ്റക്കാലും തുടരുന്നുണ്ട്, പക്ഷേ കൗപീനധാരിയായി സമൂഹത്തിൽനിന്ന് ഒറ്റപ്പെട്ട് ജീവിച്ചിരുന്ന യോഗി ഇന്ന് വിജയകരമായി ഡിസൈനർ വസ്ത്രങ്ങളിലേക്ക് മാറിയിരിക്കുന്നു, അത് ബിക്കിനിയിൽ നിന്ന് പലപ്പോഴും വളരെ ഭിന്നവുമല്ല. മാത്രമല്ല, അവരിന്ന് വിജയം വരിച്ചവരും വളരെ തിരക്കുള്ളവരുമായ കോർപ്പറേറ്റ് ശിക്ഷകരോ ആരോഗ്യപരിശീലകരോ ആണ്.

ധ്യാനം പലപ്പോഴും യോഗയുടെ വഴക്കങ്ങളുമായി ചേർന്നുപോയതിനാൽ, യോഗയ്ക്കൊപ്പം വികസിക്കുകയുണ്ടായി, ആ പ്രക്രിയയിൽ അതിന്റെ സത്ത വളരെ നഷ്ടപ്പെടുകയും, മറ്റു ചില സംഗതികൾ അതിൽ ചേർക്കപ്പെടുകയുമുണ്ടായി. ധ്യാനത്തെ കൂടുതൽ മതനിരപേക്ഷമാക്കാനും അതിന്റെ വിപണനം സുഖകരമാക്കുവാനും ശ്രദ്ധാപൂർണ്ണത എന്ന പദത്തിന്റെ പ്രയോഗം വളരെ ജനപ്രിയമായി. ധ്യാനത്തെ, അതിനെ അമർത്തിവെച്ചിരുന്ന സാംസ്കാരികമാറാപ്പിൽ നിന്ന്, അന്തിമമായി വേർപ്പെടുത്താൻ വേണ്ട അത്ഭുത പരിഹാരമാണെന്ന തരത്തിൽ ഇത് മാറി. ശ്രദ്ധാപൂർണ്ണത എന്നത് ധ്യാനത്തിന്റെ മറ്റൊരു സ്വീകാര്യമായ പേരായി മാറി. അതോടെ ധ്യാനത്തിന്റെ സത്തായ വശങ്ങൾ വിസ്മൃതമാകുകയോ കരുതിക്കൂട്ടി അവഗണിക്കപ്പെടുകയോ ഉണ്ടായി.

അപ്പോൾ ധ്യാനമെന്ന നിധി തേടിയുള്ള യാത്രയ്ക്ക് പുറപ്പെടും മുമ്പേ അതിനെ മൂടിയിരിക്കുന്ന കാടും പടലവും എടുത്തു മാറ്റി അതിനെ കുറേക്കൂടി നന്നായി നാം മനസ്സിലാക്കേണ്ടതുണ്ട്, ധ്യാനം എന്താണ്, എന്തല്ല എന്ന്. കാരണം അടുത്തകാലത്ത് ധ്യാനം യോഗ പോലെയായിരിക്കുന്നു: എല്ലാവർക്കും അത് അറിയാം, പക്ഷേ ശരിയായി മനസ്സിലാക്കാതെയുള്ള അറിവ്. അതിനാൽ ആൾക്കാർ അത് യഥാർത്ഥത്തിൽ അനുഭവിക്കാതെ ഉപേക്ഷിക്കുന്നു, അനുഭവവേദ്യമായി എന്ന തോന്നൽ മാത്രമായി. യഥാർത്ഥമായ അനുഭവം സിദ്ധിക്കുന്നതിന് മുമ്പായി ധ്യാനം ഉപേക്ഷിക്കുന്ന പോലെ അനഭികാമ്യമായി മറ്റൊന്നില്ല. കാരണം ധ്യാനത്തിൽ നിന്ന് നേടാവുന്ന അത്ഭുതകരമായ സദ്ഫലങ്ങൾ അബദ്ധധാരണകൾ മൂലം അവർക്ക് ലഭിക്കാതിരിക്കുന്നു. ധ്യാനം കൊണ്ട് തങ്ങൾക്കൊരു പ്രയോജനവും ഉണ്ടായില്ല എന്ന് എന്നോട് പറഞ്ഞ ഒരുപാട് പേരുണ്ട്. കൂടുതൽ

ആരാഞ്ഞപ്പോഴാണ് മനസ്സിലാകുന്നത് അവർ ശ്രദ്ധാപൂർണ്ണത പരിശീലിക്കാൻ ചിലപ്പോഴെല്ലാം ശ്രമിച്ചിട്ടുണ്ട് എന്ന്, പക്ഷേ അത വർക്ക് ആഗ്രഹിക്കുന്ന ഫലം നൽകിയില്ല എന്നു മാത്രമല്ല, അവരെ അത് കൂടുതൽ നിരാശരാക്കി മാറ്റുകയാണ് ചെയ്തത്.

ധ്യാനവും ഇന്ന് ശീലിച്ചുവരുന്ന ശ്രദ്ധാപൂർണ്ണതാപരിശീലനവും തമ്മിലുള്ള വ്യത്യാസം എന്റെ ഗുരു വിശദീകരിച്ചിട്ടുണ്ട്. ഓൺലൈൻ പഠനവേദിയായ 'മൈൻഡ് വാലി'യുടെ വിഖ്യാതനായ തലവൻ വിഷെൻ ലഖ്യാനിക്ക് അദ്ദേഹം അനുവദിച്ച അഭിമുഖത്തിലായി രുന്നു അത്. ആർട്ട് ഓഫ് ലിവിങ്ങ് ബംഗളൂരുവിൽ സംഘടിപ്പിച്ച വലിയൊരു അന്താരാഷ്ട്ര കോൺഫെറൻസിന്റെ ഭാഗമായിരുന്നു ആ വിശിഷ്ടാവസരം. ആഗോളതലത്തിൽ വ്യവസായ - സർക്കാർ മേഖലകളിലുള്ള - സമുന്നതരായ നേതാക്കൾ അതിൽ പങ്കെടു ത്തിരുന്നു, അവിടെ സന്നിഹിതനാകാൻ എനിക്കും ഭാഗ്യമുണ്ടായി.

പടിഞ്ഞാറൻ രാജ്യങ്ങളിൽ ശ്രദ്ധാപൂർണ്ണത എന്ന രീതിയിൽ ധ്യാനം ജനപ്രിയമാകുന്നതിനെക്കുറിച്ച് ഗുരുദേവ് ശ്രീ ശ്രീ രവിശങ്ക റിന്റെ ചിന്തകൾ എന്തെന്ന് വിഷെൻ ചോദിച്ചപ്പോൾ അദ്ദേഹം ഭംഗി യായി മറുപടി പറഞ്ഞു. ശ്രദ്ധാപൂർണ്ണതയും ധ്യാനവും ഒന്നല്ല. ശ്രദ്ധാപൂർണ്ണത വീട്ടിലേക്ക് നയിക്കുന്ന പാത പോലെ, അല്ലെങ്കിൽ വീടിന്റെ മട്ടുപ്പാവോ ഉമ്മറമോ പോലെയാണ്, പക്ഷേ അവയ്ക്കും അപ്പുറം ധാരാളം കാര്യങ്ങളുണ്ട്, അതായത് ശ്രദ്ധാപൂർണ്ണതയ്ക്കു മപ്പുറം. വീട് യഥാർത്ഥത്തിൽ അതിനപ്പുറത്താണ് ഉള്ളത്. ശ്രദ്ധാ പൂർണ്ണത നിങ്ങളെ ഗരാജ് വരെയെത്തിക്കും, പക്ഷേ ഗരാജിലിരി ക്കുന്നതും വീട്ടിലെ സ്വീകരണ മുറിയിലിരിക്കുന്നതും ഒന്നല്ലല്ലോ.

ശ്രദ്ധാപൂർണ്ണത എന്നത് അടിസ്ഥാനപരമായി ഒരു പ്രത്യേക സമയത്ത് നിങ്ങൾ ചെയ്യുന്നതിൽ അല്ലെങ്കിൽ അപ്പോൾ സംഭവി ക്കുന്നതിൽ പരിപൂർണ്ണമായി മുഴുകലാണ്. അതായത് ഇപ്പോൾ നട ക്കുന്ന കാര്യത്തെക്കുറിച്ച് ബോധവാനാകുന്നതാണ് അഥവാ പൂർണ്ണ മായി മനസ്സിരുത്തലാണ്. കേൾക്കുമ്പോൾ ഇത് ലളിതമോ സ്വാഭാവി കമോ ആയി തോന്നാം, പക്ഷേ നിർഭാഗ്യവശാൽ നമ്മുടെ ആധു നികമായ ജീവിതരീതികളും സമൂഹവും നമ്മെ എല്ലാകാര്യങ്ങളും ഒരേ സമയം ചെയ്യാനായി പരുവപ്പെടുത്തുകയാണ് ചെയ്യുന്നത്, ചിന്തിക്കുന്നതും ശ്രദ്ധിക്കുന്നതും അടക്കം.

പ്രാതൽ കഴിക്കുമ്പോൾ നിങ്ങൾ ടി.വി യിൽ വാർത്ത കാണുന്നു, അതേസമയം പോയ രാത്രി വന്നിരിക്കാവുന്ന പ്രധാനപ്പെട്ട ഇ മേയിൽ സന്ദേശങ്ങൾക്കായി ഫോണിൽ നോക്കുന്നു. നിങ്ങളുടെ കുടുംബാംഗ ങ്ങളിൽ ചിലർ നിങ്ങൾക്കൊപ്പം മേശ പങ്കിടുന്നതിനാൽ ഈ സമ യത്തെ കുടുംബസമയമായി കണക്കാക്കുകയും അങ്ങനെ അന്യഥാ

കുടുംബത്തോടൊപ്പം ചിലവഴിക്കേണ്ട കുറച്ച് സമയം ലാഭിക്കുകയും ചെയ്യുന്നു. കാപ്പിയുണ്ടാക്കുമ്പോൾ, കുളിക്കുമ്പോൾ- ഇത്തരം ലളിതമായ കാര്യങ്ങൾ ചെയ്യുമ്പോൾ പോലും- നിങ്ങളുടെ മനസ്സ് ഒരേ സമയം ആസൂത്രണം നിർവ്വഹിക്കുന്നു, ആകാംക്ഷപ്പെടുന്നു, മറ്റ് പല വിഷയങ്ങളും ചിന്തിക്കുന്നു. ഇവിടെയാണ് ശ്രദ്ധാപൂർണ്ണത പ്രയോജനകരമാകുന്നത്.

നാം സ്വന്തം മനസ്സിലേക്ക് നോക്കുമ്പോൾ അവിടമാകെ കുഴഞ്ഞുകിടക്കുകയാണെന്ന് മനസ്സിലാകുന്നു. ശ്രദ്ധയോടേയും ഉണർവ്വോടേയും ബോധപൂർവ്വം കാര്യങ്ങൾ ചെയ്യുന്നത് മനസ്സിനെ ഏകോപിപ്പിക്കാനും അതിന്റെ വേഗത കുറക്കുവാനുമുള്ള പരിശീലനമായി മാറുന്നു. മനസ്സിന്റെ ചിതറിപ്പോക്ക് കുറച്ച്, അതിനെ കൂടുതൽ വിഷയോന്മുഖമാക്കാനും വർത്തമാനകാലത്തിലേക്ക് അതിനെ അടുപ്പിക്കുവാനും നമ്മൾ മനസ്സിനെ പരിശീലിപ്പിക്കുകയാണ്.

ആധുനിക ജീവിതശൈലിയുടെ ഭാഗമായി ജങ്ക് ഭക്ഷണം കഴിച്ച് ശീലിച്ച നമ്മൾ പഴങ്ങളും പച്ചക്കറികളും പോലെയുള്ള ശുദ്ധവും ആരോഗ്യകരവുമായ ഭക്ഷണം കഴിക്കാൻ ബോധപൂർവ്വം ശ്രമിക്കുന്നതുപോലെയാണ് അത്. നൂറ് വർഷം മുമ്പുവരെ മുഖ്യാഹാരത്തിന്റെ ഭാഗമായിരുന്ന ആരോഗ്യകരവും പ്രകൃതിദത്തവുമായ ഭക്ഷ്യവസ്തുക്കൾ കഴിക്കണമെങ്കിൽ ഇന്നത്തെ ലോകത്തിൽ വലിയ ശ്രമങ്ങളും പലപ്പോഴും ഭീമമായ ചെലവും വേണ്ടി വരുമെന്നത് അമ്പരപ്പിക്കുന്നതും വ്യസനകരവുമാണ്. പക്ഷേ ആരേയും കുറ്റപ്പെടുത്തേണ്ടതില്ല, നമ്മൾതന്നെയാണ് ഫാസ്റ്റ്ഫുഡ് ജീവിതരീതി ഉണ്ടാക്കിയത്, ഇന്ന് നാം അഭിമുഖീകരിച്ചുകൊണ്ടിരിക്കുന്ന ധാരണകളുടേതായ മാനസിക അമിതഭാരത്തെ നാം തന്നെ സൃഷ്ടിച്ചതു പോലെ. ഇവിടെയാണ് കുറേക്കൂടി ലളിതവും പ്രകൃതിയോട് ചേർന്നതുമായ ജീവിതരീതിയിലേക്കുള്ള ബോധപൂർവ്വമായ തിരിച്ചുപോക്ക് നമുക്ക് ഗുണകരമാകുന്നത്, ഭക്ഷണകാര്യത്തിൽ മാത്രമല്ല മാനസികവൃത്തിയിലും.

ശ്രദ്ധാപൂർണ്ണത മനസ്സിനെ അതിലെ അലകളടക്കി ശാന്തമാക്കാൻ സഹായിക്കുന്നു. മനസ്സിന്റെ വേഗത കുറച്ചുകൊണ്ട് മനസ്സിനെ അതിന്റെ എല്ലാ പ്രവണതകളോടും വൈചിത്ര്യങ്ങളോടും കൂടി, ബോധപൂർവ്വം നിരീക്ഷിക്കാൻ ആവശ്യമായ, അന്തരീക്ഷവും അവബോധവും സംജാതമാക്കുന്നു. നാം നമ്മുടെ മനസ്സിന് ചുമക്കാൻ കൊടുക്കുന്ന ധാരണകളുടെ അമിതഭാരം കുറക്കുന്നതുകൊണ്ട് പല മെച്ചങ്ങളുമുണ്ടെന്ന് ശാസ്ത്രീയമായി തെളിയിച്ചിട്ടുണ്ട്. മനസ്സമ്മർദ്ദവും ഉൽക്കണ്ഠയും ലഘൂകരിക്കുവാനും മൊത്തം മാനസികാരോഗ്യത്തിനും അത് ഗുണം ചെയ്യും. ഉയർന്നുവരുന്ന വിചാരങ്ങളുമായി

അധികം താദാത്മ്യം പ്രാപിക്കാതിരുന്നുകൊണ്ട് നമ്മുടെ ചിന്തകളെ കൂടുതൽ നിഷ്പക്ഷമായി നിരീക്ഷിക്കാൻ ശ്രദ്ധാപൂർണ്ണത നമ്മെ സഹായിക്കുന്നു. നമ്മുടെ പുരാതനമായ പാരമ്പര്യമനുസരിച്ച് ശ്രദ്ധാപൂർണ്ണത മൗലികമായി ഇതൊക്കെത്തന്നെയാണ് ചെയ്യാനുദ്ദേശിക്കപ്പെട്ടത്. ധ്യാനത്തിനുള്ള ഒരു ചുവട് അല്ലെങ്കിൽ ഒരുക്കം എന്ന രീതിയിലാണ് അത് പരിശീലിപ്പിച്ചു വന്നത്- അതും ധ്യാനവും ഒന്നല്ല. നിങ്ങളിത് വിസ്മരിക്കുകയോ നിങ്ങൾക്ക് ഇതിനെക്കുറിച്ച് അറിവില്ലാതിരിക്കുകയോ ചെയ്താൽ സദ്യയുടെ പ്രധാന അംശം നിങ്ങൾക്ക് നഷ്ടമാകും. സന്ദർശനമുറിയിലാണ് എന്ന് തെറ്റിദ്ധരിച്ച് നിങ്ങൾ ഗരാജിൽ തന്നെ ഇരിക്കുന്ന പോലെയാണ് അത്. അവ താരതമ്യപ്പെടുത്താനാകില്ല, അതിനാൽ നിങ്ങൾക്ക് ലഭിക്കുന്ന അനുഭവവും ഒന്നാകില്ല. ഗരാജിൽ ആർക്കും ശരിക്ക് വിശ്രമിക്കാൻ കഴിയില്ല, അതിനായി നിങ്ങൾ കാറിൽ നിന്ന് പുറത്തിറങ്ങി വീട്ടിനുള്ളിലേക്ക് കയറണം.

ശ്രദ്ധാപൂർണ്ണത ഏറെക്കുറെ നല്ലൊരു തുടക്കമാണ്, പക്ഷേ തുടക്കത്തിൽ മിക്കപ്പോഴും അതെളുപ്പമല്ല. കാരണം മനസ്സ് വളരെ ചടുലമാണ്, മാത്രമല്ല ശരിയായ വിധത്തിൽ മനസ്സിലെ പരിമുറുക്കം കുറയ്ക്കാൻ നാം ശീലിച്ചിട്ടുമില്ല. പലർക്കും പിരിമുറുക്കം കുറക്കുക എന്നാൽ ബിയർ കുടിക്കലോ, ടി.വി കാണലോ, അല്ലെങ്കിൽ മനസ്സിനെ മഥിക്കുന്ന 'സംഗതി'കളിൽ നിന്ന് മാറ്റിനിർത്താൻ വേണ്ടിയുള്ള മറ്റെന്തെങ്കിലുമോ ആണ്. 'സംഗതി' എന്നു പറഞ്ഞാൽ നിങ്ങളുടെ കാര്യങ്ങൾ, പ്രശ്നങ്ങൾ, മനസ്സമ്മർദ്ദം, പൂർത്തീകരിക്കാത്ത കാമനകൾ, വേവലാതികൾ എന്നിവയാണ്. പക്ഷേ ഇതൊന്നും മനസ്സിനെ ശാന്തമാക്കുന്നില്ല, തലയ്ക്കുള്ളിലൂടെ കുതിച്ചുപായുന്ന ചിന്തകളിൽ നിന്ന് ശ്രദ്ധതിരിക്കുക മാത്രം ചെയ്യുന്നു, അങ്ങനെ ശബ്ദങ്ങളിൽ നിന്ന് താത്കാലികമായ ആശ്വാസം നൽകുന്നു. ഇവിടെ ശ്രദ്ധാപൂർണ്ണത നേരെ എതിർഫലമാണ് ചെയ്യുന്നത്, അത് നിങ്ങളെ തീക്ഷ്ണമായ വിധത്തിൽ എല്ലാ ശബ്ദങ്ങളേയും അനുഭവിപ്പിക്കുന്നു. പലർക്കും ഇത് നേരിടുക വളരെ വിഷമകരമായിരിക്കും.

സത്യമെന്തെന്നു വച്ചാൽ വെറുതെയിരുന്ന് കണ്ണടച്ച ശേഷം നിങ്ങളുടെ വിചാരങ്ങളെ പിന്തുടരുകയല്ലാതെ മറ്റ് യാതൊന്നും ചെയ്യാതിരിക്കുക എന്നത് ഒട്ടുമിക്കവർക്കും ഭീതിദമാണ്. കാരണം ഇത് വളരെക്കാലമായി വാർഷിക ശുചീകരണവേളകളിൽപോലും ബോധപൂർവ്വം നിങ്ങൾ തുറക്കാതിരുന്ന കച്ചറസാമാനങ്ങൾ നിറഞ്ഞ കപ്ബോർഡ് തുറക്കും പോലെയാണ്. അല്പം തുറക്കുമ്പോഴേക്കും അതിൽ നിന്ന് പൊടിയും ദുർഗന്ധവും പുറത്തേക്ക് വമിക്കും, കപ്ബോർഡ് തുറന്ന് വൃത്തിയാക്കാനുള്ള കാരണങ്ങളേക്കാൾ

പതിന്മടങ്ങ് കാരണങ്ങൾ അത് അടച്ചുതന്നെ വെക്കാനും മറന്ന് കളയാനും നിങ്ങൾക്ക് കിട്ടും. ഒന്നാലോചിക്കൂ. വല്ലാതെ വ്യാകുലപ്പെടുകയോ സമ്മർദ്ദമനുഭവപ്പെടുകയോ ക്ഷുഭിതനായിരിക്കുകയോ ഭയാർത്തനായിരിക്കുകയോ ചെയ്യുമ്പോൾ വെറുതെയിരുന്ന് നിങ്ങളെ അസ്വസ്ഥനാക്കുന്ന ഭയത്തേയും വേവലാതിയേയും പ്രശ്നത്തേയോ നിരീക്ഷിക്കുന്നത് നിങ്ങളുടെ മാനസികാവസ്ഥയിൽ അയവ് വരുത്താനോ തിരിച്ച് ചിന്തകളെ കേന്ദ്രീകരിക്കുവാനോ സഹായകമാകുന്നില്ല.

മാത്രമല്ല ഏതെങ്കിലും ഒരു വസ്തുവിൽ ഏതാനും സെക്കണ്ടിലധികം ശ്രദ്ധ ഊന്നുന്നത് ക്ലേശകരമാണ്. അപ്പോൾ ശ്രദ്ധാപൂർണ്ണത ശരിയായ വിധത്തിൽ പരിശീലിക്കുവാൻ ആദ്യമേതന്നെ നിങ്ങൾക്ക് കുറച്ചൊക്കെ സമാധാനവും ശ്രദ്ധാപൂർണ്ണത തന്നേയും ആവശ്യമായി വരും!

ഒരു കുഞ്ഞിനോട് എന്തുകൊണ്ടാണ് അത് ശാന്തമായിരിക്കേണ്ടത് എന്ന് ധിഷണാതലത്തിൽ പറഞ്ഞു ഫലിപ്പിക്കുന്നതു പോലെയാണ് നിങ്ങളുടെ മനസ്സിനോട് ശാന്തമാകാൻ പറയുന്നതും നിർബന്ധമായി മനസ്സിനെ ശാന്തമാക്കാൻ ശ്രമിക്കുന്നതും. നിങ്ങൾക്ക് ഇഷ്ടമുള്ള എല്ലാവിധ വാദങ്ങളും നിരത്താം. പക്ഷേ അതൊന്നും നിങ്ങളുടെ മുന്നിൽ നടമാടുന്ന ദുശ്ശാഠ്യത്തെ ഒരു തരത്തിലും ബാധിക്കാൻ പോകുന്നില്ല- ചിലപ്പോൾ സ്ഥിതി വഷളാകാനും സാദ്ധ്യതയുണ്ട്. ചടുലമായിരിക്കുക എന്നത് മനസ്സിന്റെ സഹജപ്രകൃതമാണ്. അപ്പോൾ മനസ്സിനോട് മല്ലിടുന്നതിനു പകരം അതിനതീതമാകുക എന്നതാണ് ബുദ്ധിപൂർവ്വകം.

നമ്മെ അസ്വസ്ഥമാക്കുന്നത് ചിന്തകളേക്കാൾ ഉപരി അവയ്ക്കു പുറകിലുള്ള തോന്നലുകളാണ് (feelings). അരക്ഷിതത്ത്വം എന്ന ചിന്തയേക്കാൾ നമ്മെ അലട്ടുന്നത് അരക്ഷിതത്ത്വം എന്ന തോന്നലാണ്. എത്ര കണ്ട് യുക്തിവിചാരം ചെയ്താലും അസ്വസ്ഥനാകാനും അലോസരപ്പെടാനും അരക്ഷിതത്വമോ ഭീതിയോ തോന്നാനും യാതൊരു കാരണവുമില്ലെന്ന് സ്വയം വിശദീകരിച്ചാലും അതേ തോന്നൽ നിങ്ങളെ വിട്ടുമാറാതെ കൂടുന്നു, കാരണം തോന്നലുകൾ ചിന്തകളേക്കാൾ പിടികൊടുക്കാത്തവയും, അതിനാൽ കൂടുതൽ ശക്തവുമാണ്. അതിനാൽ പ്രശ്നത്തെ ഫലവപ്രദമായും കാര്യക്ഷമമായും നേരിടുവാൻ നമ്മുടെ ബോധമണ്ഡലത്തിനുള്ളിലെ വിചാരങ്ങളേക്കാൾ സൂക്ഷ്മഭേദമുള്ള തലങ്ങൾ നാം ശ്രദ്ധിക്കേണ്ടതായി വരും - നാം മനസ്സിന്റെ യുക്തിസഹിതയെ മറികടന്ന് കൂടുതൽ ഉള്ളോട്ട് പോകേണ്ടതായി വരും. എല്ലാകാര്യത്തിലും പോലെ ഇവിടേയും നിർണായകമായിട്ടുള്ളത് *എങ്ങനെ* എന്നതാണ്.

തലയ്ക്കുള്ളിലെ കുഴഞ്ഞുമറിഞ്ഞ അവസ്ഥ, ചില വ്യക്തികളോട് അല്ലെങ്കിൽ സാഹചര്യങ്ങളോട് നിങ്ങൾക്ക് തോന്നുന്ന പൊരുത്തക്കേട്, ജീവിതത്തിൽ നിങ്ങൾ നേരിടുന്ന വെല്ലുവിളികൾ ഇവയ്ക്കുള്ളിലേക്കെല്ലാം നിങ്ങൾക്ക് ഉൾക്കാഴ്ച നൽകാൻ ശ്രദ്ധാപൂർണ്ണത ഉതകും. പക്ഷേ മനസ്സിനതീതമായി ശാന്തിയുടെ, ആനന്ദത്തിന്റെ, സ്ഥിരതയുടെ ഉറവിടത്തിലേക്ക് ശ്രദ്ധാപൂർണ്ണത നിങ്ങളെ നയിക്കാത്തതിനാൽ പ്രസ്തുത തോന്നലുകളെ യഥാർത്ഥത്തിൽ ഉന്മൂലനം ചെയ്യാൻ അത് നിങ്ങളെ സഹായിക്കുന്നില്ല. മനശ്ശാന്തി ധിഷണാസംബന്ധിയല്ല, അത് കൂടുതൽ ഗഹനമാണ്, തോന്നലുകളുടെ (feelings) തലത്തിനുമടിയിൽ ആഴങ്ങളിൽ ഇവിടേക്ക് എത്തിച്ചേരാൻ കഴിയണമെങ്കിൽ നമുക്ക് ബോധത്തിന്റെ അതിഗഹനതകളെ ആശ്രയിക്കാനുള്ള കഴിവ് നേടേണ്ടി വരും. നിങ്ങൾ അനുശീലനത്തിന്റെ ഉയർന്ന തലങ്ങളിലല്ലെങ്കിൽ ശ്രദ്ധാപൂർണ്ണത നിങ്ങളെ മനസ്സിന്റെ വിചാരതലത്തിൽ തടഞ്ഞു നിർത്തും. നിങ്ങൾക്ക് വിചാരങ്ങൾ വന്നുകൊണ്ടിരിക്കും, അവയെ നിങ്ങൾ നിരീക്ഷിച്ചും വിശ്ലേഷിച്ചുംകൊണ്ടിരിക്കും. അതിനാൽ നിങ്ങൾക്ക് കൂടുതൽ ആഴത്തിലേക്ക് പോയി കുറച്ചുനേരം മനസ്സിനെ നിശ്ചലമാക്കാനോ മനസ്സിന് കുറച്ച് വിശ്രമം കൊടുക്കുവാനോ സാധിക്കാതെ വരും. നിങ്ങൾക്ക് എല്ലാമൊന്ന് ശാന്തമാകാനുള്ള അവസരം കിട്ടുകയില്ല. ചിലർ മനസ്സുമായി കൂടുതൽ കെട്ടുപാടിലാകുക പോലും ചെയ്യും. തത്ഫലമായി ഇതെല്ലാം മനസ്സിനെ കൂടുതൽ പ്രക്ഷീണമാക്കുകയും ചെയ്യും. ശ്രദ്ധാപൂർണ്ണത അമിതമായി പരിശീലിച്ചാൽ നിങ്ങൾ നേരിടാവുന്ന മറ്റൊരു വെല്ലുവിളിയാണിത്. പിരിമുറുക്കം കുറച്ചുകൊണ്ട് മനസ്സിനപ്പുറത്തേക്ക് പോകാനുള്ള കഴിവ്- അജ്ഞേയതുമായി സംഗമിക്കാനായി - നഷ്ടമാകുക എന്ന അപകടവും ഉണ്ട്. തങ്ങൾ ചെയ്യുന്നതിനെപ്പറ്റിയുള്ള അവബോധത്തിൽ ശ്രദ്ധ കേന്ദ്രീകരിക്കുന്നത് മറ്റൊരു പിരിമുറുക്കമായി അനുഭവിച്ച് കഷ്ടപ്പെടുന്നവരെ ഞാൻ കണ്ടിട്ടുണ്ട്. അവർക്ക് മനസ്സിനെ ശാന്തമാക്കാൻ കഴിയുന്നില്ല. അവർക്ക് വെറുതെയിരുന്ന് ഒന്നും ആസ്വദിക്കാൻ കഴിയുന്നില്ല, കാരണം അവർ തങ്ങളേയും തങ്ങളുടെ ചിന്തകളേയും നിരീക്ഷിക്കുന്നതിൽ മാത്രമാണ് ശ്രദ്ധിക്കുന്നത്.

സഹസ്രാബ്ദങ്ങളുടെ പാരമ്പര്യം പിൻബലം നൽകുന്ന ശാസ്ത്രങ്ങളും പ്രയോഗിച്ചും പരീക്ഷിച്ചും ആധികാരികമാക്കി വച്ച ആത്മീയ രീതികളും സങ്കേതങ്ങളും അവയുടെ സന്ദർഭത്തിൽ നിന്ന് അടർത്തിമാറ്റി ഒരു പുത്തൻ ക്ഷിപ്രപരിഹാരമാർഗ്ഗം എന്ന നിലയിൽ പുതിയ പായ്ക്കിലാക്കി അവതരിപ്പിച്ചാൽ സംഭവിക്കാവുന്ന ഒന്നാണിത്.

വിശേഷിച്ചും ഇതിന്റെ മൂലസന്ദർഭവുമായി ഒട്ടും ബന്ധപ്പെടുത്താതെ ചെയ്യുമ്പോൾ.

ബുദ്ധിസത്തിൽ വേരുകളുള്ള ഏറ്റവും ആധുനികമായ ശ്രദ്ധാപൂർണ്ണതാ രീതികൾ പോലും വിപുലമായ പ്രയോഗരീതികളുടേയും അഭ്യസനങ്ങളുടേയും ഭാഗമാണ്. യോഗ പാരമ്പര്യത്തിന്റെ പല വശങ്ങളും അതിൽ കാണാവുന്നതാണ്. ഇവയെയാണ് ഈ പ്രയോഗരീതികളുടെ റോൾ മോഡലുകൾ എന്നറിയപ്പെടുന്നവർ തങ്ങളുടെ സ്വന്തം രീതികളായി മാറ്റിയിരിക്കുന്നത്. ഇതങ്ങനെ അവഗണിക്കേണ്ട കാര്യമല്ല. ബുദ്ധ ഭഗവാൻ പലതും അനുഷ്ഠിച്ചു. അദ്ദേഹം ശ്രേഷ്ഠനായ യോഗിയായിരുന്നു. ബോധിവൃക്ഷത്തിന്റെ കീഴെയിരുന്ന് ധ്യാനിക്കുമ്പോൾ അദ്ദേഹം വെറുമൊരു ശ്രദ്ധാപൂർണ്ണതാ പ്രയോഗം നടത്തുക ആയിരുന്നില്ല - അദ്ദേഹം ഗഹനമായ ധ്യാനത്തിലേക്ക് മനസ്സിന് അതീതമായി പോയി ആഴമുള്ള സമാധിയുടെ അവസ്ഥയെയാണ് പ്രാപിച്ചത്, മനസ്സിനേയും താണ്ടിയുള്ള നിർവികാരത.

ധ്യാനം ശ്രദ്ധാപൂർണ്ണതയിലും വളരെയേറെ കവിഞ്ഞതാണ്. അതിനാൽത്തന്നെ ധ്യാനത്തിന് വളരെയധികം നൽകാനുമുണ്ട്. ഏതാനും മിനിട്ടുനേരം നീണ്ടുനിൽക്കുന്ന ശ്രദ്ധാപൂർണ്ണതാ അനുഷ്ഠാനം നിങ്ങളെ അവിടെയെത്തിക്കുമെന്ന് കരുതുന്നത് വിഡ്ഢിത്തമാണ്. നിങ്ങൾ ഗരേജ് കടന്ന് വീട്ടിലേക്ക് ഒരിക്കലും എത്തുന്നില്ല എങ്കിൽ അത് ലജ്ജാകരമായിരിക്കും. യഥാർത്ഥ ശ്രദ്ധാപൂർണ്ണത വാസ്തവത്തിൽ അഗാധമായ ധ്യാനത്തിന്റെ സ്വാഭാവികഫലമാണ്- അത് സ്വാഭാവികമായി ഒരു ഉത്പ്പന്നമായി സംഭവിക്കുന്നു, പുതിയ കാലത്തെ ശ്രദ്ധാപൂർണ്ണത ആവശ്യപ്പെടുന്ന പരിശ്രമങ്ങളും പിടച്ചിലുകളും കൂടാതെ തന്നെ.

ഇന്ന് ശ്രദ്ധാപൂർണ്ണതയും ധ്യാനവും തമ്മിൽ വെച്ചുമാറാവുന്ന സംജ്ഞകളായി ഉപയോഗിക്കപ്പെടുന്നു. ധ്യാനം എന്ന സംജ്ഞ ഇന്ന് വിവക്ഷിക്കുന്നത് പ്രയോഗങ്ങളുടെ വലിയൊരു നിരയാണ്. പക്ഷേ ധ്യാനം യഥാർത്ഥത്തിൽ, മനസ്സിന്റെ അഭാവം അല്ലെങ്കിൽ ശൂന്യത എന്ന അവസ്ഥ അനുഭവിക്കാനായി, മനസ്സിനെ തന്നെ താണ്ടിപ്പോകലാണ്. മനസ്സിന് അതിന്റെ എറ്റവും ആഴമുള്ള വിശ്രാന്തി, സുഷുപ്തിയേക്കാൾ അഗാധമായത്, ലഭിക്കുന്നത് ഈ അന്തരാളത്തിലാണ്. ഇവിടെയാണ് മനസ്സിന് പുനരുന്മേഷവും ഊർജ്ജവും നേടാനാകുന്നത്. അത് മനസ്സ് ഉള്ളിലേക്ക് തിരിയുന്നതാണ്, അതിന്റെ ഉറവിടത്തിലേക്ക് പോകുന്നതാണ്. ഇത് യാതൊന്നും ചെയ്യാതിരിക്കുക എന്ന കലയാണ്. വിട്ടുകളയുക എന്ന കല. സെൻ പാരമ്പര്യം നോക്കുക. പലവിധ പ്രയോഗങ്ങളുടേയും പ്രയോജനം മനസ്സിന്

അതീതമായി പോകുക എന്നതാണ്, അതിൽ നിന്ന് മാറുക അല്ലെങ്കിൽ അതിനെ മറി കടക്കുക. അല്ലാതെ മനസ്സുമായി കെട്ടുപാടിലാകുകയോ മനസ്സിനെ നിരീക്ഷിക്കുകയോ അതിനെ ശാന്തമാക്കാൻ ശ്രമിക്കുകയോ അല്ല. യുക്തിചിന്തകളുടേതായ മനസ്സിൽ നിന്ന് വിടുവിച്ച് അജ്ഞാതവും സംശുദ്ധവുമായ അസ്തിത്വത്തിലേക്ക് തങ്ങളുടെ ശിഷ്യരെ ആനയിക്കാനാണ് സെൻഗുരുക്കൾ പലവിധ സമീപനങ്ങൾ സ്വീകരിക്കുന്നത്. കൂടുതൽ ഉയർന്നതലത്തിലുള്ള ശ്രദ്ധാപൂർണ്ണത തീർച്ചയായും കൂടുതൽ വിശ്രാന്തിയും ശാന്തിയുമുള്ള സ്ഥിതിയിലേക്ക് നിങ്ങളെ കൊണ്ടുപോകുന്നു. എന്നിരുന്നാലും ധ്യാനത്തിന്റെ ആഴത്തിലുള്ള ഫലങ്ങൾ നേടാനായി നമുക്ക് മനസ്സിനെ അതിജീവിക്കേണ്ടതായിത്തന്നെ വരും.

നിങ്ങളെ അലട്ടുന്ന ഒന്നോ രണ്ടോ കാര്യങ്ങൾ മാത്രം മതി മനസ്സമാധാനം കെടുത്താൻ എന്നത് വലിയ ഒരു വെല്ലുവിളിയാണ്. വെറും ഒന്നോ രണ്ടോ കാര്യങ്ങൾ നമ്മെ ചഞ്ചലരാക്കുകയും ആ ചാഞ്ചല്യം നമ്മുടെ പ്രവർത്തനത്തെ, നാം സാഹചര്യങ്ങളെ സമീപിക്കുന്ന രീതിയെ, നമുക്കു ചുറ്റുമുള്ളവരോട് പെരുമാറുന്ന വിധത്തെ എല്ലാം ബാധിക്കുന്നു. വെല്ലുവിളികൾ ജീവിതത്തിൽ വന്നുകൊണ്ടേയിരിക്കും. പക്ഷേ നമ്മൾ സ്വയം പോർച്ചട്ട തീർത്ത് വെല്ലുവിളികൾ നേരിട്ട ശേഷം കഴിയുന്നതും വേഗം പൂർവ്വസ്ഥിതിയാർജ്ജിക്കണം. ഇതിനായി നാം നമ്മെ അലട്ടുന്ന സാഹചര്യങ്ങളെ നേരിടാൻ പഠിക്കുകയും അവയെ താണ്ടി മുന്നോട്ട് പോകുകയും വേണം. ജീവിതത്തിൽ മറ്റെല്ലാ കാര്യങ്ങളിലും പൂർണ്ണതയനുഭവിക്കുമ്പോഴും ആ ഒരൊറ്റ കാര്യം മതി നിങ്ങളുടെ ഉറക്കം കെടുത്താൻ. എന്റെ ഗുരു ഒരിക്കൽ ഞങ്ങൾക്ക് പറഞ്ഞു തന്ന രസകരമായ ഒരു കഥയാണ് ഇപ്പോൾ എന്റെ മനസ്സിലെത്തുന്നത്. ബുദ്ധന്റെ ജീവിതത്തിൽ സംഭവിച്ച ഒരു സംഭവവുമായി ബന്ധപ്പെട്ടതാണ് അത്, അർത്ഥവത്തായ സന്ദേശം തരുന്ന ഒന്ന്.

തന്റെ പട്ടണത്തിന്റെ പ്രാന്തപ്രദേശത്ത് പോയി ഒരു മാന്യൻ ബുദ്ധഭഗവാന്റെ പ്രഭാഷണം കേട്ടിരുന്നു. ബുദ്ധൻ ശിഷ്യരോടൊപ്പം ആ പ്രദേശം സന്ദർശിക്കുന്ന സമയത്ത് അവിടെ ഏതാനും ദിനങ്ങൾ ചെലവഴിക്കാൻ തീരുമാനിച്ചതായിരുന്നു. ഓരോ ദിവസം കഴിയുന്തോറും ആ മാന്യൻ ബുദ്ധന്റെ ശിക്ഷണത്താലും ബുദ്ധശിഷ്യർ തങ്ങളുടെ ജീവിതമർപ്പിച്ച ആദർശങ്ങളാലും കൂടുതൽ കൂടുതൽ പ്രചോദിതനായി വന്നു. അവസാനം ബുദ്ധന്റെ ഒരു പ്രഭാഷണം കൂടി കേട്ട ശേഷം അദ്ദേഹം ഒരു തീരുമാനമെടുത്തു. ബുദ്ധനെ സമീപിക്കാനും തന്നെ ഒരു സന്ന്യാസിയായി സ്വീകരിക്കാൻ ഭഗവാനോട് അപേക്ഷിക്കുവാനും അദ്ദേഹം പദ്ധതിയിട്ടു. നല്ലൊരു

ജീവിതം നയിച്ചതു കാരണം അദ്ദേഹത്തിന്റെ കുടുംബം നല്ല സ്ഥിതിയിലും മക്കളെല്ലാം വിവാഹിതരായി സ്വസ്ഥമായി ജീവിക്കകയുമായിരുന്നു. കുടുംബം നടത്തിവന്ന ബിസിനസ്സ് അവർ ഏറ്റെടുത്തിരുന്നതിനാൽ ആ മാന്യന് എപ്പോൾ വേണമെങ്കിലും വിരമിക്കാനുള്ള സ്വാതന്ത്ര്യമുണ്ടായിരുന്നു. ഇതെല്ലാം പരിഗണിച്ചപ്പോൾ സമൂഹത്തിൽ നല്ലതു വരുന്ന കർമ്മങ്ങളിൽ വ്യാപൃതനാകാനും തന്റെ ആത്മീയമായ ഉന്നമനത്തിനായി പ്രവർത്തിക്കാനും തനിക്ക് സമയമായെന്ന് അദ്ദേഹത്തിന് തോന്നി.

ബുദ്ധൻ താമസിക്കുന്ന സ്ഥലത്ത് ചെന്ന് അദ്ദേഹവുമായി കൂടിക്കാഴ്ചക്ക് അനുവദിക്കണമെന്ന് ആ മാന്യൻ വിനീതനായി അപേക്ഷിച്ചു. അദ്ദേഹത്തോട് അല്പം കാത്തിരിക്കാനുള്ള നിർദ്ദേശം വന്നു, ഒടുവിൽ ബുദ്ധന്റെ ഒരു ശിഷ്യൻ അദ്ദേഹത്തെ ബുദ്ധസവിധത്തിലേക്ക് ആനയിച്ചു. ബുദ്ധനു മുന്നിൽ കുമ്പിട്ടു കൊണ്ട് അദ്ദേഹം തന്റെ ആഗ്രഹം അവതരിപ്പിച്ചു, തന്നെ സ്വീകരിച്ച് സന്ന്യാസദീക്ഷ നൽകുമോ എന്നും ചോദിച്ചു. ഒരുനിമിഷം ആ മനുഷ്യനെ നോക്കി ബുദ്ധൻ പ്രതിവചിച്ചു, ''നിങ്ങളുടെ ആഗ്രഹം ശ്രേഷ്ഠമാണ്. പക്ഷേ, ഞങ്ങളുടെ സന്ന്യാസക്രമത്തിൽ ചേർന്ന് സന്യാസം സ്വീകരിക്കാൻ ആഗ്രഹിക്കുന്ന ഏതൊരാൾക്കും ബാധകമായ ഒരു നിബന്ധനയുണ്ട്. എല്ലാ ജീവജാലങ്ങളോടും നിങ്ങൾക്ക് കാരുണ്യം ഉണ്ടാവണം, അതായത് എല്ലാവരേയും അവരെങ്ങനെയാണോ അതേപോലെ സ്വീകരിക്കാൻ നിങ്ങൾക്കാവണം. ഇതിനെക്കുറിച്ച് ചിന്തിക്കാൻ കുറച്ച് സമയമെടുത്തുകൊള്ളുക. നിങ്ങൾക്കിതാകുമെന്ന് തോന്നുന്നുവെങ്കിൽ നാളെ മടങ്ങി വരിക. ഞാൻ നിങ്ങൾക്ക് സന്യാസദീക്ഷ നല്കുന്നതാണ്.''

നന്ദിപൂർവ്വം ഒരിക്കൽകൂടി കുമ്പിട്ട് മാന്യൻ വീട്ടിലേക്ക് തിരിച്ചു. ഗുരുവിന്റെ വാക്കുകൾ മനനം ചെയ്യാൻ പറ്റിയവിധം ശാന്തമായ ഒരു സ്ഥലം കണ്ടുപിടിച്ചു. തനിക്ക് ബുദ്ധൻ അനുശാസിച്ച പ്രകാരം പ്രവർത്തിക്കാനാകുമോ എന്ന് ആത്മാർത്ഥമായി അദ്ദേഹം ആത്മപരിശോധന നടത്തി. അടുത്ത ദിനം സമാഗതമായി. അദ്ദേഹം ഒരിക്കൽക്കൂടി ബുദ്ധസവിധത്തിലേക്ക് ഗമിച്ചു. അല്പനേരത്തെ കാത്തിരിപ്പിന്നുശേഷം ഗുരുവുമായുള്ള കൂടിക്കാഴ്ചയ്ക്കായി അദ്ദേഹം ആനയിക്കപ്പെട്ടു. തന്റെ ഗുരുവിനെ വന്ദിച്ച ശേഷം ഒരു പൂവ് അദ്ദേഹം ഗുരുചരണത്തിൽ സമർപ്പിച്ചു.

''നിങ്ങൾ ആത്മപരിശോധന നടത്തിയോ?'' ബുദ്ധൻ മൃദുവായി ചോദിച്ചു. ''എല്ലാ ജീവജാലങ്ങളേയും അവരെങ്ങനേയോ അതേപടി സ്വീകരിക്കാനും സ്നേഹിക്കാനും നിങ്ങൾക്ക് കഴിയുമോ?''

ആ മനുഷ്യൻ ഗുരുവിനു നേരെ നോക്കി സത്യസന്ധമായി പറഞ്ഞു. ''ഞാൻ വളരെ ചിന്തിച്ചു, ഗുരുവേ. രണ്ടു പേർ ഒഴികെ എല്ലാവരേയും സ്വീകരിക്കാൻ എനിക്ക് സാധിക്കുമെന്ന് ഞാൻ മനസ്സിലാക്കി. അവരെനിക്കെതിരായും എന്റെ കുടുംബത്തിനെതിരായും ചെയ്ത കാര്യങ്ങൾ മറക്കുന്നതു പോട്ടെ മാപ്പാക്കാൻ പോലും എനിക്കാവില്ല.''

നിറവാർന്ന കാരുണ്യത്തോടെ ഗുരു അദ്ദേഹത്തെ നോക്കി സാവധാനം പറഞ്ഞു. ''ശരി, ഞാൻ നിങ്ങളുടെ സത്യസന്ധതയെ അഭിനന്ദിക്കുന്നു. അങ്ങനെയാണെങ്കിൽ നിങ്ങളുടെ കാര്യത്തിൽ നമുക്കൊരു നീക്കുപോക്ക് ചെയ്യാം. ഇവിടെ സന്ന്യാസിയാകാൻ നിങ്ങൾ എല്ലാ മനുഷ്യരേയും സ്വീകരിക്കണമെന്നില്ല. ആ രണ്ടു പേരെ മാത്രം മതി.''

ആത്മാർത്ഥതയുള്ള ആ മാന്യനെപ്പോലെയാണ് ഏറെക്കുറെ നമ്മൾ എല്ലാവരുമെന്ന് സത്യസന്ധമായി സ്വയം പരിശോധിച്ചാൽ കാണാം. എല്ലായ്പ്പോഴും ഒരു പാട് പ്രശ്നങ്ങളൊന്നും നമുക്കില്ല, ഉണ്ടെങ്കിൽത്തന്നെ ഏതാനും മാത്രം. പക്ഷേ ആ ഒന്നോ രണ്ടോ മതി നമ്മെ കുലുക്കാനും ജീവിതത്തിന്റെ സുഖം കളയാനും. ഷൂസിനുള്ളിൽ കുടുങ്ങിയ ചെറിയ ഒരു മുള്ള് മതി നടത്തം അസുഖകരമാക്കാൻ. അതുപോലെ ഒരു നിസ്സാരമൺതരി മതി നിങ്ങളുടെ കാഴ്ചകളയാനും കണ്ണിലാകെ അലോസരമുണ്ടാക്കാനും. നിങ്ങളുടെ മനസ്സിനെ അലോസരപ്പെടുത്തുന്ന ആ രണ്ടുപേരെ സ്വീകരിക്കാൻ കഴിയുന്നതിനാണ് യഥാർത്ഥ പാടവം വേണ്ടത്. അപ്പോൾ മാത്രമാണ് നിങ്ങൾക്ക് ശാന്തനും സന്തോഷവാനുമാകാൻ പറ്റുന്നത്. ജീവിതത്തെ അല്പം അടുത്ത് നിന്ന് നിരീക്ഷിക്കുമ്പോൾ മനസ്സിലാകും ആ രണ്ടു പേരും അല്ലെങ്കിൽ പ്രശ്നങ്ങളും അതേപോലെ തുടരുന്നില്ല എന്ന്, അവരും മാറിക്കൊണ്ടിരിക്കും. നമ്മെ അസ്വസ്ഥരാക്കാനോ രാത്രി സമാധാനമായ ഉറക്കം കെടുത്താനോ എക്കാലവും ഒന്നോ രണ്ടോ കാര്യങ്ങളുണ്ടായിരിക്കും. ഷൂസിനുള്ളിലെ മുള്ള് പോലെ, തിരുമ്മുന്തോറും കുത്തുന്ന, അലോസരപ്പെടുത്തുന്ന കണ്ണിലെ മണൽത്തരി പോലെ നിങ്ങൾ ഏതെങ്കിലും അസുഖകരമായ ചിന്തകളേയോ വികാരങ്ങളേയോ പ്രതിരോധിക്കുന്തോറും അതിന് നിങ്ങളുടെ മേൽ അത്രയ്ക്കധികം ശക്തിയും മേധാശക്തിയും ഏറുന്നപോലെ തോന്നും, അപ്പോൾ ഇവിടെ താക്കോൽ ആയ തത്ത്വം അനായാസതയാണ്, ആയാസമല്ല. സമരസപ്പെടുക (വിട്ടു കളയുക), സംഘർഷം വേണ്ട. ഇതാണ് ധ്യാനം. നമ്മൾ പഠിച്ചെടുക്കേണ്ട വൈദഗ്ധ്യം.

ഇക്കാലത്ത് നമ്മുടെ മനസ്സ് തിരക്കുള്ളതും തോന്നലുകളുടെ അമിതഭാരം പേറുന്നതുമാണ്, അതിനാൽ സാധാരണ മട്ടിൽ

ഉറങ്ങിയാൽ പോലും മനസ്സിന് ആവശ്യമായ വിശ്രമം ലഭിക്കുന്നില്ല. നമ്മൾ കൂട്ടിവച്ച തോന്നലുകൾ ദഹിപ്പിച്ചു തീർക്കാൻ രാത്രിപോലും നമുക്ക് സമയം കിട്ടുന്നില്ല, അതിനാൽ ഏഴെട്ട് മണിക്കൂർ ഉറക്കത്തിന് ശേഷം ഉണർന്നെണീറ്റാൽ പോലും നിങ്ങൾക്ക് ഉന്മേഷം അനുഭവപ്പെടുന്നില്ല. നമുക്ക് ധ്യാനം ആവശ്യമാകാൻ ഒരു കാരണം കൂടിയാണ് ഇത്, ധ്യാനം ഉറക്കത്തേക്കാൾ ആഴമുള്ള വിശ്രമം തരുന്നതിനാൽ അത് മനസ്സിനെ ശാന്തമാകാൻ സഹായിക്കുന്നു. യഥാർത്ഥ ധ്യാനം വിശ്രാന്തമായ ജാഗ്രതയാണ്. സാധാരണഗതിയിൽ നാല് മുതൽ ആറ് മണിക്കൂർ വരെ ഉറങ്ങിയാൽ ലഭിക്കുന്ന വിശ്രമം ഇരുപത് മിനിട്ട് നേരത്തെ ധ്യാനം നൽകുന്നു. യഥാർത്ഥ വിശ്രമം സംഭവിക്കുന്നത് അനായാസതയിൽ നിന്നാണ്. അത് ഒരിക്കലും ആയാസപ്പെട്ടാൽ ലഭിക്കില്ല. ശരീരവും മനസ്സും എപ്രകാരമാണ് വ്യത്യസ്തമായ നിയമങ്ങളനുസരിച്ച് പ്രവർത്തിക്കുന്നതെന്ന് നാം ഇതിന് മുമ്പ് കണ്ടു. ശരീരം ആയാസം നിങ്ങളിൽനിന്ന് ആവശ്യപ്പെടുമ്പോൾ മനസ്സ് ഏറ്റവും കാര്യക്ഷമമാകുന്നത് അതിനെ അനായാസമായി സമീപിക്കുമ്പോഴാണ്. പരിപൂർണ്ണമായി വിശ്രമിച്ച മനസ്സിനും അതീതമായി പോകാൻ നിങ്ങൾ ശ്രമിക്കുമ്പോൾ ഈ തത്ത്വത്തിന്റെ സത്യം കൂടുതൽ തിളങ്ങുന്നു.

ലളിതമായ ഒരു ധ്യാനപ്രക്രിയയിലൂടെ വെറും പതിനഞ്ച് മിനിട്ടിനുള്ളിൽ അനുഷ്ഠാക്കൾക്ക് കൂടുതൽ ഉന്മേഷവും ഊർജ്ജവും ജാഗ്രതയും വിശ്രമവും ക്രിയാത്മകതയും ശാന്തിയും അനുഭവപ്പെടുന്നതായി പല ധ്യാനപരിപാടികളിലും ഞാൻ ശ്രദ്ധിച്ചിട്ടുണ്ട്. ഇതേ അനുഭവം എനിക്കുതന്നെ ഒരു പാട് തവണ ഉണ്ടായിട്ടുമുണ്ട്. മനസ്സിനേയും വിചാരങ്ങളേയും പതിനഞ്ച് മിനുട്ട് നിരീക്ഷിക്കുന്നത് മനസ്സിന്റെ ഗതിവേഗം അല്പം കുറച്ച് നിങ്ങൾക്ക് കൂടുതൽ വ്യക്തത കൈവരാൻ സഹായകമായേക്കാം. പക്ഷേ, മനസ്സിനുമപ്പുറത്ത് സ്ഥിതമായ ബോധമണ്ഡലത്തിൽ മുങ്ങുമ്പോഴുണ്ടാകുന്ന തരത്തിലുള്ള ക്ഷിപ്രവും ശക്തവുമായ ഫലം അതുകൊണ്ട് ഉണ്ടാവില്ല. തുടക്കക്കാർക്കും ഇതുവരെ ശ്രമിക്കാത്തവർക്കു പോലും ഇത് അനുഭവിക്കാവുന്നതാണ്.

മാർഗ്ഗദർശനം തീർച്ചയായും വലിയ വ്യത്യാസമുണ്ടാക്കും. അടുത്ത രണ്ട് അദ്ധ്യായങ്ങളിൽ ഞാൻ നിങ്ങളുമായി അടിസ്ഥാനചുവടുകൾ, സൂത്രങ്ങൾ, ചെയ്യേണ്ടവയും ചെയ്യാൻ പാടില്ലാത്തവയും എന്നിവ പങ്കുവെക്കാം. എന്റെ ഗുരുവിനു കീഴിൽ കഴിഞ്ഞ രണ്ട് ദശവർഷങ്ങൾ നീണ്ട അനുഷ്ഠാനാനുഭവങ്ങളിൽ നിന്നും ഞാൻ പരിശീലനം നൽകപ്പോന്ന അനവധി ധ്യാനപരിപാടികളിൽ നിന്നുണ്ടായ അനുഭവങ്ങളിൽ നിന്നും ഞാൻ പഠിച്ച വിലപ്പെട്ട പാഠങ്ങളാണ് അവ.

ബോധപൂർവ്വം മനസ്സിനെ വിശ്രമിപ്പിക്കുന്നതാണ് ധ്യാനം. മനസ്സും നാഡീവ്യൂഹവും ചുരുളഴിഞ്ഞ്, അനാവശ്യമായ തോന്നലുകളേയും നാം കുമിച്ചുകൂട്ടിയ സമ്മർദ്ദങ്ങളേയും പിരിമുറുക്കങ്ങളേയും വിട്ടുകളയുമ്പോൾ സ്വാഭാവികമായി മനസ്സ് വർത്തമാനകാലത്തിൽ നങ്കൂരമിടുന്നതായി നിങ്ങൾക്ക് കാണാം. പക്ഷേ ഇതിനായി നിങ്ങൾക്ക് മനസ്സിനുമതീതമായി പോകേണ്ടതായി വരും. ധിഷണാപരമായി മനസ്സിലാക്കിയാൽ പഠിക്കാനാവുന്നതല്ല അത്. അത് ശരിയായ മാർഗ്ഗദർശനത്തിലൂടേയും ആത്മാർത്ഥമായ സാധനയിലൂടേയും ജന്യമാകുന്ന നിപുണതയാണ്. അറിവിനുമപ്പുറത്തെ ജ്ഞാനത്തിനെ പര്യവേക്ഷണം ചെയ്ത് തുടങ്ങാൻ നിങ്ങൾ തയ്യാറാണോ?

ജ്ഞാനസൂത്രങ്ങൾ

* ധ്യാനം ഏകാഗ്രതയോ ശ്രദ്ധ കേന്ദ്രീകരിക്കലോ അല്ല. അത് അനായാസതയും 'വിട്ടുകളയുക എന്ന കല'യുമാണ്.
* മനസ്സിനെ സ്ഥിരപ്പെടുത്താനും കേന്ദ്രീകരിക്കുവാനും ശ്രമം (ആയാസം) ഉപകരിക്കും, പക്ഷേ മനസ്സിന് അതീതമായി പോകാൻ നിങ്ങൾക്ക് അനായാസത ആവശ്യമാണ്.

10 മിനിറ്റ് പരിശീലനം

അലോസരപ്പെടുത്താനായി ഒന്നും ഇല്ലാത്ത ഒരിടത്ത് കണ്ണടച്ച് ഇരിക്കുക. ശരീരത്തിന് വിശ്രമം കിട്ടുന്ന വിധത്തിൽ സുഖപ്രദമായി ഇരിക്കാൻ പറ്റുന്ന ശരീരനില ആവലംബിക്കുക. സാധാരണമട്ടിൽ ആഴത്തിൽ ശ്വാസം ഉള്ളിലേക്കും പുറത്തേക്കും എടുക്കുക. കുറച്ചു നേരത്തേക്ക് നിങ്ങളുടെ ശ്രദ്ധ ശ്വാസോച്ഛ്വാസത്തിലാകട്ടെ, അത് ശരീരത്തിനുള്ളിലേക്കും പുറത്തേക്കും സ്വമേധയാ യാതൊരായാസവുമില്ലാതെ പോകുന്നത് ശ്രദ്ധിച്ചുകൊണ്ട്.

ഇപ്പോൾ നിങ്ങളുടെ വിചാരങ്ങളെപ്പറ്റി ബോധവാനാകുക. വിചാരങ്ങൾ നല്ലതോ ചീത്തയോ ആകട്ടെ, അവയെ പ്രതിരോധിക്കാനോ വിശകലനം ചെയ്യാനോ അവയെക്കുറിച്ച് വിധിപറയോനോ നിൽക്കരുത്. അവ സ്വമേധയാ വന്നും പോയുമിരിക്കട്ടെ. നല്ല വിചാരങ്ങളെ ക്ഷണിക്കാനോ അവയെ ഒപ്പം നിർത്താനോ ചീത്ത വിചാരങ്ങളെ പ്രതിരോധിക്കാനോ അവയെ വിധിക്കാനോ ശ്രമിക്കരുത്. രണ്ടിനും

പ്രത്യേകമായ പരിഗണനയൊന്നും കൊടുക്കാതിരിക്കുന്നതിനാൽ നിങ്ങൾ അവയെ വിശകലനം ചെയ്യുകയോ ഒന്നിനുമേലും ശ്രദ്ധ കേന്ദ്രീകരിക്കുകയോ ചെയ്യുന്നില്ല. നിങ്ങളുടെ മനസ്സിനും ഇപ്പോൾ നടന്നുകൊണ്ടിരിക്കുന്ന കാര്യങ്ങൾക്കും സാക്ഷിയായി ഇരിക്കുക.

എല്ലാ ശ്രമങ്ങളും വിട്ട് വിശ്രാന്തി പുല്കുക.

മനസ്സ് ഏതെങ്കിലും വിചാരത്തിനുമേൽ കുളമ്പടി തുടങ്ങുന്നതായി, അല്ലെങ്കിൽ അത് പല പദ്ധതികളിടാൻ ആരംഭിക്കുന്നതായി നിങ്ങൾ എപ്പോഴെല്ലാം കാണുന്നുവോ അപ്പോഴെല്ലാം സൗമ്യമായി മനസ്സിനെ പൂർവ്വസ്ഥലത്തേക്ക് കൊണ്ടു വരിക. ഒരിക്കൽ കൂടി സൗമ്യമായി ശ്വാസമെടുക്കുക, നിശ്വാസം ചെയ്ത് ആയാസരഹിതമായി വിശ്രമിക്കുക- ഇവിടെ ഇപ്പോൾ.

കുറച്ച് നേരം ഇപ്രകാരം ചെയ്ത ശേഷം നിങ്ങൾക്കെങ്ങനെ തോന്നുന്നു എന്ന് സ്വയം നിരീക്ഷിക്കുക. കുറച്ച് പരിശീലനം ആയി ക്കഴിഞ്ഞാൽ മനസ്സ് സ്വാഭാവികമായിത്തന്നെ കൂടുതൽ ഉന്മിഷത്താകുന്നതായും തുടർന്ന് കൂടുതൽ ബോധപൂർണ്ണവും ജാഗ്രത്തുമാകുന്നതായും നിങ്ങൾക്ക് അനുഭവപ്പെടും.

■

6
നിങ്ങളുടെ ധ്യാനപരിശീലനം തുടങ്ങുന്നു

ഞങ്ങൾ വാതിൽ കടന്ന് പുറത്തെത്തിയപ്പോൾ ആദ്യം ഞാൻ കണ്ടത് തെളിഞ്ഞ നീലാകാശത്തിനു കീഴെ മനോഹരമായ ടേബ്ൾ മൗണ്ടന്റെ ഗാംഭീര്യമുള്ള കാഴ്ചയായിരുന്നു. ദക്ഷിണാഫ്രിക്കയിൽ കേയ്പ്പ് ടൗണിനെ എന്റെ പ്രിയപ്പെട്ട നഗരമാക്കുന്ന പല ഘടകങ്ങളിൽ ഒന്നായിരുന്നു അത്.

''ഞാൻ ഒരു ട്രക്കാണ് കൊണ്ടുവന്നിരിക്കുന്നത്, അത് കാരണം നമുക്ക് കുറച്ച് ഞെരുങ്ങിയിരിക്കേണ്ടതായി വരും.'' ഫ്രാങ്കോയ്സ് ഞങ്ങളോട് പറഞ്ഞു. ''നമ്മൾ മൂന്നു പേരുണ്ടാകുമെന്ന് ഞാൻ വിചാരിച്ചില്ല.'' അയാൾ ക്ഷമാപണസ്വരത്തിൽ പറഞ്ഞു. ഫ്രാങ്കോയ്സ് ഒരു അത്‌ലറ്റിന്റെ ശരീരഘടനയുള്ള ഊക്കൻ മനുഷ്യനാണ്. യോഗ പരിശീലനം കഴിഞ്ഞ് കേയ്പ്പ്ടൗണിലും ചുറ്റുവട്ടത്തും ഉള്ള ദരിദ്രവും ആപൽക്കരവുമായ പ്രദേശങ്ങളിൽ പലവിധ സേവന പ്രൊജക്റ്റുകൾ ഏറ്റെടുക്കുന്നതിന് മുമ്പ് അയാളൊരു പ്രൊഫഷണൽ മോഡൽ ആയിരുന്നു. നല്ല ഹൃദയത്തിനുടമ എന്നതിനാൽ മാത്രമല്ല, അയാൾ ഞങ്ങൾക്കൊപ്പം വരുന്നതിൽ എനിക്ക് സന്തോഷമുണ്ടായിരുന്നത്. ഞങ്ങൾ പോകുന്നത് കുഴപ്പം പിടിച്ച ഒരു സ്ഥലത്തേക്കായിരുന്നു, അയാൾക്ക് ഒഴുക്കോടെ ആഫ്രിക്കൻ സംസാരിക്കാനും അറിയാമായിരുന്നു. ഇത് ഉപകാരപ്പെടും. കാണാൻ പോകുന്ന വ്യക്തി ആഫ്രിക്കൻ മാത്രമേ സംസാരിക്കൂ എന്ന് ഞങ്ങളറിഞ്ഞിരുന്നു.

''മേൽവിലാസം അറിയാമോ നിങ്ങൾക്ക്?'' ഫ്രാങ്കോയ്സ് ഞങ്ങളോട് ചോദിച്ചു.

''അറിയാം. അയാളുടെ ഭാര്യയോടും മകനോടും സംസാരിക്കാൻ ഞങ്ങൾക്ക് സാധിച്ചു. അവർ വിവരിച്ചു തന്നു. നമുക്ക് ഡെല്ഫ്റ്റിലേക്ക് പോകണം.''

''ഓക്കേ, അവിടേക്ക് പോകാൻ എനിക്കറിയാം. നിങ്ങളെങ്ങിനേയാണ് ഈ മനുഷ്യനെക്കുറിച്ച് അറിഞ്ഞത്?''

''ഒന്നു രണ്ടു മാസം മുമ്പ് വാഷിങ്ടൻ പോസ്റ്റിൽ ഞാനൊരു ലേഖനം വായിക്കാനിടയായി.'' ഞാൻ പറഞ്ഞു. ''ഞാൻ ആഫ്രിക്കയിലാണ് ഇപ്പോൾ ജോലി ചെയ്യുന്നതെന്ന് അറിയാമായിരുന്ന ഒരു സ്നേഹിതൻ അതെനിക്കയച്ചു തന്നതായിരുന്നു.''

ലേഖനം എന്റെ ശ്രദ്ധ ആകർഷിച്ചു, കാരണം അത് ഫ്രെഡി ബ്ലോം എന്ന സാധുമനുഷ്യന്റെ കഥയുമായി ബന്ധപ്പെട്ടതായിരുന്നു. കേയ്പ്പ് ടൗണിൽ താമസിക്കുന്ന ഇദ്ദേഹം ജീവിച്ചിരിക്കുന്നവരിൽ ഏറ്റവും പ്രായമുള്ള മനുഷ്യനായിട്ടാണ് അറിയപ്പെട്ടിരുന്നത്. ഗിന്നസ് വേൾഡ് റെക്കോർഡ് ഔദ്യോഗികമായി പ്രഖ്യാപിച്ചിരുന്നില്ല. ശരിയായ രേഖകളുടെ അഭാവത്തിൽ ഇത്തരം കാര്യങ്ങൾ പരിശോധിക്കാൻ സമയമെടുക്കുമല്ലോ. ലഭ്യമായ രേഖകളനുസരിച്ച് ഫ്രെഡിക്ക് ഈ വർഷാരംഭത്തിൽ 115 വയസ്സ് കഴിഞ്ഞിരുന്നു. കുറെ മാസങ്ങൾക്ക് ശേഷം കേയ്പ്പ് ടൗണിൽ തിരിച്ചെത്തിയ എനിക്ക് ഈ മാന്യനെ കാണാനുള്ള അവസരം നഷ്ടപ്പെടുത്തരുതെന്നുണ്ടായിരുന്നു. അദ്ദേഹത്തിന്റെ ഭാര്യയുമായി സംസാരിക്കാൻ ഞങ്ങൾക്കു സാധിച്ചു, അവർ ദയാപൂർവ്വം ഞങ്ങളെ ഇന്ന് അവരുടെ വീട്ടിലേക്ക് സ്വാഗതം ചെയ്തിരിക്കയാണ്. അവർ അഭ്യർത്ഥിച്ച പ്രകാരം ഫ്രെഡിക്ക് ഇഷ്ടമുള്ള ചില സാധനങ്ങളടക്കം കുറച്ച് പലചരക്ക് സാമാനങ്ങളും ഞങ്ങൾ കരുതിയിരുന്നു.

യാത്രയുടെ അവസാനം ചെറിയ ഒരു വീട് നിന്നിരുന്ന ഇടുങ്ങിയ റോഡിലേക്ക് കയറി കാറ് പാർക്ക് ചെയ്ത് പലചരക്ക് സാമാനങ്ങളടങ്ങുന്ന പെട്ടിയുമെടുത്ത് ഞങ്ങൾ പോർച്ചിലേക്ക് നടന്നു. ''ഗുഡ് മോണിങ്ങ്. വിളിച്ചിരുന്ന ആൾക്കാരല്ലേ? ദയവായി അകത്തേക്ക് വരൂ.''

ഫ്രെഡിയുടെ ഭാര്യ ഷാനെറ്റും മകനും കുടുംബവും ചേർന്ന് ഞങ്ങളെ സ്വീകരിച്ചു. പലചരക്ക് സാമാനങ്ങളടങ്ങുന്ന പെട്ടി അടുക്കളമേശമേൽ വച്ച ശേഷം പെട്ടിക്കുള്ളിലേക്ക് നോക്കിക്കൊണ്ട് അവർ മന്ദഹസിച്ചു. ''ഓ, ഫ്രെഡിക്ക്

പ്രിയപ്പെട്ട കുറച്ച് സാധനങ്ങൾ നിങ്ങൾ കൊണ്ടുവന്നല്ലോ! അദ്ദേഹം സന്തുഷ്ടനാകും.''

ഷാനെറ്റിന് എൺപത്തിയാറു വയസ്സായിരുന്നു. അവർ തമ്മിൽ വലിയ പ്രായവ്യത്യാസം ഉണ്ടെങ്കിലും അര നൂറ്റാണ്ടിലേറെയായി അവർ സന്തോഷകരമായ ദാമ്പത്യ ബന്ധത്തിലാണ്. ഇപ്പോഴും സഹായമൊന്നുമില്ലാതെ അദ്ദേഹത്തിന് നടക്കാൻ കഴിയും, പഴയപോലെ വേഗത്തിൽ പറ്റില്ലെങ്കിലും. അദ്ദേഹം ഇപ്പോഴും സ്വയം വസ്ത്രധാരണം നടത്തുന്നുണ്ട്. അവർ അഭിമാനപൂർവ്വം ഞങ്ങളോട് പറഞ്ഞു. ''നിങ്ങൾക്കറിയാമോ, അദ്ദേഹം നല്ലൊരു നർത്തകനായിരുന്നു. ഒരു നൃത്തപരിപാടിക്കിടയിൽ ആണ് ഞങ്ങൾ തമ്മിൽ കണ്ടത്, അദ്ദേഹത്തിന്റെ ആരോഗ്യം ഇപ്പോഴും വളരെ നന്നായിത്തന്നെയിരിക്കുന്നു. ചിലപ്പോൾ അദ്ദേഹത്തിന് രക്തസമ്മർദ്ദം വരും.'' ഷാനെറ്റ് പറഞ്ഞു. ''പക്ഷേ അദ്ദേഹത്തിന് ഡോക്റ്ററുടെയടുത്ത് പോകുന്നത് ഇഷ്ടമല്ല. അവരദ്ദേഹത്തിന്റെ വിരൽ കുത്തി ചോര എടുക്കുന്നതും രക്തസമ്മർദ്ദം പരിശോധിക്കാനായി കൈയിൽ മുറുക്കി കെട്ടുന്നതും ഇഷ്ടമല്ല. അതു കാരണം അദ്ദേഹമവിടെ അധികം പോകാറില്ല.''

അവർ ഞങ്ങളെ ഒരു ചെറിയ ലിവിങ്ങ് റൂമിലേക്ക് ആനയിച്ചു, വെളിച്ചം വരാനായി ചില കർട്ടനുകൾ നീക്കിയിട്ടു. ''ഞാൻ ക്ഷമ ചോദിക്കുന്നു. ഇപ്പോൾ കറന്റ് ഇല്ലാത്തതിനാൽ ഇവിടെ കുറച്ച് ഇരുട്ടാണ്. നിങ്ങൾക്കായി ഞാൻ ഫ്രെഡിയെ കൊണ്ടുവരാം.''

ഫ്രെഡി ജനിച്ചത് 1904 ലാണ്. പക്ഷേ അദ്ദേഹത്തിന് ആ പ്രായം തോന്നിയില്ല. സാവധാനത്തിൽ മുറിയിലേക്ക് വന്നുകൊണ്ടിരിക്കുന്ന ആ മനുഷ്യൻ രണ്ട് ലോകമഹായുദ്ധങ്ങൾ കണ്ട ആളാണെന്നും ദക്ഷിണാഫ്രിക്കയിൽ അപാർത്തീഡ് നിയമം വന്നപ്പോൾ അദ്ദേഹത്തിന് വയസ്സ് 40 ആയിരുന്നു എന്നും ആരു കണ്ടാൽ പറയില്ല. ''പണ്ട് നടന്നിരുന്ന വേഗത്തിൽ ഞാനിപ്പോൾ നടക്കുന്നില്ല.'' ഫ്രെഡി ആഫ്രിക്കൻസിൽ പറഞ്ഞു. ''അതൊഴിച്ചാൽ ഞാൻ ഓക്കേയാണ്.'' അദ്ദേഹം മന്ദഹസിച്ചപ്പോൾ അദ്ദേഹത്തിന് പല്ലുകൾ എല്ലാമുണ്ടെന്നും കാണാൻ സാധിച്ചു. അദ്ദേഹം തന്റെ കസേരയിലിരുന്നു. ഞങ്ങൾ അദ്ദേഹത്തിനടുത്തിരുന്ന് സംസാരിക്കാൻ തുടങ്ങി.

അദ്ദേഹത്തോടും ഭാര്യയോടും ഞാനെന്താണ് ചെയ്യുന്നതെന്ന് പറഞ്ഞ ശേഷം ഞാനാ ദമ്പതികൾക്ക് മനസ്സിനെ ശാന്തമാക്കാനും രക്തസമ്മർദ്ദം കുറയ്ക്കാനും ഉതകുന്ന ലളിതമായ ചില യോഗാഭ്യാസങ്ങൾ പഠിപ്പിക്കാമെന്ന് പറഞ്ഞു. അവർ യോഗയേക്കുറിച്ചും ധ്യാനത്തെക്കുറിച്ചും ഒന്നും കേട്ടിരുന്നില്ല എങ്കിലും കൂടുതലറിയാനുള്ള ജിജ്ഞാസ പ്രകടിപ്പിച്ചു. ലളിതമായ ശ്വസനക്രിയ പഠിപ്പിച്ചശേഷം ഞാനവരെ ഹ്രസ്വമായ ഒരു ധ്യാനത്തിലൂടെ നയിച്ചു. ഫ്രെഡി വളരെ ആഴത്തിലുള്ള വിശ്രാന്തിയിലെത്തി. കുറച്ചുനേരം അദ്ദേഹം ഉറങ്ങിപ്പോയെന്ന് ഞങ്ങൾ വിചാരിച്ചു. സാവധാനത്തിൽ കണ്ണുകൾ തുറക്കാനുള്ള നിർദ്ദേശം പല തവണ ആവർത്തിച്ചപ്പോൾ അദ്ദേഹം അവസാനം കണ്ണ് തുറന്നു. ഇരുവരുടേയും ദയാവായ്പുള്ള മുഖങ്ങൾ ഇപ്പോൾ അധികം തിളക്കമുള്ളതായി കാണപ്പെട്ടു.

''എന്റെ ഹൃദയവും ശരീരവും ബലിഷ്ഠമായതായി തോന്നുന്നു.'' തന്റെ അനുഭവം വിവരിക്കാനാവശ്യപ്പെട്ടപ്പോൾ ഫ്രെഡി പറഞ്ഞതാണിത്. ''മാത്രമല്ല എന്റെ മനസ്സ് തെളിഞ്ഞ് ശാന്തമായിരിക്കുന്നു. എനിക്കിഷ്ടപ്പെട്ടു.'' ഷാനെറ്റ് യോജിപ്പ് സ്പഷ്ടമാക്കുംവിധം തലയാട്ടി. ''ഞങ്ങളിത് ദിവസവും ചെയ്തു കൊള്ളാം. അത് അദ്ദേഹത്തിന് ഗുണം ചെയ്യും. അദ്ദേഹത്തിന്റെ രക്തസമ്മർദ്ദവും കുറയും.'' അവർ തുടർന്നു. ''നിങ്ങൾ വീണ്ടും എപ്പോഴാണ് വരിക എന്ന് ദയവായി ഞങ്ങളെ അറിയിക്കണം. ഞാൻ കൂടുതൽ പേരെ ക്ഷണിക്കാനാഗ്രഹിക്കുന്നു, അവർക്കും താങ്കൾ പഠിപ്പിക്കുന്നതെന്താണെന്ന് മനസ്സിലാക്കാമല്ലോ.'' ആ പ്രായത്തിലും ഫ്രെഡിയും അദ്ദേഹത്തിന്റെ ഭാര്യയും പുതിയ കാര്യങ്ങൾ പഠിക്കാനും ആരാഞ്ഞ് കൂടുതൽ അറിയാനും ഉത്സാഹം പ്രകടിപ്പിക്കുന്നത് മനസ്സിൽ തട്ടുന്നതായിരുന്നു.

കാലാകാലങ്ങളിൽ, ഇത്തരം അനുഭവങ്ങളാണ് ധ്യാനം പ്രയോജനകരവും എല്ലാവർക്കും പ്രാപ്യവുമാണെന്ന് എന്നെ ബോദ്ധ്യപ്പെടുത്തിയത്. ഫ്രഡിയെപ്പോലുള്ളൊരു മാന്യന് ആ പ്രായത്തിൽ ധ്യാനം അഭ്യസിക്കാമെങ്കിൽ നിങ്ങൾക്കെന്തുകൊണ്ട് സാധിക്കില്ല? ശരിയായ മാർഗ്ഗനിർദ്ദേശം ലഭിച്ചപ്പോൾ അദ്ദേഹത്തിന് ആദ്യത്തെ സെഷനിൽ ത്തന്നെ വിശ്വസനീയമായ ധ്യാനാനുഭവം സിദ്ധിച്ചുവെങ്കിൽ എന്തുകൊണ്ട് മറ്റുള്ളവർക്കത് ലഭിക്കില്ല? അപ്പോൾ ധ്യാനം എല്ലാവർക്കും

വേണ്ടിയാണ് എന്നും അതെല്ലാവർക്കു പ്രാപ്യമാണെന്നും മനസ്സിലാക്കിക്കൊണ്ട് നമുക്ക് ഈ അത്യാകർഷകമായ യാത്ര ആരംഭിക്കാം. കഴിഞ്ഞ അദ്ധ്യായങ്ങളിൽ നമ്മുടെ പുതിയ ധ്യാനപരിശീലനത്തിന് നാം അടിത്തറയിടുകയും മനസ്സിനെ വിശ്രമിപ്പിക്കുന്നതിന്റേയും വിട്ടുകളയലിന്റേയും ഉള്ളിലേക്ക് പോയി ഉന്മേഷം വീണ്ടെടുക്കുന്നതിന്റേയും ചില പ്രധാന പാഠങ്ങൾ പഠിക്കുകയും പരിശീലിക്കുകയും ചെയ്തു.

ആദ്യം ചെയ്യേണ്ടത് നിങ്ങളുടെ ശരീരത്തെ ധ്യാനത്തിനായി തയ്യാറാക്കലാണ്. പരിഭ്രമിക്കേണ്ട. ഈ തയ്യാറെടുപ്പ് കഠിനമായ ഉപഭോഗനിരാസമോ ശരീരവഴക്കമോ ആവശ്യപ്പെടുന്നില്ല. പക്ഷേ ഇളകാതെ ഇരിക്കാൻ പ്രയാസമുണ്ടാക്കുക വഴി ധ്യാനത്തെ തടസ്സപ്പെടുത്തുന്ന ചില ഹേതുക്കളുടെ കാര്യത്തിൽ ശ്രദ്ധ വേണം. ശരീരം സുഖദാവസ്ഥയിലല്ലെങ്കിൽ മനസ്സും ശാന്തമാകുകയില്ല. അതിനാൽ ആദ്യമായി ശരീരം സുഖദാവസ്ഥയിലാണെന്ന് ഉറപ്പാക്കണം.

നിങ്ങളുടെ ആമാശയം ലഘുവായിരിക്കുന്നതാണ് അനുയോജ്യം. നിങ്ങൾ അവസാനം കഴിച്ച പ്രധാന ഭക്ഷണം ദഹിച്ചിരിക്കുകയും വേണം. ഭക്ഷണശേഷം ചയാപചയവും ശരീര പ്രവർത്തനവും വർദ്ധിക്കുകയും ദഹനപ്രക്രിയയെ സഹായിക്കുന്നതിനായി ഊർജ്ജം മുഴുവൻ ഉദരത്തിലേക്ക് കേന്ദ്രീകൃതമാകുകയും ചെയ്യും. ധ്യാനത്തിലാകട്ടെ നിങ്ങളുടെ ശരീരം ആഴമുള്ള വിശ്രമത്തിലേക്കെത്തുകയും ചയാപചയത്തിന്റെ തോത് കുറയുകയും ചെയ്യും. രണ്ട് പ്രക്രിയകളും നേരെ വിപരീതമാണെന്നും അതിനാൽ രണ്ടും ഒരുമിച്ച് പോകില്ലെന്നും മനസ്സിലാക്കാൻ മേൽപ്പറഞ്ഞ ലളിതമായ അറിവ് മതി. ഭക്ഷണത്തിനുശേഷം ധ്യാനം അസാദ്ധ്യമാണെന്നല്ല ഞാൻ പറയുന്നത്- ചിലർക്കത് സാധിക്കുന്നുമുണ്ടാകും. പക്ഷേ ഇവിടെ നാം ശ്രമിക്കുന്നത് ധ്യാനത്തെ കഴിയുന്നത്ര ലളിതവും എല്ലാവർക്കും പ്രാപ്യവുമാക്കാനാണ്. അതിനാൽ നമുക്ക് എളുപ്പമായ വഴി പിന്തുടരാം. ചിലർക്ക് വേലികൾ ചാടിമറിയാനും മതിലുകൾ കയറാനും വിഷമമില്ലെന്നു വച്ച് എല്ലാവർക്കും അത് സുകരമാകണമെന്നില്ല. അതുകൊണ്ട് ജീവിതത്തിന്റെ വെല്ലുവിളികൾ നേരിടാനായി പിടയുമ്പോൾത്തന്നെ മുഖത്തെ ചിരി നിലനിർത്തുന്ന ശരാശരി മനുഷ്യനുവേണ്ടി ധ്യാനത്തിലേക്കുള്ള നമ്മുടെ ആദ്യ ചുവടുവെപ്പുകൾ കഴിയുന്നത്ര ലളിതവും ഫലപ്രദവുമാക്കാനാണ് നാമാഗ്രഹിക്കുന്നത്.

വയറ് ലഘുവായിരിക്കെ അധികം അലോസരങ്ങളൊന്നും കടന്നുവരാത്ത ഒരു സ്ഥലം കണ്ടെത്തുക. പരിചയസമ്പന്നരായ ധ്യാനികൾ ഏത് അന്തരീക്ഷത്തിലും ആനന്ദത്തോടെ ധ്യാനിക്കാൻ കഴിയുന്നവരാണ്. അതിനാൽ ഇത് അത്ര നിർബന്ധമൊന്നുമല്ല, എങ്കിലും

ശാന്തമായ, നിശ്ശബ്ദതയുള്ള, വൃത്തിയുള്ള, ഹൃദ്യമായ ഒരിടം തീർച്ചയായും അനുകൂലമായിരിക്കും. മാത്രമല്ല തുടക്കത്തിൽ മനസ്സിനെ ശാന്തമാക്കാനും ശരീരം വിശ്രമാവസ്ഥയിലാക്കാനും ഇതെളുപ്പമാക്കും.

ധ്യാനം പരിശീലിക്കുമ്പോൾ നിങ്ങൾ പത്മാസനത്തിലിരിക്കേണ്ട ആവശ്യമില്ല, ചമ്രം പടിഞ്ഞുപോലും ഇരിക്കേണ്ട. പക്ഷേ, നട്ടെല്ലിന് വളവില്ലാതിരിക്കുന്നത് നന്നായിരിക്കും. ദീർഘകാലാടിസ്ഥാനത്തിൽ അത് കൂടുതൽ സുഖപ്രദമായിരിക്കും. നിങ്ങൾ ഇരിക്കുന്ന രീതിക്കും അത് ഗുണം ചെയ്യും. മാത്രമല്ല മനസ്സിനെ ജാഗ്രത്തും അതേസമയം അയവുള്ളതുമാക്കും. അത് നിങ്ങളെ സുഖമായി, അനായാസമായും ഗഹനമായും ശ്വസിക്കാൻ സഹായിക്കും. ദീർഘകാലാടിസ്ഥാനത്തിൽ ഒടിഞ്ഞുതൂങ്ങിയിരിക്കുന്നതും സുഖകരമാകില്ല. കാരണം അത് അനാവശ്യമായ സമ്മർദ്ദം കഴുത്തിലും ശരീരത്തിന്റെ മറ്റ് അവയവങ്ങളിലും ചെലുത്തും. കൂടാതെ കൂടുതൽ ധ്യാനപരമായ അവസ്ഥയിൽ ഉറങ്ങിപ്പോകാനുള്ള സാദ്ധ്യതയും അത് കൂട്ടുന്നു. നാം കിടന്നുകൊണ്ട് സാധാരണ ധ്യാനം ചെയ്യാറില്ല. ആ ശരീരനില കൂടുതൽ യോജിക്കുന്നത് യോഗനിദ്ര പോലുള്ള അഭ്യാസങ്ങൾക്കാണ്. ഇത് ബോഡിസ്കാൻ ധ്യാനം എന്ന് അറിയപ്പെടുന്നു. ഇത് വളരെ വിശ്രമകരമാണ്, പക്ഷേ നമ്മുടെ പരിശീലനപദ്ധതിയിൽ നാം ഒരു പടി കൂടി മുന്നോട്ട് പോയി യാഥാർത്ഥ ധ്യാനം ചെയ്യാനാഗ്രഹിക്കുന്നു.

നട്ടെല്ല് നിവർന്ന് ശരീരത്തിന് സുഖം തോന്നുന്ന അവസ്ഥയിൽ ഇരിക്കുക. ആവശ്യമെങ്കിൽ പുറംതാങ്ങാൻ പറ്റിയ കുഷൻ ഉപയോഗിക്കാം. അല്ലെങ്കിൽ സുഖമായി കസേരയിലോ സോഫയിലോ നിങ്ങൾക്ക് നന്നായി തോന്നുന്ന പോലെ ഇരിക്കുക. നിങ്ങൾക്ക് നിലത്തിരിക്കാനാണ് ഇഷ്ടം, പക്ഷേ കൂടുതൽ നേരം പുറം നിവർത്തി ഇരിക്കാൻ വിഷമമാണെങ്കിൽ ഒരു കുഷൻ ആസനത്തിനു കീഴെ വെച്ചാൽ അരക്കെട്ട് കുറച്ചൊന്ന് പൊന്തുകയും പുറത്തിന് താഴ്ഭാഗത്ത് അനാവശ്യമായ മർദ്ദം കൊടുക്കാതെ പുറം നിവർത്തി ഇരിക്കാൻ നിങ്ങൾക്ക് സാധിക്കുകയും ചെയ്യും.

കാലുകൾ മടക്കി വെക്കുകയോ, തറമേൽ വെക്കുകയോ നീട്ടി വെക്കുകയോ ആകാം- അതായത് നിങ്ങൾക്ക് ഏറ്റവും സൗകര്യപ്രദമായ വിധത്തിൽ. ഒറ്റക്കാര്യം ശ്രദ്ധിക്കുക, ആ നിലയിൽ നിന്ന് മാറാതേയും വേദന കാരണം കാലുകൾ മാറ്റാതേയും 10-15 മിനിട്ട് ഇരിക്കാൻ സാധിക്കുന്ന വിധത്തിലാകണം ഇരിപ്പ്.

ധ്യാനം ചെയ്യുമ്പോൾ ശരീരം വല്ലാതെ ബലം പിടിക്കാതേയും ഇളകാതേയും ഇരിക്കാൻ ശ്രമിക്കുന്നത് ശരീരവും മനസ്സും സുഖാവസ്ഥയിലാകാൻ നിങ്ങളെ സഹായിക്കും. നമ്മളിൽ പലരും പരിചയിച്ച ജീവിതശൈലി കായികാദ്ധ്വാനം കുറഞ്ഞതാണ്. നമ്മൾ

ദിവസം മുഴുവൻ മിക്കവാറും ഇരിക്കുക തന്നെയാണ് - കാറിൽ, ഓഫീസിൽ, വീട്ടിൽ അല്ലെങ്കിൽ മറ്റേതെങ്കിലുമിടത്ത്. അതിനാൽ രക്തയോട്ടം മെച്ചപ്പെടുത്താനും ശരീരത്തിന്റെ മരവിപ്പ് മാറ്റാനും അമിതമായ ഊർജ്ജവും പിരിപിരിപ്പും ക്രമീകരിക്കാനുമായി അല്പമെങ്കിലും വ്യായാമം ചെയ്യുന്നു എന്ന് ഉറപ്പാക്കേണ്ടത് വളരെ പ്രധാനമാണ്. പ്രത്യേകിച്ച്, നിങ്ങൾ പ്രഭാതത്തിൽ പ്രാതലിനു മുമ്പാണ് ധ്യാനം അനുഷ്ഠിക്കുന്നതെങ്കിൽ ഇത് പ്രധാനമാണ്, കാരണം രാത്രീ മുഴുവൻ കിടക്കയിൽ കിടക്കുന്നതിനാൽ നിങ്ങളുടെ ശരീരത്തിന് ഒരു വെറുങ്ങലിപ്പ് ബാധിച്ചിരിക്കും. സായാഹ്നത്തിലാണ് ധ്യാനിക്കുന്നതെങ്കിൽ പകൽ മുഴുവൻ ഓഫീസിൽ ഒരേ നിലയിലിരിക്കുക കാരണം ശരീരത്തിന് വെറുങ്ങലിപ്പ് വന്നിട്ടുണ്ടാകും. നിങ്ങളെങ്ങിനെയാണ് ശരീരത്തിന്റെ വെറുങ്ങലിപ്പും പിരിപിരിപിരിപ്പും മാറ്റുന്നതെന്നത് നിങ്ങൾക്ക് തീരുമാനിക്കാം, ഇഷ്ടമുള്ള ഏത് മാർഗ്ഗവും നിങ്ങൾക്ക് ആവലംബിക്കാം. ചിലർ ഒന്ന് ഓടി നോക്കും, ചിലർ യോഗ, മറ്റു ചിലരാകട്ടെ, പാട്ട് വെച്ച് നൃത്തം ചെയ്യും, അല്ലെങ്കിൽ ഏതാനും മിനിറ്റ് നേരം ചാടും. അങ്ങനെ കുറെ ഊർജ്ജം ചെലവാക്കുകയും ശരീരത്തെ അയവാർന്നതാക്കുകയും ചെയ്യും. ശരീരത്തിന്റെ അധിക പിരിപിരിപ്പ് മൂലം ശരീരം നിശ്ചലമാക്കിവെക്കാൻ നിങ്ങൾക്ക് പതിവായി പ്രയാസം തോന്നിയാൽ, അതുമല്ലെങ്കിൽ അസ്വസ്ഥമായ വിചാരങ്ങളാൽ, ആഗ്രഹങ്ങളാൽ, വികാരങ്ങളാൽ നിങ്ങൾക്ക് സ്വസ്ഥമായിരിക്കുവാൻ സാധിക്കുന്നില്ലെങ്കിൽ, ധ്യാനത്തിനിരിക്കുന്നതിനു മുമ്പായി നിങ്ങൾ ഈ വ്യായാമം കുറേക്കൂടി നേരം ചെയ്യേണ്ടതാണ്. ഭക്ഷണം ശ്രദ്ധിക്കുന്നതും നന്നായിരിക്കും, മസാലയും എണ്ണയും വറുത്തെടുത്ത ഭക്ഷണവും പഞ്ചസാരയും കുറക്കാം.

യോഗയും ധ്യാനവും അനുഷ്ഠിക്കുന്ന പലരും ക്രമേണ തങ്ങളുടെ ഭക്ഷണക്രമത്തിലും വിഭവങ്ങളിലും മാറ്റം വരുത്താൻ കാരണമിതാണ്. ഈ അനുഷ്ഠാനങ്ങളിൽ നിന്ന് പ്രയോജനം ലഭിക്കാൻ നിങ്ങൾ സസ്യഭക്ഷണമോ അല്ലെങ്കിൽ പോഷകാഹാരമോ കഴിക്കണമെന്നില്ല. പക്ഷേ ശരീരവും മനസ്സും ചില തരം ഭക്ഷണങ്ങളോട് പ്രതികരിക്കുന്ന രീതിയും, നിങ്ങൾ കഴിക്കുന്ന ഭക്ഷണം ശരീരത്തിന്റേയും മനസ്സിന്റേയും പ്രവർത്തനത്തെ ബാധിക്കുന്ന വിധവും മനസ്സിലാക്കുന്തോറും നിങ്ങൾ സമാധാനവും ഉന്മേഷവും തോന്നിക്കുന്ന ഭക്ഷണം സ്വാഭാവികമായും തിരഞ്ഞെടുത്തു തുടങ്ങും. ഭാരവും ഉദാസീനതയും പന്തികേടും തോന്നിപ്പിക്കുന്നതും അസ്വസ്ഥതയുളവാക്കുന്നതുമായ ഭക്ഷണം വർജ്ജിക്കുകയും ചെയ്യും.

സുഖാവസ്ഥയിൽ ഇളകാതെ കുറച്ചു നേരം ഇരിക്കാൻ പറ്റിയ സ്വസ്ഥമായ ശരീരനില പ്രാപിച്ചു കഴിഞ്ഞാൽ നിങ്ങൾക്ക് കണ്ണുകൾ

പൂട്ടിക്കൊണ്ട് അകത്തേക്കും പുറത്തേക്കും ആഴത്തിലുള്ള ഏതാനും ശ്വാസമെടുക്കാം. സാവധാനത്തിലും സൗമ്യമായും. നിങ്ങളുടെ ശ്രദ്ധ ശരീരത്തിന്റെ മറ്റു ഭാഗങ്ങളിലേക്ക് ബോധപൂർവ്വം വ്യാപരിപ്പിച്ച് അവിടെയെല്ലാം ഇളവ് അനുഭവപ്പെടട്ടെ. തോൾ, കഴുത്ത്, മുഖത്തെ പേശികൾ എന്നിവ പ്രത്യേകം ശ്രദ്ധിക്കുക. കാരണം ഇവിടങ്ങളിലാണ് നമ്മൾ ഉത്ക്കണ്ഠാകുലരാകുമ്പോൾ ഒരുപാട് സമ്മർദ്ദം കുന്നുകൂടുന്നത്. മുഖത്ത് മന്ദഹാസം സ്ഫുരിപ്പിക്കാൻ ഞാൻ പലപ്പോഴും അവരോട് പറയാറുണ്ട്. - തുറന്ന ചിരിയല്ല, സൗമ്യമായ ഒരു പുഞ്ചിരി മാത്രം. കാരണം പുരികം ചുളിക്കുകയും മുഖത്ത് പിരിമുറുക്കം നിഴലിപ്പിക്കുകയും അതേസമയം പുഞ്ചിരിക്കുകയും ഒരുമിച്ച് സാധിക്കുന്നതല്ല. അങ്ങിനെ മുഖത്തെ ഇളവാർന്നതാക്കുവാനും ഇത് സഹായിക്കുന്നു.

കൈപ്പടം ആകാശത്തേക്ക് തുറന്നിരിക്കുന്ന വിധത്തിൽ കാൽ മുട്ടിനു മേലോ മടിയിലോ വെക്കുന്നത് ഏറ്റവും സൗകര്യപ്രദമായിരിക്കും. കൈകൾ ഏതെങ്കിലും പ്രത്യേക മുദ്രയിൽ പിടിക്കേണ്ടതില്ല. അങ്ങനെ ചെയ്യേണ്ട എന്നാണ് ഞാൻ പറയുക, കാരണം അത് ശ്രമം കൂട്ടുകയും പൂർണ്ണ വിശ്രാന്തിയിലേക്ക് പോകാൻ നിങ്ങൾക്ക് തടസ്സമാകുകയും ചെയ്യും. കൈകൾ പലവിധ മുദ്രകളിൽ പിടിച്ചു കൊണ്ടുള്ള ധ്യാനം ബുദ്ധന്റേയും യോഗിമാരുടേയും പ്രതിമകളിൽ നാം കാണുന്നു. ഈ മുദ്രകൾക്കെല്ലാം നമ്മുടെ ശരീരത്തിനും മനസ്സിനും മേൽ വിശേഷമായ ഫലങ്ങൾ ഉണ്ട്. അവ മനസ്സിന്റെ പ്രത്യേകമായ തത്ത്വങ്ങളും സ്ഥിതിയും പ്രതീകാത്മകമായി അറിയിക്കാൻ വേണ്ടിയും ഉപയോഗിക്കുന്നുണ്ട്. ധ്യാനമാകുന്ന യാത്ര തുടങ്ങുന്ന നമ്മെപ്പോലുള്ളവർക്ക് ആദ്യം തന്നെ നമ്മുടെ അനുഷ്ഠാനത്തിനായി വേണ്ട ഉറച്ച അടിത്തറ പണിയുന്നതാണ് പ്രധാനം. അതായത് പരിപൂർണ്ണമായി 'റിലാക്സ്ഡ്' ആകുവാനും 'വിട്ടുകളയാനും' പഠിക്കുക, അനായാസത പഠിക്കുക. നിങ്ങളുടെ കൈകൾ ഏതെങ്കിലും നിർദ്ദിഷ്ടമായ നിലയിൽ വെക്കുന്നത് ശരീരത്തേയോ മനസ്സിനേയോ പരിപൂർണ്ണമായി ഇളവേൽക്കാൻ സഹായകമാകില്ല, അപ്പോൾ ഒരിക്കൽക്കൂടി നമുക്ക് എളുപ്പമുള്ള മാർഗ്ഗത്തിലൂടെ പോകാം, ശ്രമത്തെ വിട്ട് അനായാസതയെ തിരഞ്ഞെടുക്കാം.

ശരീരം സുഖാവസ്ഥയിലാകുകയും ഇരിപ്പ് ഉറയ്ക്കുകയും ചെയ്താൽ ഒരു നിമിഷം നിങ്ങളുടെ ശ്വാസം ശ്രദ്ധിക്കൂ. ശ്വാസത്തെ വെറുതെ നിരീക്ഷിക്കുക, അത് സ്ഥിരവും മൃദുവും മന്ദവുമായിരിക്കട്ടെ. ശ്വാസം ഇപ്പോഴും ദ്രുതവും ആഴംകുറഞ്ഞതും വിറയാർന്നതും ആയി തോന്നുകയാണെങ്കിൽ ബോധപൂർവ്വം മന്ദമായും ആഴത്തിലും ദീർഘമായി ശ്വസിക്കുക. അതിനുശേഷം വീണ്ടും വിശ്രമിക്കുക. ശ്വാസം

അതിന്റെ തനതായ വേഗതയിൽ ശരീരത്തിനു ഉള്ളിലേക്കും പുറത്തേക്കും ചലിക്കട്ടെ. ശ്വസനക്രിയ അനായാസവുമാകട്ടെ. സൂചിപ്പിച്ച പോലെ ശ്വാസോച്ഛ്വാസം താനേ നടക്കട്ടെ. ചിലപ്പോൾ അത് ദീർഘവും ആഴത്തിലുള്ളതുമാകും, അല്ലെങ്കിൽ മൃദുവായും നേർത്തും മറ്റു ചിലപ്പോൾ ദ്രുതഗതിയിലും ഭാരിച്ചും. അവയെ മാറ്റാനായി അധികം ശ്രമിക്കാതെ അതിനെക്കുറിച്ച് ബോധവാനാകുക, നിരീക്ഷിക്കുക. എങ്ങനെയാണ് ഓരോ ശ്വാസവും ശരീരത്തിന് ഊർജ്ജം നൽകുന്നതെന്നും ഓരോ ഉച്ഛ്വാസവും ഇളവേകുന്നതെന്നും (relax) അറിയുക. ഇതെല്ലായ്പ്പോഴും സംഭവിക്കുന്ന സ്വാഭാവികമായ ഒരു പ്രതിഭാസമാണ്, എങ്കിലും നിങ്ങളത് ഗൗനിച്ചു തുടങ്ങിയാൽ, നിങ്ങളുടെ ശ്രദ്ധ അതിൽ ഉറയ്ക്കുകയും അത് കൂടുതൽ ഫലപ്രദമാകുകയും ചെയ്യുന്നു. ശ്വസനം നടക്കുന്നത് ഈ നിമിഷത്തിലാകയാൽ മനസ്സും വേഗം കുറയ്ക്കുന്നു, ഭൂതഭാവി കാലങ്ങളിലേക്ക് വലിച്ചിഴക്കപ്പെടാതെ ഇപ്പോഴത്തെ നിമിഷത്തിൽ മനസ്സിന് വേരോട്ടമുണ്ടാകുന്നു.

ഇനി നിങ്ങൾ ചുറ്റുമുള്ള ശബ്ദങ്ങളെ, അവയെന്തുമാകട്ടെ, ഗൗനിക്കുക. അവ ഏയർ കണ്ടീഷനറുടെയോ ഫാനിന്റേയോ ആകാം, മറ്റൊരു മുറിയിലോ അടുത്തെവിടേയോ ആൾക്കാർ സംസാരിക്കുന്നതാകാം, ദൂരെനിന്ന് വരുന്ന ട്രാഫിക്കിന്റെ ശബ്ദമാകാം, അതുമല്ലെങ്കിൽ പക്ഷികൾ കലപിലകൂട്ടുന്നതാകാം. ശബ്ദം എന്തുമാകട്ടെ, നിങ്ങളതിനെ അംഗീകരിക്കുക, സ്വീകരിക്കുക, അതിനവിടെ നിലനിൽപ്പ് അനുവദിക്കുക. അവയെ പ്രതിരോധിക്കരുത്. ഇതൊരു തന്ത്രമാണ്, അലോസരങ്ങളിൽ നിന്ന് നിങ്ങളെ മോചിപ്പിക്കാനുതകുന്ന ഒരു രഹസ്യം. ബോധപൂർവ്വം നിങ്ങളവയെ ഗൗനിച്ച് ശബ്ദങ്ങളെ സ്വീകരിക്കുകയാണെങ്കിൽ ശബ്ദങ്ങൾ പശ്ചാത്തലത്തിലേക്ക് പിൻവാങ്ങുകയും നിങ്ങൾക്കവ അലോസരപ്പെടുത്തുന്നതായി അനുഭവപ്പെടാതിരിക്കുകയും ചെയ്യും. മനസ്സ് പിന്നെയവിടെ ഒട്ടിപ്പിടിച്ചിരിക്കില്ല .അതല്ലെങ്കിൽ ചില ശബ്ദങ്ങൾ നിങ്ങളുടെ ശ്രദ്ധ വ്യതിചലിപ്പിക്കുകയും മനസ്സിന് ശാന്തമാകാൻ സാധിക്കാതെ വരുകയും ചെയ്യും. നിങ്ങൾ ശബ്ദങ്ങളെ പ്രതിരോധിക്കുകയാണെങ്കിൽ നിങ്ങൾ ആ ശബ്ദങ്ങളുമായി കെട്ടുപാടിലാകുകയും മനസ്സിന് ഉള്ളോട്ട് ചലിക്കാൻ സാധിക്കാതെ വരുകയും ചെയ്യും.

മനസ്സിന് പരിതോവസ്ഥയുമായി കെട്ടുപിണച്ചിൽ ഇല്ലാതാകുമ്പോൾ കുറച്ചു നേരത്തേക്ക് ശരീരം പൂർണ്ണ നിശ്ചലമായി നിർത്തുക. ഇത് മറ്റൊരു രഹസ്യമാണ്. ശരീരം നിശ്ചലമാകുമ്പോൾ മനസ്സും സ്വയമേവ കൂടുതൽ അടങ്ങാൻ, ശാന്തമാകാൻ ആരംഭിക്കുന്നു. കാരണം ശരീരവും മനസ്സും പരസ്പരബന്ധിതമാണ്. ശരീരം പൂർണ്ണമായും നിശ്ചലമാക്കുമ്പോൾ - മൃദുവും അനായാസവുമായ

ശ്വാസചലനമൊഴികെ- മനസ്സിന്റെ ഗതിവേഗവും ക്രമാൽ കുറഞ്ഞു വരുന്നു, അല്പം മുമ്പു വരെ അത് സക്രിയമായിരുന്നു എങ്കിൽ പോലും. അപ്പോൾ നാം ശരീരത്തെ പൂർണ്ണനിശ്ചലാവസ്ഥയിൽ നിർത്തുന്നു, നിങ്ങൾ ഒരു പ്രതിമയാണെന്ന പോലെ.

ഓർക്കുക മനസ്സിന്റെ നിയമം അനായാസതയാണ്, ആയാസമല്ല. മനസ്സിനെ നിയന്ത്രിക്കാനോ നിരീക്ഷിക്കാനോ വേണ്ടി ശ്രമം നട ത്താതിരിക്കുക, അതങ്ങനെ നിൽക്കട്ടെ. അത് അലയുകയാണെങ്കിൽ അലയട്ടെ, ചിന്തകളെ പ്രതിരോധിക്കരുത്, അതേ സമയം മനസ്സിൽ ആസൂത്രണങ്ങൾ നടക്കുന്നതിനെ പ്രോത്സാഹിപ്പിക്കയുമരുത്. എന്തെ ങ്കിലും സംഗതികൾക്ക് പിന്നാലെ- നിങ്ങൾ ചെയ്തു തീർക്കേണ്ട സംഗതികൾ, മാറ്റണമെന്ന് നിങ്ങൾ ആഗ്രഹിക്കുന്ന കാര്യങ്ങൾ, പരിഹരിക്കേണ്ടതായ പ്രശ്നങ്ങൾ, അല്ലെങ്കിൽ നിങ്ങളുടെ ജീവിത ത്തിൽ നികത്തേണ്ടതായിട്ടുണ്ട് എന്ന് നിങ്ങൾ കരുതുന്ന അഭാവ ങ്ങൾ, അല്ലെങ്കിൽ ഇനിയും ശരിപ്പെടുത്താനുണ്ടെന്ന് തോന്നുന്ന കാര്യങ്ങൾ - മനസ്സ് ഓടുകയാണെങ്കിൽ ഒന്നാം അദ്ധ്യായത്തിൽ നമ്മൾ പഠിച്ച തത്ത്വം പ്രയോഗത്തിൽ കൊണ്ടുവരാനുള്ള നേരമാണ് ഇത്. ബോധപൂർവ്വം സ്വയം ഓർമ്മപ്പെടുത്തുക: കൂടാതെ ജീവിക്കാ നാവില്ലെന്ന് നിങ്ങൾ വ്ശ്വസിച്ചിരുന്നവയൊന്നും തന്നെ നിങ്ങൾക്ക് ഈ സമയത്ത് ആവശ്യമില്ലെന്ന്. ഈ സമയത്തേക്ക് അവയില്ലാതെ നിങ്ങൾക്ക് സന്തുഷ്ടനും ശാന്തനുമാകാൻ സാധിക്കുന്നുണ്ടോ? അതെ, ഈ നിമിഷത്തിൽ അവയൊന്നുമില്ലാതെത്തന്നെ സന്തു ഷ്ടനും ശാന്തനുമാകാൻ നിങ്ങൾക്കാവും.

ഈ ഒന്നാം ഘട്ടം താണ്ടിക്കഴിഞ്ഞാൽ അടുത്തതായി നിങ്ങൾ ഓർമ്മിക്കേണ്ടത് അനാസക്തിയെക്കുറിച്ചാണ്. ഈ നിമിഷത്തിൽ നിങ്ങൾക്ക് വേണ്ടതെല്ലാം നിങ്ങളുടെ പക്കലുണ്ട് എന്ന് വിചാരി ക്കുക. ഈ സമയം നിങ്ങൾക്കൊന്നിന്റേയും ആവശ്യമില്ല, നിങ്ങൾ ക്കൊന്നും വേണമെന്ന് ആഗ്രഹവുമില്ല. അടുത്ത 15-20 മിനിറ്റുകൾ നിങ്ങളൊന്നിനു വേണ്ടിയും കൊതിക്കുന്നില്ല നിങ്ങൾ ഒന്നും ചെയ്യേണ്ട തുമില്ല എന്ന അനുഭൂതി സ്വയം അനുഭവിക്കുക. നിങ്ങളുടെ ലക്ഷ്യ ങ്ങൾക്കും മോഹങ്ങൾക്കും ചെയ്യാൻ ബാക്കിയുള്ളവ എന്ന ലിസ്റ്റി ലുള്ള എല്ലാ സംഗതികൾക്കും 20 മിനിറ്റ് നേരം കാത്തുനിൽക്കാം.

ഇനി നിങ്ങളുടെ വ്യക്തിപരമായ സ്വത്വബോധവും ലേബലുകളും ബോധപൂർവ്വം കളയുക. നിങ്ങൾ ഒരച്ഛനാകാം, അമ്മ, വക്കീൽ, കടയിലെ ജോലിക്കാരൻ, ഗായകൻ, പുത്രൻ, സഹോദരി, മറ്റ് ആരെ ങ്കിലും, പക്ഷേ അടുത്ത 15-20 മിനിറ്റ് നേരത്തേക്ക് ഈ വ്യക്തിസ്വത്വ ബോധങ്ങളെല്ലാം കളയുക. നിങ്ങൾ മരിച്ചു, ജീവിതം വിലയിച്ചു

എന്ന് വിചാരിക്കുക, ഒപ്പം നിങ്ങളുടെ എല്ലാ ബന്ധങ്ങളും, ഉത്തരവാദിത്വങ്ങളും നിങ്ങളുടെ തോന്നലുകളും സ്വപ്നങ്ങളും. അവയെല്ലാം സ്വപ്നങ്ങൾ മാത്രമായിരുന്നു, നിങ്ങൾ ഇപ്പോൾ ഉണർന്നെണീറ്റതേയുള്ളൂ എന്ന അനുഭൂതിയോടെ. ഞാൻ ഒന്നുമല്ല, ഞാനൊരാളുമല്ല എന്ന് സ്വയം അനുഭവിക്കുക.

നിങ്ങൾ അത്തരം വ്യക്തസ്വത്വ ബോധങ്ങൾ ഉപേക്ഷിച്ചില്ലെങ്കിൽ ആ വിചാരങ്ങളെല്ലാം വന്നുകൊണ്ടേയിരിക്കും. നിങ്ങളുടെ ബിസിനസ്സ് നിങ്ങൾ മറന്നില്ലെങ്കിൽ ചെയ്തുതീർക്കാനുള്ള കാര്യങ്ങൾ, കൊടുത്തുതീർക്കാനുള്ള ബില്ലുകൾ, സമർപ്പിക്കേണ്ട ടെണ്ടറുകൾ, സംസാരിക്കേണ്ട കസ്റ്റമറുകൾ, ഇതെല്ലാം മനസ്സിലേക്ക് തിക്കിത്തിരക്കി വന്നുകൊണ്ടിരിക്കും. പക്ഷേ തൽക്കാലത്തേക്ക് നിങ്ങൾക്ക് ആ സ്വത്വങ്ങളെയെല്ലാം കളയാൻ സാധിച്ചാൽ ഈ വിചാരങ്ങൾ മനസ്സിലേക്ക് വരിക കൂടിയില്ല. അതിനാൽ തത്കാലത്തേക്ക് നിങ്ങളുടെ വ്യക്തിപരമായ സ്വത്വങ്ങൾക്ക് യാതൊരു പ്രാധാന്യവും കൊടുക്കാതെ നിങ്ങൾ ഒരാളുമല്ല, ഒന്നുമല്ല എന്ന് സ്വയം അനുഭവിക്കുക. ഭൂതകാലം കഴിഞ്ഞിരിക്കുന്നു ഭാവിയാകട്ടെ അനിശ്ചിതവും ഇനിയും സംഭവിക്കാനിരിക്കുന്നതുമാണ്. നിങ്ങളുടെ പഴയ തോന്നലുകളും അവനവനെക്കുറിച്ചുള്ള ധാരണകളും ഇതുവരെ കടന്നു വന്ന ജീവിതവും ഭാവിയെക്കുറിച്ചുള്ള എല്ലാ പദ്ധതികളും ഉപേക്ഷിക്കുക. ധ്യാനസമയത്ത് നിങ്ങൾ ഒന്നും ചെയ്യാൻ ആഗ്രഹിക്കുന്നില്ല. നിങ്ങൾ ഇപ്പോൾ ഈ നിമിഷത്തിന്റേതായ പുതിയൊരാളാണ്. ഈ പ്രത്യേക സമയത്ത് നിങ്ങൾ ചെയ്യേണ്ടതായ ഒന്നുമില്ല. രണ്ടാം അദ്ധ്യായത്തിൽ നമ്മൾ പഠിച്ചതും പരിശീലിച്ചതുമോർമ്മയുണ്ടോ - ഭൂതകാലത്തെ പരിപൂർണ്ണമായി ഉപേക്ഷിക്കുകയും ഭാവിപദ്ധതികളിൽ സ്വയം നഷ്ടപ്പെടാതിരിക്കുകയും. നമ്മുടെ വ്യക്തിസ്വത്വ ബോധത്തേയും ലേബലുകളേയും ഇപ്പോൾ നമ്മുടെ ജീവിതത്തിൽ നടന്നുകൊണ്ടിരിക്കുന്ന എല്ലാറ്റിനേയും കളയാൻ നാം പഠിച്ചിരിക്കുന്നു.

അനാസക്തിയുടെ മേൽപ്പറഞ്ഞ പ്രയോഗം എന്റെ ഗുരു പഠിപ്പിച്ച മൂന്ന് മനോഹരമായ തത്ത്വങ്ങളിൽ എത്തിച്ചേരുന്നു. ധ്യാനത്തിനുള്ള തയ്യാറെടുപ്പ് എന്ന നിലയ്ക്ക് അദ്ദേഹം ഞങ്ങളെ ഇത് പഠിപ്പിച്ചു. മൂന്ന് തത്ത്വങ്ങൾ ചുരുക്കിപ്പറഞ്ഞാൽ, അടുത്ത ഏതാനും മിനിറ്റുകൾ നേരം:

(1) ഞാൻ ഒന്നുമല്ല

(2) എനിക്കൊന്നും വേണ്ട

(3) എനിക്കൊന്നും ചെയ്യാനില്ല

ഒരു നിമിഷം ഇവയെ ബോധപൂർവ്വം നിങ്ങളുടെ ശ്രദ്ധയിലേക്ക് കൊണ്ടുവരികയും യഥാർത്ഥത്തിൽ അനുഭവിക്കുകയും ചെയ്യുന്നത്

ധ്യാനാവസ്ഥയിലേക്ക് നിങ്ങളെ കൂടുതൽ വേഗതയിൽ എത്തിക്കാനുള്ള ഒരു തന്ത്രമാണ്. അതിപ്പോഴേ അനുഭവിക്കൂ- അടുത്ത മിനിറ്റുകളിൽ നിങ്ങൾ ഒന്നുമല്ല, നിങ്ങൾ ആരുമല്ല, നിങ്ങൾക്കൊന്നും വേണ്ട, ഇപ്പോൾ നിങ്ങൾക്ക് ചെയ്യേണ്ടതായിട്ട് ഒന്നുമില്ല. ഇത് ചെയ്യാൻ സാധിച്ചാൽ മനസ്സ് ശാന്തമാകുന്നതായി നിങ്ങൾക്ക് അനുഭവപ്പെടും. സാധാരണയായി ഉദിച്ചു വരുന്ന പല ചിന്തകളും മനസ്സിലേക്ക് വരികപോലുമില്ല.

ഇതാണ് നിങ്ങൾ റിലാക്സ്ഡാകുകയും വിട്ടുകളയുകയും ചെയ്യുന്ന ഘട്ടം. എന്തെങ്കിലും ചിന്തകൾ ഉദിക്കുകയാണെങ്കിൽ അവയെ വരാനും തന്നത്താൻ നിഷ്ക്രമിക്കാനും അനുവദിക്കുക. നമ്മൾ അവയെ തരംതിരിക്കാനോ ഗൗനിക്കുവാനോ പോകുന്നില്ല. ചിന്തകൾ വരുകയും തന്നത്താൻ പോകുകയും ചെയ്യും, നമ്മൾ അവയെ വിശകലനം ചെയ്യേണ്ടതില്ല. ചിന്തകൾ നല്ലവയായാലും മോശപ്പെട്ടവയായാലും അവയെ പ്രതിരോധിക്കാതിരിക്കുക, അവ അവിടെ ഉണ്ടായിക്കൊള്ളട്ടെ. അവ വരുന്നു, പോകുന്നു, സമുദ്രത്തിൽ അലയടിച്ചുയരുന്ന തിരകൾ പോലെ, തിരിച്ച് അതിലേക്ക് തന്നെ കലർന്നുപോകാൻ വേണ്ടി മാത്രം. തിരകളെപ്പോലെ ഈ ചിന്തകളും ബോധമണ്ഡലത്തിന്റെ ഉപരിതലത്തിൽ മാത്രമേ നിലനിൽക്കുന്നുള്ളൂ. അവ അടങ്ങും തോറും ഉപരിതലം ഇളക്കമറ്റതാകുന്നു. നിങ്ങൾക്ക് നിങ്ങളുടെ ബോധമണ്ഡലമാകുന്ന സമുദ്രത്തിന്റെ അടിത്തട്ട് കാണാനും ആസ്വദിക്കാനും സാധിക്കുന്നു.

ഇനി നിങ്ങളുടെ മനസ്സ് ഏതെങ്കിലും ചിന്തയിൽ കുടുങ്ങിക്കിടക്കുകയാണെന്നും അവ അടിക്കടി തിരിച്ച് വരുകയാണെന്നും നിങ്ങളുടെ മനസ്സിൽ ഭാവിപദ്ധതികളുടെ രൂപീകരണം നടക്കുകയാണെന്നും നിങ്ങൾക്ക് തോന്നിയാൽ ഒന്നേ ചെയ്യേണ്ടതുള്ളൂ. ശ്വസനത്തിൽ ശ്രദ്ധ കേന്ദ്രീകരിച്ച് മനസ്സിനെ സൗമ്യമായി വർത്തമാനത്തിലേക്ക് ആനയിക്കുക. അഞ്ചാം അദ്ധ്യായത്തിൽ ഇത് നമ്മൾ പരിശീലിച്ചിരുന്നു, ഓർമ്മിക്കുന്നില്ലേ?

സംഭവിച്ചുകൊണ്ടിരിക്കുന്നത് എന്തുതന്നെയായാലും സ്വീകരിക്കുക, അതിനെ ആലിംഗനം ചെയ്യുക. ധാരാളം ചിന്തകളുണ്ടെങ്കിൽ അങ്ങിനെയാകട്ടെ, അത് സ്വാഭാവികം. അവയെ വേഗത്തിൽ ഒഴിവാക്കുവാനോ ധൃതി പിടിച്ച് റിലാക്സ്ഡ് ആവാനോ ശ്രമിക്കരുത്. അതങ്ങിനെ നടക്കില്ല. സംഭവിക്കുന്നതെന്തും സ്വീകരിക്കുവാനും അവക്കൊപ്പം നിലകൊള്ളാനും എത്രമാത്രം നിങ്ങൾക്ക് സാധിക്കുന്നുവോ, അത്രത്തോളം ശരീരവും മനസ്സും അടങ്ങുകയും കൂടുതൽ ശാന്തമാകുകയും ചെയ്യും. ധ്യാനം ഏകാഗ്രതയ്ക്ക് എതിരാണ്,

അനാസക്തമായ വിട്ടുകളയലിന്റേയും കേവലമായ അസ്തിത്വത്തിന്റേയും കലയാണ്. എത്രത്തോളം നിങ്ങൾക്ക് വിട്ടുകളയൽ സാദ്ധ്യമാകുന്നുവോ അത്രത്തോളം ഗഹനമായ ധ്യാനത്തിലേക്ക് പോകാൻ കഴിയുന്നു. നന്നായി ധ്യാനിക്കുക അല്ലെങ്കിൽ ധ്യാനത്തിന്റെ ആഴങ്ങളിലേക്കു പോകുക തുടങ്ങിയ ആഗ്രഹത്തെ വിട്ടുകളയുന്നതു പോലും ഇതിന്റെ ഭാഗമാണ്.

പലപ്പോഴും ധ്യാനത്തിനിരിക്കുന്ന സമയം മനസ്സിനെ എന്തോ അസ്വസ്ഥമാക്കുന്നതിനാൽ അല്ലെങ്കിൽ മനസ്സ് എന്തോ ചിന്തിച്ചുകൊണ്ടേയിരിക്കുന്നതിനാൽ ആഴത്തിലുള്ള ധ്യാനം സാദ്ധ്യമാകാതിരുന്ന അവസ്ഥ എനിക്കുണ്ടായിട്ടുണ്ട്. ധ്യാനം നടന്നില്ലെങ്കിലും എനിക്ക് കുഴപ്പമില്ല എന്തു സംഭവിച്ചാലും ഞാൻ 15-20 മിനിറ്റ് ഇരിക്കും, എന്ന് ഞാൻ തീരുമാനിക്കുന്ന നിമിഷത്തിൽ ധ്യാനം പെട്ടെന്ന് ആഴത്തിലാകാൻ തുടങ്ങുന്നു. ധ്യാനിക്കാനുള്ള ബോധപൂർവ്വമായ ആഗ്രഹം കളയുന്നതും കർതൃത്വം ഉപേക്ഷിക്കുന്നതും ധ്യാനപ്രക്രിയയിൽ അവശ്യവും ശക്തവുമായ പടിയാണ്. ലക്ഷ്യത്തിലേക്ക് ഏറ്റവും വേഗത്തിലെത്താനുള്ള മാർഗ്ഗം ഇവിടെ അപാരമായ ക്ഷമയാണ്.!

ധ്യാനത്തിനു മാത്രമല്ല മറ്റ് ഏത് ആത്മീയാനുഷ്ഠാനത്തിനും ബാധകമായ ഈ വസ്തുത വിശദീകരിക്കാൻ ചിലപ്പോൾ ഉപയോഗിക്കുന്ന രസകരമായ ഒരു കഥയുണ്ട്. കഥയ്ക്ക് പല പാഠാന്തരങ്ങളുമുണ്ട്, എങ്കിലും ഞാൻ ആദ്യമായി കേട്ട പാഠം ഏതാണ്ടിതു പോലായിരുന്നു.

ഗുരു ഒരുനാൾ തന്റെ ആശ്രമത്തിനു ചുറ്റും ഒന്ന് നടന്നുനോക്കാൻ തീരുമാനിക്കുന്നു. തന്റെ ശിഷ്യരെല്ലാം തങ്ങളുടെ സേവനദൗത്യങ്ങളിലും ആത്മീയവൃത്തികളിലും ഏർപ്പെട്ടിരിക്കുന്നതായി കണ്ട് സ്വയം മന്ദഹസിക്കുന്നു. തനിക്ക് പ്രായമേറുന്നു, തന്റെ ശരീരത്തിന് ഏതാനും വർഷങ്ങൾ കൂടി മാത്രമേ ഇനി പ്രതീക്ഷിക്കേണ്ടൂ.

ഈ സമയം ഗുരുവിനെ അനുഗമിച്ചിരുന്ന വളരെ മുതിർന്ന ഒരു ശിഷ്യൻ ഗുരുവിനു നേർക്ക് തിരിഞ്ഞ് മുഖത്ത് ഗൗരവം സ്ഫുരിപ്പിച്ചുകൊണ്ട് ചോദിച്ചു, ''ഗുരോ, ഞാൻ കഴിഞ്ഞ ഏതാനും പതിറ്റാണ്ടുകളായി അങ്ങയുടെ കൂടെയാണ്. ഞാൻ ധ്യാനാനുഷ്ഠാനത്തിൽ ആത്മാർത്ഥത കാണിച്ചിരുന്നു. അങ്ങ് ഇനി ഏതാനും വർഷങ്ങൾ മാത്രമേ ഈ ശരീരത്തോടെ ഞങ്ങൾക്കൊപ്പമുണ്ടാകൂ എന്ന് അങ്ങ് പറഞ്ഞു. ദയവായി പറയൂ, എനിക്ക് എപ്പോഴാണ് ജ്ഞാനോദയമുണ്ടാവുക? എനിക്കെന്നാണ് മോക്ഷം സിദ്ധിക്കുക?''

ശിഷ്യന്റെ കണ്ണിലെ തീവ്രാഭിലാഷം ദർശിച്ച ഗുരു കണ്ണുകളടച്ച് തന്റെ ദൈവികമായ സഹജാവബോധം ഉണർത്തി. കണ്ണുകൾ തുറന്ന

ശേഷം കാരുണ്യത്തോടെ നോക്കിക്കൊണ്ട് ശിഷ്യനോട് പറഞ്ഞു. ‘‘മകനേ, ഇനിയും നാല് ജന്മങ്ങൾ കഴിയണം നിനക്ക് ജ്ഞാനോദയത്തിനും മോക്ഷം വരിക്കുവാനും.’’

ഇത് കേട്ടപ്പോൾ ശിഷ്യന്റെ മുഖം വിളറി, പിന്നെയത് കോപത്തിന് വഴിമാറി. ‘‘എന്ത്? നാല് ജന്മമോ? പക്ഷേ ഞാനെന്റെ ജീവിതത്തിന്റെ സിംഹഭാഗവും അങ്ങേയ്ക്കും അങ്ങയുടെ ഉപദേശങ്ങൾക്കുമായി സമർപ്പിച്ചവനാണ്. പതിറ്റാണ്ടുകളായി ഞാൻ ആത്മാർത്ഥമായി എന്റെ അനുഷ്ഠാനങ്ങൾ ചെയ്തുവരികയാണ്. ഇത് അന്യായമാണ്.’’

ഗുരുവും മുതിർന്ന ശിഷ്യനും തമ്മിലുള്ള സംസാരം ആശ്രമത്തിൽ ഏതാനും വർഷങ്ങൾക്ക് മുമ്പ് മാത്രം ചേർന്നിരുന്ന ഒരു യുവാവ് കേൾക്കാനിടയായി. അയാൾ വളരെ സംശയിച്ച് ഗുരുവിനടുത്തേക്ക് വന്ന് തന്റെ നിഷ്ക്കളങ്കത വെളിവാക്കിക്കൊണ്ട് ചോദിച്ചു. ‘‘ഗുരോ, അപ്പോൾ എനിക്കോ? എനിക്കെന്നാണ് മോക്ഷപ്രാപ്തിയെന്ന് അങ്ങ് പറഞ്ഞു തരുമോ?’’

ഒരിക്കൽകൂടി ഗുരു കണ്ണുകളടച്ചു. കണ്ണുകൾ തുറന്നപ്പോൾ അദ്ദേഹം യുവാവിനോട് പുഞ്ചിരിച്ചു. എന്നിട്ട് പറഞ്ഞു. ‘‘നീ എന്നും നനക്കാറുള്ള ആ മരം കാണുന്നില്ലേ? മരത്തിന്റെ ശാഖകളിന്മേലുള്ള ഇലകളും നീ കാണുന്നില്ലേ?’’

‘‘ഉവ്വ് ഗുരോ.’’ യുവാവ് സന്തോഷത്തോടെ പറഞ്ഞു. ‘‘ഞാനത് കാണുന്നുണ്ട്.’’

‘‘നല്ലത് എന്റെ കുഞ്ഞേ. ആ മരത്തിന്മേൽ എത്ര ഇലകളുണ്ടോ അത്രയും വർഷങ്ങളെടുക്കും നിന്റെ മോക്ഷപ്രാപ്തിക്ക്.’’ യുവാവിന്റെ സന്തോഷം അധികരിച്ചു. നന്ദിയോടെ അയാൾ ഗുരുവിനെ പ്രണമിച്ചു.

അപ്പോഴും കോപാകുലനായി അവിടെ തുടർന്നിരുന്ന മുതിർന്ന ശിഷ്യൻ യുവാവിനു നേർക്ക് തിരിഞ്ഞ് അയാളോട് ചോദിച്ചു. ‘‘നീയെന്തു കണ്ടാണ് ഇത്ര സന്തോഷിക്കുന്നത്? മരത്തിനു മേൽ ആയിരക്കണക്കിന് ഇലകളുള്ളത് നീ കാണുന്നില്ലേ?’’

‘‘അതെ, ശരിയാണ്, ഞാനത് കാണുന്നുണ്ട്. ഞാൻ സന്തോഷവാനായിരിക്കുന്നത് എനിക്ക് മരത്തിനു മുകളിലുള്ള ഇലകൾ എണ്ണാൻ കഴിയുമെന്നതിനാലാണ്. അതൊരു നിശ്ചിത സംഖ്യയാണല്ലോ. ആയിരങ്ങളുണ്ടാകാം, അതെ. പക്ഷേ ഗുരു പറഞ്ഞുകഴിഞ്ഞു ആ നിശ്ചിതസമയം കഴിഞ്ഞാൽ എനിക്ക് മോക്ഷം കിട്ടുമെന്ന്.’’

ആനന്ദത്തിന്റേയും നന്ദിയുടേയും അശ്രുക്കൾ കവിളിലൂടെ ഒലിച്ചിറങ്ങവേ ആ യുവാവ് ആനന്ദനൃത്തം ചെയ്തു. ഒരു ദിവസം തനിക്ക്

ആത്മജ്ഞാനം ലഭിക്കുമെന്ന സന്തോഷം കാരണം. പറഞ്ഞു കേൾക്കുന്നത്, ആ യുവാവിന് ആ നിമിഷം ആത്മജ്ഞാനം ഉദിച്ചു എന്നും അയാൾ മുക്തനായി എന്നുമാണ്.

ഈ കഥ പഠിപ്പിക്കുന്ന മനോഹരമായ ഒരു പാഠം ധ്യാനമെന്ന ലക്ഷ്യത്തിലേക്ക് (ഏതൊരു ആത്മീയാനുഷ്ഠാനത്തിനും ഇത് ബാധകമാണ്) വേഗം എത്തിച്ചേരാനുള്ള മാർഗ്ഗം തിരക്ക് കൂട്ടാതിരിക്കലാണ്, അപാരമായ ക്ഷമ ഉണ്ടാവുകയാണ്. ഇതിന്റെ അർത്ഥം നിങ്ങൾ അവിടെ വെറുതെയിരുന്ന് കാത്തിരിക്കണമെന്നോ ഇതരവൃത്തികളിൽ വ്യാപൃതനാകണം എന്നോ അല്ല. നിശ്ചിതമായ ലക്ഷ്യമോ അനുഭവമോ ലഭിക്കണമെന്ന ജ്വരം ഒഴിവാക്കിക്കൊണ്ട് നിങ്ങൾക്ക് ധ്യാനം പരിശീലിക്കാൻ സാധിക്കുമെന്നാണ്. അപാരമായ ക്ഷമ എന്നതുകൊണ്ട് വിവക്ഷിക്കുന്നത് ചാഞ്ചല്യവും നിശ്ചിതമായ അനുഭവത്തിനോ ഫലത്തിനോ ആയി മനസ്സിൽ കൊതി ഇല്ലാതെയും പരിശീലനം നടത്തുക എന്നതാണ്.

നിങ്ങളെ പൂർണ്ണമായും കർമ്മത്തിൽ സമർപ്പിക്കുകയാണ്. അതേ സമയം നിങ്ങൾകർമ്മഫലത്തിൽ അനാസക്തനാവുകയുമാണ്. മനസ്സ് ഇത്തരത്തിൽ ശാന്തമാകുമ്പോൾ നിങ്ങൾക്ക് പൂർണ്ണമായും വർത്തമാനകാലത്തിൽ സന്നിഹിതനാകാനും ആഴത്തിലേക്ക് പോകുവാനും സാധിക്കും. എന്തെങ്കിലും പ്രത്യേകിച്ച് സംഭവിക്കണമെന്ന് ആഗ്രഹിക്കുന്നതും ആയാസമാണ്. നാം നേരത്തെ കണ്ടതുപോലെ ധ്യാനം ഒന്നും ചെയ്യാതിരിക്കുന്നതിന്റേയും വിട്ടുകളയുന്നതിന്റേയും കലയാണ്. നാം മൂന്നാം അദ്ധ്യായത്തിൽ പഠിച്ച പാഠം നമ്മളിവിടെ പ്രയോഗിക്കുന്നു. അതായത് നാം എന്തുചെയ്യുന്നുവോ അതിനൊപ്പം പരിപൂർണ്ണമായി നിൽക്കാനുള്ള കഴിവ്, ഇതെത്രയോ തവണ മുമ്പ് ചെയ്തതാണല്ലോ എന്ന് ആലോചിക്കാതെ, അതിന്റ അപ്പോഴത്തെ ഫലത്തെക്കുറിച്ചും ചിന്തിക്കാതെ. ധ്യാനത്തിന് നിങ്ങൾ ആദ്യമായി ഇരിക്കുന്നപോലെ, ഓരോ പ്രാവശ്യവും ധ്യാനത്തിനിരിക്കുന്നത് പുതിയൊരു അനുഭവമാണെന്ന അറിവോടെ, നിങ്ങൾക്ക് അറിയാമെന്ന് നിങ്ങൾ സ്വയം വിശ്വസിക്കുന്നതെല്ലാം മറന്ന്, എന്താണ് സംഭവിക്കേണ്ടത് എന്ന് മറന്നുകൊണ്ട്. മുൻ അനുഭവങ്ങളെ (അവ നല്ലതോ മോശമോ ആകട്ടെ) വിട്ടുകളഞ്ഞു കൊണ്ട്, ഇപ്പോൾ എന്താണ് നടക്കുന്നത് അതിന്റെ അനുഭവത്തിനായി സ്വയം സമർപ്പിച്ചുകൊണ്ട്. ഇതിൽ നിന്ന് നിങ്ങൾക്കെന്ത് നേട്ടമാണ് ഉണ്ടാകേണ്ടത്, നിങ്ങൾക്ക് എങ്ങിനെ ഉപകരിക്കും എന്നെല്ലാം മറന്ന് ശിശുസഹജമായ നിഷ്കളങ്കതയോടും ഉത്സാഹത്തോടും ഫലത്തെക്കുറിച്ച് വേവലാതിയില്ലാതേയും പരിശീലിക്കുക മാത്രം ചെയ്യുക.

ഇതുപോലെ എത്രമാത്രം നിങ്ങൾക്ക് അനാസക്തി ആചരിക്കാൻ സാധിക്കുമോ അത്രകണ്ട് ധ്യാനത്തിനോ ശാന്തതയ്ക്കോ വേണ്ടിയുള്ള ആഗ്രഹവും വിട്ടു കളയാൻ സാധിക്കുന്നു. ഇങ്ങനെ കൂടുതൽ ക്കൂടുതൽ സംഭവിക്കുന്തോറും നിങ്ങളുടെ ധ്യാനം അനായാസകരവും അഗാധവും അന്തസ്സാരമുള്ളതുമാകുന്നു. നിങ്ങൾ ആനന്ദവാനും ശാന്തത അനുഭവിക്കുന്നവനും മുക്തനുമായിത്തീരുന്നു.

ഇനി നിങ്ങൾ ചെയ്യുന്നതാണ് ശരിയായ രീതി എന്ന് എങ്ങനെ യാണ് അറിയുക? നിങ്ങൾ ധ്യാനത്തിലാണോ അല്ലയോ എന്ന് എങ്ങിനെ ഉറപ്പിക്കാൻ സാധിക്കും? അതിനാൽ എല്ലായ്പ്പോഴും നിങ്ങളെ വഴികാണിക്കാനും നിങ്ങൾ ശരിയായ മാർഗ്ഗത്തിൽത്തന്നെ യാണ് എന്ന് ഉറപ്പുനൽകാനും ഒരു പരിശീലകൻ ഉണ്ടാകുന്നത് നല്ലതാണ്. അതല്ല സ്വയമാണ് പരിശീലിക്കുന്നതെങ്കിൽ നിങ്ങൾ ശരിയായ രീതിയിലാണ് ചെയ്യുന്നതെന്നും പുരോഗതിയുണ്ടെന്നും തിരിച്ചറിയാൻ ചില ലക്ഷണങ്ങളുണ്ട്.

ആദ്യത്തെ ലക്ഷണം ധ്യാനശേഷം നിങ്ങൾ കൂടുതൽ അയ വാർന്നും(relaxed), ഉന്മേഷത്തോടും ഏകാഗ്രതയോടും കൂടുതൽ പ്രശാന്തമായ മനസ്സോടും കൂടി ഇരിക്കും. ചില ധ്യാനങ്ങളിൽ സമയം പോകുന്നത് നിങ്ങൾ അറിഞ്ഞിരിക്കുകയേ ഇല്ല, ബോധത്തിൽ യാതൊന്നും അനുഭവപ്പെട്ടിരിക്കുകയുമില്ല. മറ്റു ചിലപ്പോഴാകട്ടെ ബോധം സൂക്ഷ്മമായിത്തന്നെ ഉണ്ടായിരിക്കും പക്ഷേ മനസ്സ് തികച്ചും റിലാക്സ് ആയിരിക്കും. ചിന്തകൾ, നിങ്ങളുടെ അവബോധത്തിലുള്ള തിനാൽ, തുടക്കത്തിൽ അവ വളരെ അധികമായി നിങ്ങൾക്ക് അനു ഭവപ്പെട്ടിരിക്കാം. പക്ഷേ ഇരുപത് മിനിറ്റ് ഇതാ കഴിഞ്ഞു എന്ന് മനസ്സി ലാക്കുമ്പോൾ പെട്ടെന്ന് നിങ്ങൾക്ക് ബോദ്ധ്യമാകും അത്രയേറെ ചിന്തകളൊന്നും നിങ്ങൾക്കുണ്ടായില്ല എന്ന്. ഇത് കാണിക്കുന്നത് ചിന്താരഹിതമായ ഇടവേളകൾ ഇതിനിടക്ക് ഉണ്ടായിരുന്നു, ചിന്ത കളെക്കുറിച്ച് നിങ്ങൾ ബോധവാൻ പോലുമല്ലാതിരുന്ന ഇടവേളകൾ. അവിടെ നിങ്ങൾ യുക്തിയുടേതായ മനസ്സിനെ അതിജീവിച്ചിരിക്കുന്നു. നിങ്ങൾക്ക് ഒരുപാട് ചിന്തകളുണ്ടായിരുന്നു എന്ന തോന്നൽ നില നിൽക്കുമ്പോഴും നന്നായി വിശ്രമിച്ചതായി നിങ്ങൾക്ക് അനുഭവ പ്പെടുന്നു.

ഓരോ പ്രാവശ്യം ധ്യാനിക്കുമ്പോഴും നിങ്ങൾക്ക് ലഭിക്കുന്ന അനു ഭവം വ്യത്യസ്തമായിരിക്കും. അതിനാൽ നിങ്ങളെപ്പറ്റിത്തന്നെയോ, ധ്യാനാനുഭവത്തെ സംബന്ധിച്ചോ വിധി പറയാതിരിക്കുക എന്നത് പ്രധാനമാണ്, വളരെയധികം വിശകലനം ചെയ്യാൻ ശ്രമിക്കുകയു മരുത്. അതുപോലെ പ്രധാനമാണ് നിങ്ങളുടെ ധ്യാനാനുഭവത്തെ മറ്റുള്ളവരുടേതുമായോ നിങ്ങളെവിടെയെങ്കിലും കേട്ടതോ വായിച്ചതോ ആയ അനുഭവങ്ങളുമായോ താരതമ്യം ചെയ്യാൻ ശ്രമിക്കാതിരിക്കുക

എന്നത്. ധ്യാനത്തെക്കുറിച്ച് പ്രചരിക്കുന്ന ഒരു പാട് തമാശയുള്ള ആശയങ്ങളും തെറ്റുധാരണകളുമുണ്ട്, പലരും അവയെ മുറുകെ പിടിച്ചാണിരിക്കുന്നത്. ധ്യാനപ്രയോഗ രീതിയിൽ മാർഗ്ഗദർശനം അഭ്യർത്ഥിച്ചുകൊണ്ട് പലരും എന്നെ സമീപിച്ചിട്ടുണ്ട്. ധ്യാനം സംഭവിച്ചതിനടയാളമായി അവരെവിടേയോ വായിച്ച തിളങ്ങുന്ന വെളിച്ചം അവർക്ക് കാണാൻ സാധിച്ചില്ലത്രെ. ആ സാധു ആത്മാക്കൾ തിളക്കമാർന്ന ആ വെളിച്ചം കാണാനായി പെടാപ്പാട് പെടുകയായിരുന്നു. സുഖവും ശാന്തതയും അനുഭവിക്കുന്നതിന് പകരം ഇത് അവരുടെ ശ്രമങ്ങളെ കൂടുതൽ ക്ലേശകരവും മനസ്സിനെ പ്രക്ഷീണവുമാക്കി. ധ്യാനത്തിൽ വ്യത്യസ്തങ്ങളായ അനുഭവങ്ങൾ ഉണ്ടാകും, പക്ഷേ നമ്മൾ അവയിൽ പെട്ടുപോകുകയോ അവക്കൊപ്പം ബന്ധനസ്ഥരാകുകയോ ചെയ്യുന്നില്ല. പതിവായി ധ്യാനം ചെയ്യുന്ന ഒരാളാണ് നിങ്ങളെങ്കിൽ നിങ്ങൾ ചില നിറങ്ങൾ ദർശിക്കാം, സുഗന്ധം മണക്കാം, പൊങ്ങിക്കിടക്കുന്ന പോലുള്ള അനുഭവമുണ്ടാകാം, അല്ലെങ്കിൽ വളരെ ഭാരം കുറഞ്ഞതായോ കൂടിയതായോ തോന്നാം, എല്ലാതരം അനുഭവങ്ങളും ഉണ്ടാകാം, ഒരനുഭവവും ഉണ്ടാകാതേയുമിരിക്കാം.

അങ്ങനെയുള്ള അനുഭവങ്ങൾ തേടുന്നതും അവയെ പുനഃസൃഷ്ടിക്കാൻ നോക്കുന്നതുമാണ് ആൾക്കാർ കുടുങ്ങിപ്പോകുന്ന മറ്റൊരിടം. തന്റെ സ്നേഹിതൻ കടന്നുപോയവയും തനിക്ക് അനുഭവവേദ്യമാകാതിരുന്നവയുമായ അനുഭവങ്ങളെക്കുറിച്ച് ഒരാൾ ആരാഞ്ഞപ്പോൾ എന്റെ ഗുരു ഭംഗിയായി പറഞ്ഞപോലെ, ധ്യാനം അനുഭവങ്ങളെക്കുറിച്ചുള്ളതല്ല, അനുഭവിക്കുന്നവനെക്കുറിച്ചാണ്. അതിനാൽ നിങ്ങളുടേയും മറ്റുള്ളവരുടേയും അനുഭവങ്ങൾ തമ്മിൽ താരതമ്യം നടത്തി അവയിൽ കുടുങ്ങാതിരിക്കുക. ഓരോ തവണയും ധ്യാനത്തിനായി ഇരിക്കുന്നത് നവ്യമായ ഒരനുഭവമായി കണക്കാക്കുക, അതിൽ നിന്ന് ലഭിക്കുന്നത് എന്തുമാകട്ടെ അതിനെ സർവ്വാത്മനാ സ്വാഗതം ചെയ്യുക. ഈ നിഷ്ക്കളങ്കതയും, സമർപ്പണവും ധ്യാനപ്രയോഗത്തിൽ ആഴത്തിൽ പോകാനുള്ള ഉപാധിയാണ്. ഞാൻ മുമ്പ് പറഞ്ഞപോലെ പരിശീലനത്തിൽ നിന്ന് സ്വായത്തമാകുന്ന കലയോ വൈദഗ്ധ്യമോ ആണ് ധ്യാനം, ധിഷണാശക്തി കൊണ്ട് അറിഞ്ഞ് നേടേണ്ടതല്ല. നിങ്ങളുമായി ഞാൻ ചില മാർഗ്ഗനിർദ്ദേശങ്ങളും തത്ത്വങ്ങളും വിദ്യകളും പങ്കുവെച്ചിട്ടുണ്ട്. പക്ഷേ ഇവയേക്കാൾ പ്രധാനം നിഷ്ക്കളങ്കമായ മനസ്സുണ്ടാവുക എന്നതാണ്. അജ്ഞാതമായതിനെ പുൽകാനും അനുഭവിക്കുവാനും ഇച്ഛയുള്ള മനസ്സ്. ധ്യാനം മനസ്സിനും അതീതമായ തലമാകയാൽ അത് അനുഭവിക്കാനേ പറ്റൂ, ധിഷണാപരമായി അറിയാൻ ഒരിക്കലും സാധിക്കില്ല.

ശിശുസഹജമായ ഈ നിഷ്ക്കളങ്കത ചിത്രീകരിക്കുന്നതും ധ്യാനത്തെക്കുറിച്ചുള്ള സാങ്കേതികജ്ഞാനത്തിനുപരി നമ്മുടെ സമീപനങ്ങൾക്കും മനോനിലയ്ക്കും ഉള്ള പ്രാധാന്യം വിശദമാക്കുന്നതുമായ നല്ലൊരു കഥയുണ്ട്. പത്തൊമ്പതാം നൂറ്റാണ്ടിന്റെ അന്ത്യത്തിൽ ടോൾസ്റ്റോയ് എഴുതിയ ഈ കഥയിലെ സന്ദേശം ഇന്നും പ്രസക്തമാണ്.

റഷ്യയിലെ ഏതോ ഉൾപ്രദേശത്ത് ഒരു വലിയ തടാകത്തിനു നടുവിൽ ചെറിയൊരു ദ്വീപിൽ താമസിച്ചിരുന്ന മൂന്ന് മഹർഷിമാരെക്കുറിച്ചാണ് ഈ കഥ. കാലം പോകെ ഈ മഹർഷിമാരെക്കുറിച്ചും അവർ കാണിച്ചിരുന്ന അത്ഭുതകരമായ പ്രവൃത്തികളെ കുറിച്ചുമുള്ള വാർത്ത എല്ലായിടവും പരന്നുതുടങ്ങി. അതോടെ പ്രദേശത്തെ ബിഷപ്പിന് അങ്കലാപ്പുണ്ടായി. ഈ മഹർഷിമാരുടെ ജനപ്രിയത പ്രദേശത്തെ ചർച്ചുകളുടെ സ്ഥാനത്തേയും അധികാരത്തേയും ബാധിച്ചേക്കുമെന്നായിരുന്നു ബിഷപ്പ് ഭയപ്പെട്ടത്. പ്രശ്നത്തെക്കുറിച്ച് ആലോചിച്ച ശേഷം ബിഷപ്പ് ഒരു പരിഹാരമാർഗ്ഗം കണ്ടെത്തി: താൻ അവരെ സന്ദർശിക്കുകയും അവരെ ചർച്ചിന്റെ രീതികൾ പഠിപ്പിക്കുകയും ചെയ്യുക. അങ്ങനെ ജനങ്ങൾ അവരെ ദിവ്യരായി കണ്ടാലും ചർച്ചിന്റെ പാരമ്പര്യങ്ങളിൽ നിന്ന് അവർ വഴിമാറിപ്പോകുകയില്ല.

പിറ്റേന്ന് ബിഷപ്പ് തടാകക്കരയിലേക്ക് യാത്രയായി. അവിടെയെത്തിയപ്പോൾ ഒരു മീൻപിടുത്ത ബോട്ടിന്റെ തുഴക്കാരനോട് അങ്ങ് ദൂരെ മൂന്ന് മഹർഷിമാർ താമസിക്കുന്ന ദ്വീപിലേക്ക് തന്നെ കൊണ്ടുപോകാൻ അദ്ദേഹം അപേക്ഷിച്ചു. തുഴക്കാരനോട് ഈ മഹർഷിമാരെക്കുറിച്ച് എന്തെങ്കിലും അറിയുമോ എന്ന് ചോദിച്ചപ്പോൾ മഹർഷിമാർ കാണിച്ച ചില അത്ഭുതപ്രവൃത്തികളെക്കുറിച്ചുള്ള കഥകൾ തദ്ദേശവാസികളിൽ നിന്ന് കേട്ടതായി തുഴക്കാരൻ പറഞ്ഞു. ''അവിടെപ്പോകുന്നത് പക്ഷേ ആദരണീയനായ അങ്ങയുടെ സമയം പാഴാക്കലായിരിക്കും.'' തുഴക്കാരൻ കൂട്ടിച്ചേർത്തു, ''ഞാൻ കേട്ടിടത്തോളം ഈ മഹർഷിമാർ വെറും സാധാരണക്കാരാണ്, പഠിപ്പില്ലാത്തവരും.''

മഹർഷിമാരെ സന്ദർശിക്കണമെന്ന് ബിഷപ്പിന് പക്ഷേ നിർബ്ബന്ധമുണ്ടായിരുന്നു. അതിനാൽ ബിഷപ്പിനെ ദ്വീപിലേക്ക് കൊണ്ടുപോകാൻ തുഴക്കാരൻ സമ്മതിച്ചു. ദ്വീപിനടുത്തെത്തിയപ്പോൾ തടാകത്തിന് ആഴം കുറവായതിനാൽ വലിയ തോണിക്ക് മുന്നോട്ട് പോകാൻ സാധിക്കാതായി. അപ്പോൾ അയാൾ ബിഷപ്പിന് തുഴഞ്ഞുപോകാവുന്ന ചെറിയ ഒരു തോണി നൽകി. ബിഷപ്പ് തിരിച്ചെത്തുന്ന വരെ വലിയ തോണിയിൽ താൻ കാത്തിരിക്കാം എന്ന് തുഴക്കാരൻ ഉറപ്പ് കൊടുത്തു.

കരയിലിറങ്ങിയ ബിഷപ്പിനെ മൂന്ന് മഹർഷിമാർ ചേർന്ന് സ്വീകരിച്ചു. ബിഷപ്പിന് അവരെപ്പറ്റി തോന്നിയത് മൂന്ന് സാധുക്കളായ, കഠിനവ്രതമെടുത്ത് ലളിതമായ ജീവിതം നയിക്കുന്ന വൃദ്ധർ എന്നായിരുന്നു.

''ദൈവത്തിനും മുക്തിക്കുമായുള്ള നിങ്ങളുടെ ആത്മാർത്ഥമായ അന്വേഷണത്തെക്കുറിച്ച് ഞാൻ കേട്ടിട്ടുണ്ട്.'' ബിഷപ്പ് അവരോട് പറഞ്ഞു. ''നിങ്ങളുടെ ഭക്തി അഭിനന്ദനീയമായി ഞാൻ മതിക്കുന്നു. നിങ്ങൾ എപ്രകാരമാണ് ദൈവത്തേയും ദൈവകാരുണ്യത്തേയും തേടുന്നത്? നിങ്ങളെങ്ങിനെയാണ് പ്രാർത്ഥിക്കുന്നത്?''

മൂന്ന് മഹർഷിമാരും നിമിഷനേരത്തേക്ക് തമ്മിൽത്തമ്മിൽ നോക്കി. അതിലൊരു മഹർഷി വളരെ മടിയോടുകൂടി ബിഷപ്പിനെ അറിയിച്ചു അവർക്ക് യഥാർത്ഥത്തിൽ ദൈവപ്രാർത്ഥന നടത്താനോ ഈശ്വര സേവ നടത്താനോ അറിവില്ലെന്ന്. അവരുടെ പ്രാർത്ഥന അതിന്റെ എല്ലാ നിഷ്ക്കളങ്കതയോടും കൂടി ഇതായിരുന്നു, ''ഭവാന്മാർ മൂന്ന്, ഞങ്ങൾ മൂന്ന്, ഞങ്ങളിൽ ദയ ഉണ്ടാവണേ.''

ഇതു കേട്ടപ്പോൾ അവരുടെ ഉദ്ദേശം ശുദ്ധമാണെങ്കിലും പ്രാർത്ഥന ശരിയല്ലെന്ന് ബിഷപ്പ് അവർക്ക് വിശദമാക്കിക്കൊടുത്തു. ദൈവം മനുഷ്യനു നൽകിയ വിശുദ്ധ ഗ്രന്ഥപ്രകാരം എങ്ങിനെയാണ് പ്രാർത്ഥിക്കേണ്ടത് എന്ന് അവരെ പഠിപ്പിക്കാൻ അദ്ദേഹം തുനിഞ്ഞു. വിശുദ്ധ ഗ്രന്ഥങ്ങളിൽ സൂചിപ്പിച്ച വിവിധങ്ങളായ പ്രമാണങ്ങൾ അദ്ദേഹം അവർക്ക് വിവരിച്ചു കൊടുത്തു. അതിനു ശേഷം അവരെ 'നമ്മുടെ പിതാവ്' എന്നറിയപ്പെട്ട ദൈവപ്രാർത്ഥന പഠിപ്പിച്ചു.

ഇത് പക്ഷേ വലിയൊരു വെല്ലുവിളിയായി ഭവിച്ചു. പ്രാർത്ഥനയിലെ ശരിയായ വാക്കുകൾ ഓർമ്മിക്കാൻ അവർക്ക് വലിയ ബുദ്ധിമുട്ടനുഭവപ്പെട്ടു. അവസാനം മഹർഷിമാർക്ക് പ്രാർത്ഥന കാണാപ്പാഠമായി എന്ന് ബിഷപ്പിന് വിശ്വാസം വന്നപ്പോഴേക്കും സമയം രാത്രിയായിരുന്നു. മുന്നുപേരും ഇനിമേൽ ഈ ശരിയായ രീതിയിൽ മാത്രമേ പ്രാർത്ഥിക്കാവൂ എന്ന് നിർബന്ധമായി ഒരിക്കൽക്കൂടി നിർദ്ദേശിച്ച ശേഷം ബിഷപ്പ് താൻ വന്ന ചെറുതോണിക്കരികിലെത്തി. വലിയ തോണിയെ ലക്ഷ്യമാക്കി അദ്ദേഹം തുഴഞ്ഞു തുടങ്ങി.

ബിഷപ്പ് വലിയ തോണിയിൽ കയറി. തുഴക്കാരൻ തടാകക്കരയിലേക്ക് മടങ്ങാനായി തോണി തിരിച്ചപ്പോൾ പിറകിൽ അന്ധകാരത്തിൽ ഒരു ചെറുവെളിച്ചം പ്രത്യക്ഷമായി. ആദ്യം ബിഷപ്പ് വിചാരിച്ചത് അത് മറ്റൊരു ചെറുതോണിയായിരിക്കുമെന്നാണ്. പക്ഷേ ആ മങ്ങിയ വെളിച്ചം അടുത്തേക്ക് എത്തിയപ്പോൾ മൂന്നു മഹർഷിമാരിൽ ഒരാളാണ് ആ വിളക്ക് പിടിച്ചിരിക്കുന്നതെന്നും മൂന്നുപേരും തോണിക്കരികിലേക്ക് പാഞ്ഞുവരികയുമാണെന്ന് അദ്ദേഹം കണ്ടു.

മഹർഷിമാർ ജലോപരിതലത്തിലൂടെ, അതൊരു ഉറച്ച പ്രതല മാണെന്നപോലെ, ഓടിവരുന്നതു കണ്ട് അത്ഭുതചകിതനായ ബിഷപ്പ് തുഴക്കാരനോട് ഉടനെ തോണി നിർത്താനാവശ്യപ്പെട്ടു. മഹർഷിമാർ തോണിക്കരികെയെത്തിയപ്പോൾ അവർ ആദരവോടെ ബിഷപ്പിനെ അഭിവാദനം ചെയ്തു. ശ്വാസം ഒന്നെടുത്തശേഷം അതിലൊരാൾ ബിഷപ്പിനോട് ചോദിച്ചു. ''ആദരണീയനായ അങ്ങ് ഞങ്ങളോട് പൊറുക്കുമാറാകണം. അങ്ങ് പഠിപ്പിച്ച പ്രാർത്ഥന ഞങ്ങൾ വീണ്ടും മറന്നു പോയി. ഞങ്ങളത് ആവർത്തിക്കുന്നിടത്തോളം ഞങ്ങൾക്കത് ഓർമ്മിക്കാൻ സാധിച്ചു. പക്ഷേ ഞങ്ങൾ ഒന്ന് വിശ്രമിച്ചപ്പോഴേക്കും മനസ്സിലായി ഞങ്ങൾ ചില വാക്കുകൾ മറന്നുകഴിഞ്ഞു എന്ന്. വളരെ വേഗം ഞങ്ങൾ അത് അപ്പാടെ മറന്നു കഴിഞ്ഞു. ഞങ്ങളെ ഒരിക്കൽക്കൂടി ആ പ്രാർത്ഥന പഠിപ്പിക്കാൻ ദയവുണ്ടാകണം.''

വൃദ്ധർ യഥാർത്ഥമായും ദിവ്യരാണെന്നും ദൈവാനുഗ്രഹമുള്ള വരാണെന്നും മനസ്സിലാക്കിയ ബിഷപ്പ് വിനീതനായി തന്റെ തെറ്റ് തിരിച്ചറിഞ്ഞു. ''എന്റെ പ്രിയസഹോദരരേ, വിശ്വാസത്തെക്കുറിച്ചും ഈശ്വരസേവയെക്കുറിച്ചും നിങ്ങളെ എന്തെങ്കിലും പഠിപ്പിക്കാമെന്ന് എന്റെ അജ്ഞത കാരണമാണ് എനിക്ക് തോന്നിയത്. ദയവായി നിങ്ങൾ എങ്ങിനെയാണോ പ്രാർത്ഥിച്ചിരുന്നത് അത് തുടരുക. നിങ്ങളുടെ പ്രാർത്ഥന ഈശ്വരസവിധത്തിലെത്തുമെന്നതിൽ യാതൊരു സംശയവും വേണ്ട. ഞങ്ങൾ എല്ലാ പാപികൾക്കുമായി പ്രാർത്ഥിക്കുക.'' സമാധാനം കിട്ടിയ മൂന്ന് മഹർഷിമാരും സന്തോഷത്തോടെ തങ്ങളുടെ ചെറുദ്വീപിലേക്ക് ജലോപരിതലത്തിലൂടെ നടന്നുകൊണ്ട് മടങ്ങിപ്പോയി.

സാധുതയുള്ള എന്നു വ്യവഹരിക്കാവുന്ന ഒരു ധ്യാനരീതിയുടെ പ്രധാനപ്പെട്ട ഒരു വശത്തെ ഈ കഥ വെളിവാക്കുന്നു. അതായത് ധ്യാനാനുഷ്ഠാനത്തെപ്പറ്റി അഭിമാനബോധവും ആദരവും. ഇക്കാര്യം അല്പം വിശദമായിത്തന്നെ ഇവിടെ പരിശോധിക്കുന്നത് പ്രധാന മാണെന്ന് എനിക്ക് തോന്നുന്നു. കഴിഞ്ഞ ഏതാനും ദശാബ്ദങ്ങളായി ധ്യാനത്തിന്റെ കാര്യത്തിൽ സംഭവിച്ചുകൊണ്ടിരിക്കുന്ന വ്യാപാര വൽക്കരണവും വികലമായ മതനിരപേക്ഷതാവൽക്കരണവും അറിഞ്ഞോ അറിയാതേയോ ഈ പുരാതന അനുഷ്ഠാനത്തിന്റെ സുപ്രധാനമായ പല വശങ്ങളും അവഗണിക്കപ്പെടുന്നതിനോ തീർത്തും പുറന്തള്ളപ്പെടുന്നതിനോ കാരണമായിട്ടിട്ടുണ്ട്.

നമ്മൾ ജീവിക്കുന്നത് ധ്യാനം ഒരു പരിഷ്കാരവും ധനാഗമമാർഗ്ഗ വുമായി പരിണമിച്ച ഒരു കാലഘട്ടത്തിലാണ്. അതിനാൽ നിങ്ങളുടെ ഫോണിലും ഐപാഡിലും മറ്റ് ഉപകരണങ്ങളിലും ധ്യാനസഹായി കളായ ആപ്പുകൾ ഒന്നോ രണ്ടോ അല്ല അനേകമാണ് ഉള്ളത്.

പല പാക്കേജുകളും പ്രീമിയം വരിക്കാർക്കായി ക്ഷിപ്രസാദ്ധ്യമായ ധ്യാനപരിപാടികൾ തുറന്നുകൊടുക്കുന്നവയുമാണ്. തിരക്കേറിയ ജീവിതചര്യകൾക്ക് അനുയോജ്യമായ പല ഓപ്ഷനുകളുമുണ്ട്. ചില ആപ്പുകൾ വെറും ഒന്നോ രണ്ടോ മിനിറ്റിനുള്ളിൽ തീർക്കാവുന്ന ധ്യാനപരിപാടികൾ ഉൾക്കൊള്ളിക്കുന്നുമുണ്ട്. ഏറ്റവും തിരക്കേറിയ ദിനചര്യ ഉള്ളവർക്കു പോലും കുറഞ്ഞ സമയത്തിൽ ചെയ്യാവുന്ന ഈ ധ്യാനപരിപാടികൾ നിങ്ങൾക്ക് വർദ്ധിച്ച ശാന്തതയും തലച്ചോറിൽ കൂടുതൽ ഇടവും വാഗ്ദാനം ചെയ്യുന്നവയാണ്. ഇത്തരം ധ്യാനരീതികൾ കണ്ടുപിടിച്ച മിക്ക പേരും ധ്യാനത്തിന്റെ പുരാതനരീതികളെക്കുറിച്ചും ഓജസ്സാർന്ന ഈ ധ്യാനകർമ്മങ്ങൾ പഠിപ്പിച്ചതിന്റേയും പരിശീലിച്ചതിന്റേയും പാരമ്പര്യരീതികളെക്കുറിച്ചും അൽപജ്ഞാനികളോ തീരെ അജ്ഞരോ ആണ്. തത്ഫലമായി ധ്യാനം എന്നു വിവക്ഷിക്കപ്പെടുന്ന പലതും ഇന്ന് പ്രകൃതിയുടെ സാന്ത്വനമേകുന്ന ശബ്ദങ്ങളുടേയോ മനോഹരമായ പ്രകൃതിദൃശ്യം പശ്ചാത്തലമാക്കി പുറപ്പെടുവിക്കുന്ന വാദ്യസംഗീതത്തിന്റേയോ തുണ്ടുകൾ മാത്രമാണ്. ചിലപ്പോൾ അതിലും പരിതാപകരവും.

ജനങ്ങൾക്ക് ധ്യാനമെന്ന ആശയവും അനുഷ്ഠാനവും പരക്കെ ലഭ്യമാക്കാനും അതിലെ വിദേശച്ചുവ കുറക്കുവാനുമായി ധ്യാനത്തിന്റെ സാംസ്കാരികവും ആത്മീയവുമായ വശങ്ങളേയും സന്ദർഭങ്ങളേയും ഒഴിവാക്കുവാൻ പലരും ശ്രമിച്ചിട്ടുണ്ട്. ഇതേപോലെ യോഗയും പല സ്ഥലങ്ങളിലും ഇത്തരമൊരു പരിവർത്തനത്തിന് വിധേയമായിട്ടുണ്ട്, അല്ലെങ്കിൽ തെറ്റായ രൂപമാറ്റത്തിന്. ശ്രദ്ധാപൂർണ്ണത(mindful ness), ധ്യാനം എന്നീ രണ്ട് വ്യത്യസ്തമായ ആശയങ്ങളെ പലപ്പോഴും ഒരേ അർത്ഥത്തിൽ കോർപ്പറേറ്റുകളും മറ്റ് സ്ഥാപനങ്ങളും പ്രയോഗിക്കുന്നത് കാണാം. സാംസ്കാരികവും മതപരവുമായ വിവക്ഷകളുള്ള ധ്യാനം കോർപ്പറേറ്റുകൾ തങ്ങളുടെ മേലുദ്യോഗസ്ഥരെ പഠിപ്പിക്കുന്ന കാര്യത്തിൽ അറച്ചുനിൽക്കുന്നതായി തോന്നുന്നു. അതേ സമയം മതനിരപേക്ഷവും നിഷ്പക്ഷവുമായ ശ്രദ്ധാപൂർണ്ണത അത്ര വലിയ വിഷയമാകുന്നില്ല. ശ്രദ്ധാപൂർണ്ണതയും ധ്യാനവും ഒരേ അർത്ഥത്തിൽ ഉപയോഗിക്കുന്നതിന് ഇതാകാം കാരണം. ലോകം വളരെ മുന്നോട്ട് പോയിരിക്കുന്നു. നമ്മൾ മുമ്പത്തേക്കാൾ തുറന്ന മനസ്സുള്ളവരാണ്. പക്ഷേ ഇത്തരം കാര്യങ്ങൾ വരുമ്പോഴാണ് നാം മനസ്സിലാക്കുന്നത് ലോകത്തെ പല രാജ്യങ്ങളിൽ നിന്നും പ്രയോജനകരമായ രീതികൾ സ്വീകരിക്കാനുള്ള വിവേകം നമുക്കില്ലെന്ന്, ആഗോളതലത്തിലുള്ള ഫാഷനും ടെക്നോളജിയും ഭക്ഷണവും സംഗീതവും സിനിമയും സസന്തോഷം നാം സ്വീകരിക്കുന്നുവെങ്കിലും.

ധ്യാനം ഉരുത്തിരിഞ്ഞു വന്ന പാരമ്പര്യങ്ങളിൽ നിന്ന് നാം മാറി നിൽക്കരുത്. മതനിരപേക്ഷമാക്കാനുള്ള അമിതോത്സാഹത്തിൽ ധ്യാനത്തിന്റെ കാതലായ പല ഘടകങ്ങളും ഒഴിവാക്കുന്നത് കുളിപ്പിച്ച വെള്ളത്തിനൊപ്പം കുഞ്ഞിനേക്കൂടി ഒഴുക്കിക്കളയുന്നതിന് സമമാണ്. ധ്യാനം പരിശീലിക്കാനും അതിന്റെ ഗുണഫലം അനുഭവിക്കാനും തീർച്ചയായും ഒരാൾ ഹിന്ദുവോ ബുദ്ധമതക്കാരനോ മറ്റേതെങ്കിലും മതാനുയായിയോ ആകണമെന്നില്ല. പക്ഷേ ഒരു അഭിമാനബോധം, അനുഷ്ഠാനത്തോടും പാരമ്പര്യത്തോടുമുള്ള ആദരവ്, അവനവനിലും, അനുഷ്ഠാനത്തിലും ഗുരുവിലുമുള്ള വിശ്വാസം ഇവയെല്ലാം ധ്യാനാനുഷ്ഠാനത്തിൽ ഉൾച്ചേർന്ന പ്രധാന ധാതുക്കളാണ്, വാസ്തവത്തിൽ ഏത് ആദ്ധ്യാത്മികവൃത്തിയുടേയും. ആദരം, ആരാധന എന്നീ ഭാവങ്ങളെ നിരീക്ഷിച്ചാൽ കാണാം അത് മനസ്സിന്റെ പരിപൂർണ്ണ ശ്രദ്ധയല്ലാതെ മറ്റൊന്നുമല്ല എന്ന്, അല്പം കൃതജ്ഞത കലർന്ന ശ്രദ്ധ.

വീട്ടിൽ ഒരു അതിഥിയെ സ്വീകരിക്കുമ്പോഴും, ആരാധന തോന്നുന്ന ഒരു പുസ്തകമോ വസ്തുവോ എടുക്കുമ്പോഴും നിങ്ങളുടെ മനസ്സ് മുഴുവനായും വർത്തമാനകാലത്തിലേക്ക് എത്തിച്ചേരുന്നതായി നിങ്ങൾക്ക് കാണാം, അതേസമയം മനസ്സിൽ കൃതജ്ഞതയുടേയും സന്തോഷത്തിന്റേയും ഭാവവും നിറയുന്നു. ഏതോ ഒരു വ്യക്തി നിങ്ങളുടെ വീട്ടിലേക്ക് നടന്നു വരുന്നത് അതുപോലുള്ള ഒരു ഭാവം നിങ്ങളുടെ ബോധത്തിലോ മനസ്സിലോ ജനിപ്പിക്കുന്നില്ല, അത് പഴയ ഒരു വർത്തമാനപത്രമെടുത്ത് എവിടേക്കെങ്കിലും വെക്കുന്നതുപോലെയേയുള്ളൂ. ഗുരുവിനേയും അനുഷ്ഠാനത്തേയും പാരമ്പര്യത്തേയും ആദരിക്കുന്ന കാര്യത്തിൽ പഴയ കാലത്ത് വലിയ ഊന്നൽ കൊടുക്കാനുള്ള കാരണവും ഇതാണ്.

ചിതറിയതും ക്രമരഹിതവുമായ നിലയിൽ നിന്ന് മനസ്സിനെ അക്ഷോഭ്യവും ശാന്തവും ആയ നിലയിലേക്ക് ഒതുക്കിയെടുക്കുകയും, അടങ്ങാൻ അനുവദിക്കുകയും അവസാനം മനസ്സിന്നതീതമായ അവസ്ഥ പ്രാപിക്കുകയും ചെയ്യുക എന്നതാണ് ധ്യാനത്തിന്റെ ഉദ്ദേശ്യം. ധ്യാനാനുഷ്ഠാനത്തോട് ആദരഭാവത്തോടെ ഒരാൾക്ക് ഇരിക്കാൻ സാധിച്ചാൽ പാതിയിലേറെ അനുഷ്ഠാനപൂർത്തി സാധിച്ചു കഴിഞ്ഞു. ഈയൊരു വശത്തിന്റെ അഭാവത്തിൽ ധ്യാനം അസ്വസ്ഥമായ ഒരു മനസ്സിനെ ശാന്തമാക്കാനുള്ള അറ്റ കൈ എന്ന നിലയ്ക്ക് വെറും മാനസിക വ്യായാമത്തിന്റെ രൂപമെടുക്കുന്നു. എന്നിട്ട് ആൾക്കാർ അത്ഭുതം കൂറുന്നു എന്തുകൊണ്ടാണ് ഏതാനും സെക്കന്റിലേറെ മനസ്സിനെ ഒരു കാര്യത്തിലും കേന്ദ്രീകരിക്കാൻ അവർക്ക് സാധിക്കാത്തത് എന്ന്. ഏതെങ്കിലും ശ്രദ്ധാപൂർണ്ണതാ ക്ലാസ്സുകളിൽ

പോയവർ തിരിച്ചറിഞ്ഞിരിക്കും ശരിയായ വിധത്തിൽ ശ്രദ്ധാപൂർണ്ണത കൈവരിക്കുക എന്നത് പറയാൻ എളുപ്പമെങ്കിലും വാസ്തവം അങ്ങനെയല്ല. നിങ്ങളിങ്ങിനെ ആലോചിക്കുന്നുണ്ടാവാം- വർത്തമാന കാലത്തിൽ ചെയ്തുകൊണ്ടിരിക്കുന്ന കാര്യത്തിൽ സന്നിഹിതമാകേണ്ടത് ആവശ്യമാണെന്ന ബോധം നിങ്ങൾക്കുണ്ടായാൽ പിന്നെ ബോധപൂർവ്വം അത് ശീലിക്കാൻ സാധിക്കുമല്ലോ- എന്തിനാണ് നിങ്ങൾക്ക് ഒരു കോഴ്സും പരിശീലനവും? പക്ഷേ സത്യമെന്തെന്നു വെച്ചാൽ പലർക്കും അതത്ര അനായാസമായി ചെയ്യാവുന്നതല്ല, അതിനെക്കുറിച്ച് ബോധവാന്മാരാകുന്നത് അവരുടെ പിരിമുറുക്കം വർദ്ധിപ്പിക്കുകയാണ് ചെയ്യുന്നത്. ഇത് തുടക്കക്കാരെ, ആന്തരികമായ ശാന്തത നേടുക എന്ന മോഹിപ്പിക്കുന്ന അവസ്ഥ നേടുന്നതിനു പകരം, കൂടുതൽ ഹതാശരാക്കുന്നു.

മുനിമാരും ധ്യാനാനുഷ്ഠാനത്തിന്റെ ഗുരുനാഥന്മാരും മഹത്തുക്കളായ ദിവ്യാത്മാക്കളും ശ്രീബുദ്ധൻപോലും പുരാതന യോഗ പാരമ്പര്യത്തിലെ അനുഷ്ഠാനങ്ങളെ പിന്തുടരുകയും ആ അനുഷ്ഠാന കർമ്മങ്ങളെ പുരാതന പാരമ്പര്യത്തിലൂന്നി കൂടുതൽ ശ്രേഷ്ഠവും ഫലപ്രദവുമാക്കിയാണ് പിൻതലമുറകൾക്ക് കൈമാറിവന്നത്. പാരമ്പര്യത്തോടുള്ള ആദരവും അതോടൊപ്പം പകർന്നു വന്നതാണ്.

വലിയ കോർപ്പറേറ്റുകളുടെ കാഴ്ചപ്പാടിൽ ധ്യാനം ലാഭകരമായപ്പോൾ, ധ്യാനത്തെ തെരുവുമൂലകളിലെ ജിം മാതിരി ആധുനികവത്ക്കരിക്കുക എന്ന ലക്ഷ്യത്തോടെ അതിന്റെ സാംസാകാരികവും പാരമ്പരാഗതവുമായ സംഗതികളെ ചെത്തിമാറ്റാൻ ആ കമ്പനികളിലെ അമിതോത്സാഹമുള്ള മാർക്കറ്റിങ് വിഭാഗത്തിന് അധികം സമയം വേണ്ടി വന്നില്ല. മനസ്സമാധാനം നിങ്ങളുടെ വിരൽത്തുമ്പിൽ, അതും തികച്ചും താങ്ങാനാവുന്ന നിരക്കുകളിൽ. വളരെ പ്രചാരത്തിലുള്ള ഒരു ആപ്പ് അഭിമാനത്തോടെ മേനി പറയുന്നത് നിങ്ങളുടെ തിരക്കേറിയ പരിപാടികൾക്കിടയിൽ അനുയോജ്യമായ വിധത്തിൽ ഫിറ്റ് ചെയ്യാവുന്ന 3-മിനിറ്റ് സെഷനെപ്പറ്റിയാണ്- അങ്ങനെയൊരു ചിന്ത പോലും നിങ്ങളിൽ പിരിമുറുക്കം വർദ്ധിപ്പിക്കും. ധ്യാനം യഥാർത്ഥമായി അനുഭവിച്ച ആർക്കും സത്യമായും പറയാൻ പറ്റും ഇത് മറ്റെന്തോ ആയിരിക്കുന്നു എന്ന്, എത്ര വലിയ വിദഗ്ധനാണ് ഇതാവിഷ്ക്കരിച്ചതെന്ന് അവകാശപ്പെട്ടാലും. ഫോണുകളിലും ടാബ്ലെറ്റുകളിലും ലഭ്യമായ ശ്രദ്ധാപൂർണ്ണതാനുഷ്ഠാനത്തിനുള്ള ആപ്പുകളെപ്പറ്റി നടത്തിയ പഠനം കാണിക്കുന്നത് അവ ഫലപ്രദമാണ് എന്നതിനോ അവ വാഗ്ദാനം ചെയ്ത കാര്യങ്ങൾ നിർവ്വഹിക്കുന്നു എന്നതിനോ യാതൊരു തെളിവുമില്ലെന്നാണ്. ഇതിൽ അത്ഭുതപ്പെടാൻ ഒന്നുമില്ല.

ഈ ആപ്പുകൾ നിർമ്മിക്കുന്നവർക്ക് ബ്രാൻഡിങ്ങിലും കോഡിങ്ങിലും ഡിസൈനിങ്ങിലും അറിവുണ്ടായിരിക്കാം. പക്ഷേ അവർ പുരാതനമായ ധ്യാനരീതികൾക്ക് പൂർണ്ണത നൽകുകയും വിശുദ്ധിയോടേയും വിവേകത്തോടേയും അവയെ പരിരക്ഷിക്കുകയും ചെയ്തുവന്ന ഗുരുപരമ്പരയിലുള്ളവരല്ല.

തങ്ങളുടെ ധ്യാനപരിശീലനത്തെ ശ്രദ്ധാപൂർണ്ണത എന്ന് പേരിട്ട് വിളിക്കുന്ന പലരേയും ഞാൻ കണ്ടുമുട്ടിയിട്ടുണ്ട്. പൊതുധാരയിലുള്ളവരെ ആകർഷിക്കുന്നത് ശ്രദ്ധാപൂർണ്ണതയാണ് എന്ന് അവർ വിചാരിക്കുന്നതിനാലാണത്. എല്ലാ തരം പശ്ചാത്തലത്തിൽ നിന്നും തൊഴിൽ മേഖലകളിൽ നിന്നും വരുന്നവർക്ക് പ്രാപ്യമാകുന്നവിധത്തിൽ 'മതനിരപേക്ഷമായ ശ്രദ്ധാപൂർണ്ണത' എത്തിക്കഴിഞ്ഞതായും കേൾക്കുന്നുണ്ട്. സമസ്ത വിഷയങ്ങളും മതനിരപേക്ഷമാകണമെന്നും മതവുമായി വിദൂരബന്ധമെങ്കിലും ഉണ്ടെന്ന് വ്യാഖ്യാനിക്കാവുന്നതിനെ വർജ്ജിച്ചുകൊണ്ടുള്ളവയുമാകണമെന്ന നിർബന്ധം ഗുണത്തേക്കാൾ ദോഷമാണ് ചെയ്യുന്നതെന്ന് എനിക്ക് പലപ്പോഴും തോന്നിയിട്ടുണ്ട്. വിദൂരമായി പോലും മതപരമായത് അല്ലെങ്കിൽ മതപരമാകാൻ സാദ്ധ്യതയുള്ളത്, ഇവയെല്ലാം അന്ധവിശ്വാസങ്ങളായും കാഴ്ചപ്പാടിന്റെ വൈകല്യമായും മുരട്ട് വാദമായും കണക്കാക്കപ്പെടാൻ മാത്രം മതത്തിന് ഇന്നത്തെ ലോകത്തിൽ ഇത്ര ചീത്തപ്പേരാണോ ഉള്ളത്? അതല്ല, തന്റേതല്ലാത്ത ഒരു മതത്തിന്റെ ഭാഗമായ ഒന്നിനെ അബദ്ധത്തിൽ പരിശീലിക്കുന്നതിലെത്തുമോ ഇതൊക്കെ എന്നുള്ള ഭയമാണോ? നിങ്ങളുടെ വിശ്വാസം, അത് യുക്ത്യാധിഷ്ഠിതമോ നിങ്ങൾ പിന്തുടരുന്ന മതവുമായി ബന്ധപ്പെട്ടതോ ആകട്ടെ, ഇത്ര ദുർബലമാണോ?

നേരാണ്, ഇതിന്റെ നേരെ എതിരറ്റവും നാം കാണുന്നുണ്ട്. അതായത് ശരിയായ വിധത്തിൽ ധ്യാനിക്കണമെങ്കിൽ നിങ്ങൾ പരിചിതമായ എല്ലാം വെടിഞ്ഞ് ജനവാസത്തിൽ നിന്ന് ദൂരെ ഏതെങ്കിലും പർവ്വതത്തിലെ വിശ്രമസങ്കേതത്തിലോ സന്ന്യാസി ആശ്രമത്തിലോ പോയേ തീരൂ എന്ന് നിങ്ങളെ വിശ്വസിപ്പിക്കുന്നവരാണ് അവിടെ. സത്യം പക്ഷേ രണ്ട് ധ്രുവങ്ങളിലല്ല കിടക്കുന്നത്, മദ്ധ്യത്തിലാണ്. പ്രകൃതിയുടെ നിശ്ചലതയിലേക്കുള്ള ശാന്തമായ പിൻവാങ്ങലും ഗിരിനിരകളുടേയോ സമുദ്രത്തിന്റേയോ ആശ്വാസമേകുന്ന കാഴ്ചയും മനസ്സ് ശാന്തമാകാനും ശ്രദ്ധ ചിതറിപ്പോകാതിരിക്കാനും സഹായിക്കുമെന്നതിൽ തർക്കമൊന്നുമില്ല, പക്ഷേ ഇതിന്റെയർത്ഥം സ്വന്തം വീടിന്റെ സ്വച്ഛന്ദതയിൽ നിങ്ങൾക്ക് ധ്യാനിക്കാനും മനസ്സിൽ യഥാർത്ഥമായ നിശ്ചലത അനുഭവിക്കാനും കഴിയില്ല എന്നല്ല. വാസ്തവത്തിൽ

നിങ്ങളുടെ നിലവിലുള്ള ദൈനംദിന ജീവിതചര്യകളുമായി ഇണങ്ങിപ്പോകുന്ന അനുഷ്ഠാനമാണ് നിങ്ങളെ ദീർഘകാലാടിസ്ഥാനത്തിൽ ശാന്തവാനാവാനും നീക്കുപോക്കുള്ളവനാകാനും സഹായിക്കുക.

ഈ വിഷയങ്ങളെല്ലാം അഭിസംബോധന ചെയ്യാനായി ഞാനാഗ്രഹിക്കുന്നതിന് കാരണമുണ്ട്. പുരാതനമായവയും കാലംതെളിയിച്ചവയും പ്രയോജനകരവുമായ ഈ അനുഷ്ഠാനങ്ങളെ അവയുടെ സാഹചര്യങ്ങളിൽനിന്നും പാരമ്പര്യങ്ങളിൽനിന്നും സംസ്കാരത്തിൽനിന്നും അടർത്തി മാറ്റുമ്പോൾ കാതലായ പല വശങ്ങളും നഷ്ടമാകുക എന്നതാണ് സാധാരണ കണ്ടുവരുന്ന ഫലം. ശാസ്ത്രീയവും ജിജ്ഞാസാപൂർണ്ണങ്ങളുമായ സമീപനങ്ങളെ പുരാതനമായ വൈദിക, യോഗ പാരമ്പര്യങ്ങൾ എല്ലായ്പ്പോഴും സ്വാഗതം ചെയ്യുക മാത്രമല്ല പ്രോത്സാഹിപ്പിച്ചിക്കുക കൂടി ചെയ്തിരുന്നു. ഇതാണ് നമ്മുടെ ഈദൃശമായ തത്ത്വചിന്താ വ്യവസ്ഥകൾക്കും അനുഷ്ഠാനങ്ങൾക്കും ആധാരം. അങ്ങിനെയാണ് സഹസ്രാബ്ദങ്ങൾക്ക് മുമ്പ് ശാസ്ത്രീയ മനോഘടനയുള്ള മഹർഷിമാർ ധ്യാനം പോലുള്ള സമ്പ്രദായങ്ങൾ സൂക്ഷ്മമായി പഠിച്ച് വളർത്തിയെടുത്തിട്ടുള്ളത്. പാഠങ്ങൾ ഉൾക്കൊള്ളാനും തുറന്ന മനസ്സോടെ അനുഭവങ്ങളെ സമീപിക്കാനും സംവേദനക്ഷമമായ മനസ്സും ഉപദേശങ്ങൾക്കും അനുഷ്ഠാനങ്ങൾക്കും നേർക്ക് ആദരഭാവവും വളരെ പ്രധാനമാണെന്ന് അവർക്കറിയാമായിരുന്നു, കാരണം ഇവിടെ നമ്മൾ കൈകാര്യം ചെയ്യുന്നത് മനസ്സ് എന്ന സൂക്ഷ്മമായ ഒന്നിനേയാണ്. അപ്പോൾ അനുഷ്ഠാനത്തിൽ മേൽപ്പറഞ്ഞ ആദരഭാവവും ഭക്തിയും സംവേശിക്കുന്നത് ഗുണകരമായിരിക്കും. മനസ്സിനെ നിയന്ത്രിക്കുന്നതും ശരിയായി ധ്യാനിക്കുന്നതും അത് കുറേക്കൂടി അനായാസകരമാക്കും.

എന്റെ ആയോധനപരിശീലനത്തിന്റെ ആദ്യ വർഷങ്ങളിൽ ഞാനൊരു കാര്യം ശ്രദ്ധിച്ചിരുന്നു, ഗുരുവിനോടുള്ള ഭക്തിക്കും പാരമ്പര്യവുമായുള്ള ഇണക്കത്തിനും ഞങ്ങളുടെ പരിശീലനത്തിൽ പ്രധാനപ്പെട്ട സ്ഥാനമുണ്ടെന്നും അത് പുതിയ കാര്യങ്ങൾ പഠിക്കുന്നത് വളരെ അനായാസകരമാക്കുമെന്നും. കാരണം, ഭക്തിയും ശ്രദ്ധയും ഉള്ള മനസ്സ് സ്വാഭാവികമായും കൂടുതൽ കേന്ദ്രീകൃതവും, ഉദ്ബുദ്ധവും വർത്തമാനത്തിൽ സന്നിഹിതവുമായിരിക്കും. ഗുരുദേവ് ശ്രീ ശ്രീ രവിശങ്കറിനെ കാണുകയും അദ്ദേഹത്തിന്റെ മാർഗ്ഗദർശനത്തിൽ അദ്ദേഹത്തിനൊപ്പം ധ്യാനിക്കുന്ന അനുഭവമെന്തെന്ന് ഞാൻ തിരിച്ചറിയുകയും ചെയ്തപ്പോൾ, അവസാനം യഥാർത്ഥത്തിലുള്ള ഒരു ധ്യാനഗുരുവിനെ കണ്ടെത്തുകയായിരുന്നു.

കഴിഞ്ഞ ഇരുപത് വർഷങ്ങളായി ഞാനദ്ദേഹത്തിൽനിന്ന് പഠിച്ചുകൊണ്ടിരിക്കുകയാണ്. വ്യക്തിനിഷ്ഠമായും ചില കാര്യങ്ങൾ

പഠിച്ചിട്ടുണ്ട്. പാരമ്പര്യത്തിന്റേയും പരീക്ഷിച്ചു വിജയിച്ച അനുഷ്ഠാനങ്ങളുടേയും ശക്തി, പ്രാവീണ്യം സിദ്ധിച്ച ഗുരുവിൽനിന്ന് പരിശീലിക്കുന്നതും നിങ്ങൾ സ്വയം ഇതെല്ലാം മനസ്സിലാക്കിയെടുക്കുന്നതും വളരെ വ്യത്യസ്തമായ അനുഭവങ്ങളാണ്. അനുഷ്ഠാനത്തിനോടുള്ള സമർപ്പണഭാവം നിങ്ങളെ ശരിക്കും സഹായിക്കും.

അങ്ങനെയാണ് നിങ്ങൾ അനുഷ്ഠാനത്തിന്റെ ഗഹനതകളിലേക്ക് പോകുന്നത്, അത് പല പ്രയോജനങ്ങളും നൽകും. മനസ്സിന്റെ പിരിമുറുക്കം കളഞ്ഞ് മനസ്സിനെ അന്തർമുഖമാക്കി ശാന്തമാക്കാൻ എത്രമാത്രം നിങ്ങൾക്ക് സാധിക്കുന്നുവോ അത്രമാത്രം മനസ്സ് വികസിക്കാൻ തുടങ്ങുന്നു. പിരുമുറുക്കമേറിയ മനസ്സ് സങ്കോചിക്കുന്നതായി അനുഭവപ്പെടുന്നു. നിങ്ങൾ മനസ്സിന് അയവ് വരുത്തുന്തോറും വികാസത്തിന്റേതായ അനുഭവം സിദ്ധിക്കുന്നു. ശരീരവും മനസ്സും ശാന്തമായി വിശ്രമാവസ്ഥയിലെത്തുന്ന മുറയ്ക്ക് നിങ്ങളുടെ ശരീരവ്യവസ്ഥ അതിൽ തളം കെട്ടിനിൽക്കുന്ന സമ്മർദ്ദങ്ങളേയും പിരിമുറുക്കങ്ങളേയും ബഹിർഗ്ഗമിപ്പിക്കാൻ തുടങ്ങും.

നാഡീവ്യൂഹത്തേയും മനസ്സിനേയും പുനരുജ്ജീവിപ്പിക്കുകയാണ് നിങ്ങൾ ചെയ്യുന്നത്, ആ പ്രക്രിയക്കിടയ്ക്ക് അനാവശ്യമായ തോന്നലുകളിൽ നിന്നും അമിതായാസങ്ങളിൽ നിന്നും അവ മുക്തമാകുന്നു. ഈ മുക്തമാകൽ വ്യത്യസ്തങ്ങളായ മൂന്ന് തലങ്ങളിലാണ് സംഭവിക്കുക - ശാരീരികം, മാനസികം, വൈകാരികം. ശാരീരിക തലത്തിൽ നിങ്ങൾക്ക് വെറുങ്ങലിപ്പോ, അസ്വാസ്ഥ്യമോ തരിപ്പോ അനുഭവപ്പെടാം. വല്ലാതെ മുറുകിയ മസിൽ പെട്ടെന്ന് അയയുമ്പോൾ ചിലപ്പോൾ കൈകളിൽ ഒരു വിറയൽ പോലുമോ അനുഭവപ്പെട്ടേക്കാം.

പതിവായി ധ്യാനം ചെയ്യാൻ തുടങ്ങിയ കാലത്ത് അഞ്ച് മിനിറ്റ് പിന്നിടുമ്പോഴേക്കും എനിക്ക് പുറംഭാഗത്ത് വേദനയോ കാലിൽ മരവിപ്പോ തോന്നി.രുന്നു. പക്ഷേ മണിക്കൂറിലേറെ സമയം ടി.വി യോ സിനിമയോ അതേ നിലയിലിരുന്ന് കണ്ടാലും എനിക്ക് യാതൊരു പ്രയാസവുമുണ്ടായിരുന്നില്ല. ടി.വി കാണുമ്പോൾ ശരീരസംവേദനങ്ങളെക്കുറിച്ച് ഞാൻ ബോധവാനല്ലാത്തായിരിക്കാം കാരണമെന്ന് ഞാൻ വിചാരിച്ചുവെങ്കിലും അതു മാത്രമല്ലെന്ന് ഞാൻ മനസ്സിലാക്കി. ധ്യാനം ചെയ്യുമ്പോൾ ശരീരത്തിന് അതിൽ തളം കെട്ടിനിൽക്കുന്ന പിരിമുറുക്കങ്ങളേയും സമ്മർദ്ദങ്ങളേയും പുറന്തള്ളാൻ കെല്പ്പുണ്ടാകുന്നു. ഈ പുറന്തള്ളൽ നടക്കുന്ന ഒരു രീതി ശാരീരിക തലത്തിലാണ്.

ധ്യാനസമയത്ത് വിവിധങ്ങളായ വിഷയങ്ങളെക്കുറിച്ചുള്ള ചിന്തകൾ ഒട്ടും ആയാസപ്പെടാതെ വരുന്നതായി ചിലപ്പോൾ നിങ്ങൾക്ക്

അനുഭവപ്പെടും. നിങ്ങൾ ബോധപൂർവ്വം ചിന്തിക്കുകയോ ഓർത്തെടുക്കുകയോ അല്ല, മനസ്സിൽ ഏതെങ്കിലും പദ്ധതി രൂപീകരിക്കുകയുമല്ല. ഇവ ഒന്നിനു പുറകെ ഒന്നായി വരുന്ന യാതൊരു ക്രമവുമില്ലാത്ത ആലോചനകൾ മാത്രമാണ്, മനസ്സ് അടങ്ങുന്നതിന് മുന്നോടിയായി പുറന്തള്ളപ്പെടുന്ന വെറും തോന്നലുകൾ. ഇതിന്റെ അർത്ഥം ധ്യാനം നടക്കുന്നില്ലെന്നോ അത് ഫലിക്കുന്നില്ലെന്നോ അല്ല. വാസ്തവത്തിൽ നിങ്ങൾ ശരിയായ പാതയിലാണ്, അതിനാൽത്തന്നെയാണ് മേൽപ്പറഞ്ഞ ആലോചനകളുടെ ബഹിർഗ്ഗമനങ്ങൾ സംഭവിക്കുന്നതും. പതിവായി ധ്യാനം അനുഷ്ഠിച്ചുതുടങ്ങുമ്പോൾ ഈ ചിന്തകളെല്ലാം കുറഞ്ഞ് വരും. കാരണം നിങ്ങളുടെ നാഡീവ്യൂഹത്തിന് ഭാരമേൽപ്പിച്ചിരുന്ന അനാവശ്യമായ തോന്നലുകളുടെ സൂക്ഷിപ്പ് നിങ്ങൾ വൃത്തിയാക്കാൻ തുടങ്ങിയിരിക്കുന്നു. ചിന്തകൾ വരട്ടെ, അത് സാരമാക്കേണ്ട. അവയെ പ്രതിരോധിക്കേണ്ടതില്ല. നല്ലതാവട്ടെ, മോശമാകട്ടെ അവയെ അനുവദിക്കുക. പക്ഷേ അവയെക്കുറിച്ച് ചിന്തിക്കരുത്, കാരണം അപ്പോൾ നിങ്ങളവയെ പിടിച്ചുനിർത്തുകയാണ്. നല്ലവയെ കൂടെ നിർത്താനും കെട്ടവയെ പ്രതിരോധിക്കുവാനും ഉദ്ദേശിച്ചുകൊണ്ട്; യാതൊന്നും ചെയ്യാതിരിക്കുക എന്ന കലയുടെ അർത്ഥം... ഒന്നും ചെയ്യാതിരിക്കുക എന്നതു തന്നെ. അതിനാൽത്തന്നെ, ആലോചനകൾ ഒഴുകിയെത്തുമ്പോൾ നാം യാതൊന്നും ചെയ്യില്ല. അതിവേഗത്തിൽ പാഞ്ഞുകൊണ്ടിരിക്കുന്ന ഒരു കാർ ബ്രേയ്ക്കിട്ടാൽ ഉടനെ നിൽക്കുന്നില്ല, നിശ്ചലമാകാൻ കുറച്ച് നേരമെടുക്കും. അതുപോലെ മനസ്സ് വളരെ ഊർജ്ജസ്വലമായിരിക്കും ചിലപ്പോൾ. നാം ആവശ്യമായ സമയം കൊടുത്തുകൊണ്ട് മനസ്സിനെ അടങ്ങാൻ അനുവദിക്കുന്നു. നമ്മൾ ശ്രമങ്ങളെ– ഏകാഗ്രമാകാനും നിരീക്ഷിക്കാനുമുള്ള ശ്രമങ്ങളെ– കൈവിടുന്നു. വിടുക, കേവലമായ ഉണ്മയിൽ സ്ഥിതി ചെയ്യുക. ചുറ്റുപാടുകൾ, നമ്മുടെ ശരീരം, ശ്വാസം എന്നിവയെക്കുറിച്ച് തുടക്കത്തിലുണ്ടായിരുന്ന അവബോധമല്ല ലക്ഷ്യം. അവ ചിതറിയ മനസ്സിനെ ഒന്നിപ്പിക്കാനുള്ള ഉപാധിയാണ്, ആ ഉപാധികൂടി കൊഴിയുന്നതിന് മുമ്പുള്ള അവസ്ഥയാണ് ഇത്.

ഇത് മോക്ഷത്തിനായി ധർമ്മശാസ്ത്രങ്ങൾ നിർദ്ദേശിക്കുന്ന ഒരു മാർഗ്ഗം പോലെയാണ് : മോക്ഷത്തിനായുള്ള ഒരൊറ്റ ആഗ്രഹം ഉണ്ടായിരിക്കുക അതിന്റെ തീവ്രത കാരണം മറ്റെല്ലാ ആഗ്രഹങ്ങളും ത്യജിക്കാൻ നിങ്ങൾ പ്രേരിതരാകും. ഒടുക്കം ആ ഒരാഗ്രഹം മാത്രം ബാക്കിയാകുമ്പോൾ അതും ത്യജിക്കുക. ശക്തമായ ആ ഒരാഗ്രഹം മറ്റെല്ലാ ആഗ്രഹങ്ങളേയും വിലയിക്കുന്നതു പോലെ, തുടക്കത്തിൽ മനസ്സിന്റെ അവബോധം വെള്ളം ശുദ്ധീകരിക്കാൻ വേണ്ടി അതിൽ ചേർത്ത

ആലം പോലെയാണ്. അത് വിലയിപ്പിക്കുകയും സ്വയം വിലയിക്കുകയും ചെയ്യുന്നു, ശുദ്ധമായ ജലം മാത്രം ബാക്കിയാക്കിക്കൊണ്ട്. സാധാരണ ഗതിയിൽ പരിശീലിക്കുന്ന ശ്രദ്ധാപൂർണ്ണതയും ധ്യാനവും വാസ്തവത്തിൽ തയ്യാറെടുപ്പ് മാത്രമാണ്, അതല്ല. യഥാർത്ഥത്തിലുള്ള ധ്യാനം. അവ മനസ്സിനും അതീതമായി പുരോഗമിക്കുന്നില്ല.

ഇത്രയുമല്ല, വിവിധങ്ങളായ വികാരങ്ങൾ ധ്യാനത്തിനിടയിൽ പുറത്തേക്ക് വരാനുള്ള സാദ്ധ്യതയുണ്ട്. ഇവിടെ ഒരു കാര്യം ഓർക്കുന്നത് പ്രധാനമാണ്, ഇങ്ങനെ സംഭവിക്കുകയാണെങ്കിൽ നമ്മളവയെ വിശകലനം ചെയ്യേണ്ടതില്ല, കാരണം അവ സംഭവിക്കുന്നത് നമ്മുടെ ഇന്ദ്രിയവ്യവസ്ഥയുടെ ഭാരം കുറക്കുവാനാണ്. പുറത്ത് കാണിക്കാത്ത വികാരങ്ങൾക്ക് നമ്മുടെ മേലുള്ള ആഘാതശക്തിയെക്കുറിച്ച് നാം ഒട്ടും ചിന്തിക്കുന്നില്ല. തീർച്ചയായും നമുക്ക് നമ്മുടെ കോപത്തെ, അലോസരത്തെ, നിരാശയെ എല്ലാം പുറത്ത് കാണിക്കാൻ സാദ്ധ്യമല്ല, അത് ശരിയുമല്ല, കാരണം നമ്മൾ സമൂഹം കൽപ്പിക്കുന്ന മാന്യതയുടെ മാനദണ്ഡങ്ങൾ പാലിക്കുന്നവരാണ്. ഒന്നാലോചിക്കൂ, നിങ്ങളുടെ അലോസരപ്പെടുത്തുന്ന ബോസ്സ് നിങ്ങൾ ചെയ്ത കാര്യങ്ങൾക്കുള്ള കീർത്തി എല്ലായ്പ്പോഴും തന്റേതെന്ന് അവകാശപ്പെടുമ്പോൾ നിങ്ങൾക്ക് തോന്നുന്ന കോപത്തെ മനസ്സിൽ തടഞ്ഞുവെക്കാതെ പുറത്ത് കാണിച്ചാൽ സംഭവിക്കുന്നത് എന്താകുമെന്ന്. തത്ക്ഷണം നിങ്ങൾക്ക് ജോലി നഷ്ടപ്പെടും. അതുപോലെത്തന്നെ നിങ്ങളുടെ ഒരു കുടുംബാംഗത്തോടുള്ള വിപ്രതിപത്തി നിങ്ങൾക്ക് തോന്നുമ്പോഴെല്ലാം പ്രകടിപ്പിക്കുക സാദ്ധ്യമല്ല. വീട് ഒരു യുദ്ധക്കളമാകാൻ നിങ്ങൾ ആഗ്രഹിക്കില്ല. പക്ഷേ വികാരങ്ങൾ പ്രകടിപ്പിക്കുന്നില്ല എന്ന് കരുതി നിങ്ങൾ അത് അനുഭവിക്കുന്നില്ല എന്ന് അർത്ഥമില്ല. ഓരോ തവണയും നമ്മൾ ഈ അനുഭവത്തിലൂടെ പോകുന്നത് നാഡീവ്യൂഹത്തിന്മേൽ കനത്ത ആഘാതമേൽപ്പിക്കുന്നു. ചിലപ്പോൾ ഹോർമോൺ നിലയെപ്പോലും അത് ബാധിച്ചേക്കാം. ഇന്ദ്രിയവ്യവസ്ഥ പേറുന്ന ഈ അനാവശ്യഭാരം, നമ്മുടെ മനസ്സും ശരീരവും ആഴത്തിലുള്ള വിശ്രമത്തിലാകുമ്പോൾ, സ്വാഭാവികമായും കെട്ടഴിക്കപ്പെടുകയാണ്.

സമ്മർദ്ദങ്ങളിൽ നിന്നും പിരിമുറുക്കങ്ങളിൽ നിന്നും വേവലാതികളിൽ നിന്നും മോചനം നേടി, വിശ്രമിച്ചവനും ശാന്തനുമാകുമ്പോൾ നിങ്ങൾ തിരിച്ചറിയും സന്തോഷം, സമാധാനം, സ്വാതന്ത്ര്യാനുഭവം, സ്വസ്ഥത എന്നിങ്ങനെ നിങ്ങൾ തേടിക്കൊണ്ടിരുന്നതെല്ലാം അവിടെത്തന്നെയുണ്ടെന്ന്. അവയെല്ലാം നിങ്ങളുടെ മാനസികമായ മേഘപാളികളാൽ ആവരണം ചെയ്യപ്പെട്ടിരുന്നു, ഇപ്പോൾ നിങ്ങളുടെ

സഹജമായ പ്രകൃതത്തിന്റെ സൂര്യന് വീണ്ടും തിളങ്ങാം. നിങ്ങൾ കേവലം ഒരു ചെറിയ കുട്ടിയായിരുന്നപ്പോൾ എന്ന പോലെ. ഇനി ഇപ്പോൾ വേണ്ടത് ധ്യാനത്തെ നിങ്ങളുടെ ജീവിതത്തിന്റെ ഭാഗമാക്കാൻ ആവശ്യമായ സമയം കണ്ടെത്തുക മാത്രമാണ്.

ജ്ഞാനസൂത്രങ്ങൾ

* ധ്യാനം പരിശീലനം കൊണ്ട് സ്വായത്തമാക്കാൻ സാധിക്കുന്ന ഒരു നൈപുണ്യമാണ്, ധിഷണാശക്തി പ്രയോഗിച്ച് മനസ്സിലാക്കാവുന്ന ഒന്നല്ല.
* ധ്യാനപരിശീലനത്തെ വളരെയേറെ മെച്ചപ്പെടുത്തുന്നതാണ് അനുഷ്ഠാനത്തോടുള്ള ആദരം. മനസ്സ് അനായാസമായി കേന്ദ്രീകരിച്ചും വർത്തമാനത്തിൽ സന്നിഹിതമായും ആനന്ദാനുഭവത്തോടേയും കൃതജ്ഞതാനിർഭരതയോടും കൂടിയുള്ള മാനസികനിലയാണ് ഇത്.

10 മിനിറ്റ് അഭ്യാസം

ധ്യാനം ആരംഭിക്കുവാൻ വേണ്ടി ഈ അദ്ധ്യായത്തിൽ വിവരിച്ച പ്രക്രിയ പരിശീലിക്കുക. പ്രധാനമായ സ്റ്റെപ്പുകളുമായി പരിചയമാകുക. അതിനുശേഷം വിട്ടുകളയുന്ന ലാഘവചിത്തമോടെ അനുഷ്ഠാനം ആസ്വദിക്കുക. മൂന്ന് നിഷ്ക്കളങ്കരായ മഹർഷിമാരുടെ കഥ ഓർക്കുക: നിർദ്ദേശങ്ങളെ ഒരക്ഷരംപോലും തെറ്റിക്കാതെ പിന്തുടരുന്നതിനേക്കാൾ പ്രധാനം നിങ്ങളുടെ സംവേദനവും ആത്മാർത്ഥതയുമാണ്. പൊതുനിയമം എന്ന നിലയിൽ താഴെപ്പറയുന്ന മൂന്ന് തത്ത്വങ്ങൾ മനസ്സിൽ കരുതുക, നിങ്ങൾക്ക് ധ്യാനം പരിചിതമല്ലെങ്കിലും അതല്ല ധ്യാനം അനുഷ്ഠിച്ചുവരുന്ന വ്യക്തിയാണെങ്കിലും അവ ഉപകരിക്കും:

1. സ്വസ്ഥമായി ഇരിക്കാൻ അനുയോജ്യമായ ഒരു സ്ഥലം കണ്ടെത്തുക. ഉദരം ലഘുവാക്കി, ശരീരം കുറച്ചൊന്ന് ചൂടാക്കാനും അയവുവരുത്താനുമായി, ചെറിയ വ്യായാമ മുറകൾ ചെയ്തുകൊണ്ട് ശരീരത്തെ തയ്യാറാക്കുക.
2. നട്ടെല്ല് നിവർന്ന് സുഖകരമായ നിലയിൽ ഇരുന്നശേഷം ബോധപൂർവ്വം ശരീരമാസകലം അയവാക്കുക. നിങ്ങൾക്കു ചുറ്റുമുള്ള ശബ്ദങ്ങൾ ബോധപൂർവ്വം കേൾക്കുകയും സ്വീകരിക്കുകയും ചെയ്യുക, ആ ശബ്ദങ്ങളങ്ങിനെ നിൽക്കട്ടെ.

3. ശ്വാസം ശാന്തമാകാൻ അനുവദിക്കുക. ശരീരം നിശ്ചലമാക്കുക. മനസ്സിനെ ഇനിയും കൂടുതൽ അടങ്ങാൻ അനുവദിക്കുക.
4. ചെയ്തു തീർക്കാൻ ബാക്കിനിൽക്കുന്ന ജോലികളും ആഗ്രഹങ്ങളും അഭിലാഷങ്ങളും സ്വത്വബോധങ്ങളും ലേബലുകളും വിട്ടുകളയുക. അടുത്ത ഏതാനും നിമിഷത്തേക്ക് വർത്തമാനകാലത്തിൽ നിങ്ങൾ പൂർണ്ണതൃപ്തനാണ്. നിങ്ങൾ ഒന്നുമല്ല, നിങ്ങൾക്ക് യാതൊന്നും വേണ്ട, ഇപ്പോൾ ഒന്നും ചെയ്യേണ്ടതായും ഇല്ല.
5. ഇപ്പോൾ പൂർണ്ണമായും റിലാക്സ് ചെയ്യുക, വിചാരങ്ങളും ശാരീരികാനുഭൂതികളും തന്നത്താൻ വന്നും പോയുമിരിക്കട്ടെ.
6. ഇപ്പറഞ്ഞ അവസ്ഥയിലെത്തിക്കഴിഞ്ഞാൽ ഒന്നോ രണ്ടോ മിനിറ്റ് എടുത്തശേഷം സാവധാനത്തിൽ ധ്യാനാവസ്ഥയിൽനിന്ന് പുറത്തു കടക്കുക. അതിനു ശേഷം മാത്രം കണ്ണുകൾ തുറക്കുകയും മറ്റ് ജോലികളിലേക്ക് തിരിച്ച് പോകുകയും ചെയ്യുക.

ധ്യാനപരിശീലനം ഒരു ഗുരുവിനു കീഴിൽ നടത്തുക, തുടക്കത്തിലെങ്കിലും. അവർക്ക് നിങ്ങളെ ശരിയായ വഴിയിൽ വ്യക്തിബന്ധത്തോടുകൂടി നയിക്കാൻ സാധിക്കും. പക്ഷേ ധ്യാനാനുഭവം തികച്ചും അപരിചിതമായവർക്കും, ഞങ്ങൾ നടത്തുന്ന മനോഹരമായ ധ്യാന പരിശീലന പരിപാടി പരിചയപ്പെടാത്തവർക്കും എന്റെ ഗുരു ഗുരുദേവ് ശ്രീ ശ്രീ രവിശങ്കർ ആവിഷ്കരിച്ച മാർഗ്ഗദർശനത്തോടുകൂടിയുള്ള ധ്യാനം നല്ലൊരു തുടക്കമായിരിക്കും. തന്റെ യൂട്യൂബ് ചാനൽ വഴി അദ്ദേഹം പതിവായി ധ്യാനം ഓൺലൈനായി നടത്തുന്നുമുണ്ട്. സാഫല്യമടഞ്ഞ ഗുരുവിന്റെ സവിധത്തിൽ ധ്യാനിക്കുന്നത് ഗഹനതയുള്ള അനുഭവമാണ്, അത്രതന്നെ അനായാസകരവും. അത് അനുഭവിച്ചറിയേണ്ടതു തന്നെയാണ്!

■

7
ധ്യാനത്തിനായുള്ള സമയം കണ്ടെത്തൽ

ആസ്സാമിലെ മിക്ക റെയിൽവേ സ്റ്റേഷനുകളും പോലെ ദിഫു സ്റ്റേഷനും അത്ര വലിയതൊന്നുമല്ല, അവിടെ എനിക്ക് കയറാനുള്ള വണ്ടി ഏതാനും മിനിറ്റ് മാത്രമേ നിൽക്കുകയുള്ളൂ. ട്രെയിൻ പൂർണ്ണമായി നിൽക്കുന്നതിനു മുമ്പായി കുറേയേറെ കോച്ചുകൾ മുന്നിലേക്ക് ഇരച്ചുപോയിക്കഴിഞ്ഞിരുന്നു. ''സ്വാമിജി. അങ്ങയുടെ കോച്ച് കടന്നുപോയിക്കഴിഞ്ഞു. ഇനി നമുക്ക് പ്ലാറ്റ്ഫോമിന്റെ അറ്റത്തേക്ക് നടക്കേണ്ടിവരും. ഞാൻ ബാഗെടുക്കാം.''

എന്നെ യാത്ര അയയ്ക്കാനായി വന്ന സന്നദ്ധസേവകൻ എന്റെ സ്യൂട്ട്കേയ്സ് എടുത്തു, ഞാനെന്റെ ബാക്ക് പാക്ക് എടുത്ത് പുറത്തിട്ടു. ഞങ്ങൾ പ്ലാറ്റ് ഫോമിന്റെ അറ്റത്തേക്ക് വേഗം ഓടി. ട്രെയിനിൽ നിന്നിറങ്ങുന്നവരേയും കൃത്യമായി ട്രെയിനിലേക്ക് കയറാൻ ശ്രമിക്കുന്നവരേയും ഒഴിവാക്കിക്കൊണ്ടും കാലുകൾ നീട്ടി ഇരുന്നോ കിടന്നോ തങ്ങളുടെ വൈകിയെത്താൻ പോകുന്ന ട്രെയിനുകൾ കാത്ത് പ്ലാറ്റ്ഫോമിലുണ്ടായിരുന്നവരെ ചവിട്ടാതേയും വേണ്ടിയിരുന്നു ഈ ഓട്ടം.

ഞങ്ങൾ കോച്ച് കണ്ടുപിടിച്ച് വേഗം അതിനുള്ളിലേക്ക് കയറി. ''സ്വാമിജി, ഇതാണ് അങ്ങയുടെ സീറ്റ്. സീറ്റ് നമ്പർ 12, അടിയിലെ ബർത്ത്.'' സന്നദ്ധസേവകൻ എന്റെ ബാഗ് സീറ്റിനടിയിലേക്ക് വച്ചു, അവിടെയിരുന്നിരുന്ന മാന്യൻ അല്പം നീങ്ങിത്തന്നു. ''അങ്ങേക്ക് ഇനിയെന്തെങ്കിലും ആവശ്യമുണ്ടോ? കർബി ആങ്‌ലോങ്ങിലേക്ക് താങ്കൾ ഇനിയും വരുമെന്ന് ഞങ്ങൾ പ്രതീക്ഷിക്കുന്നു!''

''ഞാനും അങ്ങനെ വിചാരിക്കുന്നു.'' സന്നദ്ധസേവകനോട് ഞാൻ പറഞ്ഞു, സഹായിച്ചതിന് അയാളോട് നന്ദിയും പറഞ്ഞു. ''വിഷമിക്കേണ്ട. എനിക്കീ സീറ്റ് സുഖപ്രദമാണ്. നിങ്ങൾ ഇറങ്ങൂ. ട്രെയിൻ പുറപ്പെടാനായിരിക്കുന്നു.'' ബഹുമാനസൂചകമായി എന്റെ പാദങ്ങൾ സ്പർശിച്ച ശേഷം അയാൾ തിരക്കിട്ട് നടന്നു, പ്ലാറ്റ്ഫോമിലേക്ക് അയാൾ കാൽവെച്ചപ്പോഴേക്കും ട്രെയിൻ സാവധാനത്തിൽ സ്റ്റേഷൻ വിടാനാരംഭിച്ചിരുന്നു.

എന്റെ ചെറിയ ബാക്ക്പാക്ക് സീറ്റിൽ എനിക്കടുത്ത് വെച്ചു കൊണ്ട് ഞാനെന്റെ ഷൂസ് സീറ്റിനടിയിൽ വക്കുകയും കാലുകൾ കയറ്റിവെച്ച് പിന്നിലേക്ക് നീങ്ങി ഇരിക്കുകയും ചെയ്തു. സ്ലീപ്പർ കോച്ചുകളിൽ സഞ്ചരിക്കുന്നതുകൊണ്ടുള്ള ഒരു ഗുണം ചമ്രം പടിഞ്ഞ് ഇരിക്കാൻ സൗകര്യപ്പെടുന്നത്ര വീതി സീറ്റുകൾക്കുണ്ട് എന്നതാണ്. ഞാൻ ഫോണിൽ സമയം നോക്കിയപ്പോൾ മനസ്സിലായി ഇനിയും അരമണിക്കൂർ ഉണ്ട് രാത്രിഭക്ഷണപ്പൊതികളുടെ വിതരണത്തിന്-. ഇതെനിക്ക് അത്യാവശ്യം സ്വസ്ഥതയോടുകൂടി ഇരിക്കാനുള്ള സമയം തരുന്നുണ്ട്.

ഞാൻ കണ്ണുകളടച്ചു, ചുമലുകൾ ഒന്നയച്ചു, ഏതാനും ദീർഘശ്വാസങ്ങളെടുത്തു, ശ്വാസം ക്രമത്തിലാകാനുള്ള സമയമെടുത്ത ശേഷം ഞാനെന്റെ സായന്തനധ്യാനം അനുഷ്ഠിക്കാൻ തുടങ്ങി. ക്രമേണ ട്രെയിൻ അതിന്റെ പാളത്തിന്മേൽ ഓടുന്ന ശബ്ദവും അടുത്ത കംപാർട്ട്മെന്റിൽ കുട്ടികൾ സംസാരിക്കുന്നതും മൊബൈൽ ഫോണിൽ പാട്ട് കേട്ടുകൊണ്ടിരുന്ന വ്യക്തിയും പശ്ചാത്തലത്തിലേക്ക് മാഞ്ഞുപോകുകയും എന്റെ ശ്രദ്ധയ്ക്ക് പുറത്താകുകയും ചെയ്തു. പുറത്തുനിന്ന് ഞങ്ങൾക്കൊപ്പം അകത്തു പ്രവേശിച്ച ചൂടും ഈർപ്പവുമായി മല്ലിടുന്ന കോച്ചിലെ ഏയർ കണ്ടീഷനറുടെ ശബ്ദത്തെക്കുറിച്ച് ഞാൻ ബോധവാനായി- ഈ കാലാവസ്ഥ കാലത്തിന്റെ പ്രത്യേകതയായിരിക്കാം- പിന്നെയത് എന്റെ അവബോധത്തിൽനിന്ന് അപ്രത്യക്ഷമായി. മനസ്സ് വികസിക്കാൻ തുടങ്ങി. അത് അറിയുന്നതിന് മുമ്പായി നിരപ്പല്ലാത്ത പാളങ്ങളിലൂടേയും പ്രദേശങ്ങളിലൂടേയും പോയിക്കൊണ്ടിരുന്ന ട്രെയിനിന്റെ ചലനത്തോടൊപ്പം മുന്നോട്ടും പിന്നോട്ടും ഇടത്തോട്ടും വലത്തോട്ടും ചാഞ്ചാടുന്നതിനെക്കുറിച്ചുള്ള

സൂക്ഷ്മാവബോധം മാത്രം ബാക്കിയായിരുന്നു. ശരീരവും മനസ്സും റിലാക്സേഷന്റെ ഗഹനമായ ഒരു സ്ഥിതിയിലെത്തിയിരുന്നു. ബാക്കി നിന്നത് സാവധാനത്തിലുള്ള വികാസത്തിന്റെ അനുഭൂതിയായിരുന്നു. എന്റെ ശരീരത്തെയും മനസ്സിനേയും കുറിച്ച് ഞാൻ അവസാനം ബോധവാനായ ശേഷം ചുറ്റുപാടിനെക്കുറിച്ച് അവബോധമുണ്ടാകാൻ ഞാൻ ഏതാനും നിമിഷങ്ങളെടുത്തു. കണ്ണുകൾ തുറന്നു. ഏകദേശം 25 മിനിറ്റ് ഇതിനകം കഴിഞ്ഞിരുന്നു. എനിക്ക് വളരെ ഉന്മേഷം തോന്നി. എന്റെ മനസ്സും വളരെ ശാന്തമായിരുന്നു.

കണ്ണ് തുറന്നപ്പോൾ പുഞ്ചിരിതൂകുന്നതും ജിജ്ഞാസാഭരിതവുമായ ഒരു മുഖത്തേക്കാണ് ഞാൻ നോക്കിയത്. ആ മാന്യൻ ഞാൻ കോച്ചിൽ കയറിയപ്പോൾ എന്റെ സീറ്റിലിരിക്കുകയായിരുന്നു. അദ്ദേഹത്തിന്റെ സീറ്റ് എനിക്ക് എതിർവശത്തായിരുന്നു. ‘‘നിങ്ങൾ ധ്യാനിക്കുകയായിരുന്നോ?’’ സംശയിച്ചുകൊണ്ട് അദ്ദേഹം എന്നോട് ചോദിച്ചു. ‘‘ചോദിക്കുന്നതിൽ താങ്കൾക്ക് വിരോധമില്ലെന്ന് വിശ്വസിക്കുന്നു.’’

‘‘ഒട്ടും വിരോധമില്ല.’’ ഞാൻ പ്രതിവചിച്ചു. ‘‘അതെ, ഞാൻ ധ്യാനിക്കുകയായിരുന്നു.’’

‘‘താങ്കളുടെ വേഷവും താങ്കളെ അനുഗമിച്ചിരുന്ന ചെറുപ്പക്കാരൻ പെരുമാറിയ രീതിയും ഞാൻ ശ്രദ്ധിച്ചു. താങ്കൾ ഏതെങ്കിലും ആത്മീയതാസംഘടനയ്ക്കായി പ്രവർത്തിക്കുന്ന വ്യക്തിയാണോ? ഹരേകൃഷ്ണ? താങ്കൾ ഹിന്ദി തടവില്ലാതെ സംസാരിക്കുന്നുണ്ട്. പക്ഷേ താങ്കളെ കണ്ടാൽ വിദേശത്തു നിന്നാണെന്ന് തോന്നും.’’

ഞാൻ പുഞ്ചിരിച്ചു. ‘‘അതെ, ഞാൻ നെതർലാണ്ടിൽ നിന്നാണ്, പക്ഷേ കഴിഞ്ഞ പത്ത് വർഷമായി ഇന്ത്യയിൽ താമസിക്കുന്നു. ഗുരുദേവ് ശ്രീ ശ്രീ രവിശങ്കറിന്റെ ഒരു ശിഷ്യനാണ് ഞാൻ. ആർട്ട് ഓഫ് ലിവിങ്ങിന്റെ സ്ഥാപകൻ, താങ്കൾ അദ്ദേഹത്തെക്കുറിച്ച് കേട്ടിട്ടുണ്ടായിരിക്കും, അല്ലേ?’’

‘‘ഓ, അതെ അതെ. ഞാനദ്ദേഹത്തിന്റെ പ്രഭാഷണം ടി.വി യിൽ കണ്ടിരിക്കുന്നു. എനിക്കദ്ദേഹത്തെ ഇഷ്ടപ്പെട്ടു. അദ്ദേഹം വളരെ എളുപ്പമുള്ള ഭാഷയിൽ സംസാരിക്കുന്നു, മനസ്സിലാക്കാൻ പ്രയാസമില്ല. അപ്പോൾ താങ്കൾ ഇവിടെ ജോലിക്കായി എത്തി?’’

''അതെ, വടക്ക് കിഴക്കൻ പ്രദേശത്ത് മാനവസേവക്കായുള്ള ഞങ്ങളുടെ നിരവധി പ്രൊജക്റ്റുകളുടെ മേൽനോട്ടം ഞാനാണ് വഹിക്കുന്നത്. ഇവിടെ ദിഫുവിൽ ഒരു ധ്യാനകേന്ദ്രവും യോഗ പരിപാടികളും ഇപ്പോൾ തീർത്തതേയുള്ളൂ.''

''ഓ അതെ. ഞാൻ താങ്കൾ ധ്യാനിക്കുന്നത് കണ്ടു. ഞാനും കുറച്ചു കാലം ഇത് ശ്രമിച്ചു നോക്കി. പക്ഷേ എനിക്ക് മനസ്സിനെ ചിന്താമുക്തമാക്കാൻ പറ്റുന്നില്ല. ഞാൻ എന്തായാലും ദിവസവും പ്രഭാതസവാരിക്ക് പോകുന്നുണ്ട്. സത്യത്തിൽ എല്ലാ ദിവസവുമില്ല, എനിക്ക് സാധിക്കുമ്പോഴൊക്കെ. താങ്കൾക്കറിയാമല്ലോ. ഇക്കാലത്ത് ഇതിനൊക്കെയായി വളരെ കുറച്ച് സമയമേ നമുക്ക് വിനിയോഗിക്കുവാനായി ഉള്ളൂ.''

സത്യമാണ് ഈ വ്യക്തി പറഞ്ഞത്. നമുക്ക് പ്രധാനമായ കാര്യങ്ങൾ അല്ലെങ്കിൽ നമ്മൾ അവശ്യം ചെയ്തിരിക്കേണ്ട കാര്യങ്ങൾ ചെയ്യാനുള്ള സമയം കണ്ടെത്തുന്നത് വാസ്തവത്തിൽ ജീവിതത്തിലെ വലിയ ഒരു വെല്ലുവിളിയാണ്. വിജയിക്കുന്ന വ്യക്തികളെ മറ്റുള്ളവരിൽ നിന്ന് വ്യതിരിക്തരാക്കുന്ന പ്രധാനപ്പെട്ട ഒരു ഘടകം ഇതാണ്. വിജയികൾ എന്ന പദം കൊണ്ട് വിവക്ഷിക്കുന്നത് തങ്ങളുടെ കമ്പനിയിൽ ഉന്നത പദങ്ങളിൽ എത്തിയവരേയോ, വലിയ ബാങ്ക് നിക്ഷേപമുള്ളവരേയോ മാത്രമല്ല. ഞാൻ പ്രധാനമായും ഇവിടെ പറഞ്ഞുവരുന്നത് യഥാർത്ഥത്തിൽ സന്തുഷ്ടരും തൃപ്തരും, ചാരിതാർത്ഥ്യമുള്ളവരും കൃതജ്ഞരും ജീവിതത്തിൽ ശാന്തി അനുഭവിക്കുന്നവരുമായ വ്യക്തികളെക്കുറിച്ചാണ്. അവരുടെ ജോലിയോ, സമൂഹപദവിയോ, വരുമാനമോ എന്തുമാകട്ടെ.

നമ്മിൽ മിക്കപേർക്കും എന്താണ് പ്രധാനം, നമുക്കെന്താണ് മുഖ്യം എന്ന് അറിയാതെയല്ല. പക്ഷേ നമുക്ക് ഇക്കാര്യങ്ങളൊന്നും ചെയ്യാൻ സമയമില്ലെന്ന് നമ്മൾ പറഞ്ഞുകൊണ്ടിരിക്കുന്നു. സമയം കിട്ടാൻ ആദ്യം സമയമുണ്ടാക്കണം എന്ന വസ്തുത തിരിച്ചറിയാതെയാണ് ഇത്. നിങ്ങൾ നീട്ടിവെച്ച കാര്യങ്ങൾ ചെയ്യാനായി സമയം കിട്ടുന്ന ആ ദിവസത്തെ കാത്തിരുന്നാൽ മിക്കവാറും അതൊരിക്കലും വരാതിരിക്കാനാണ് സാദ്ധ്യത. എന്തെങ്കിലും മഹാമാരി പൊട്ടിപ്പുറപ്പെടുകയും ജീവിതമാകെ നിശ്ചലമാകുകയും ചെയ്യുമ്പോൾ പക്ഷേ സമയം കിട്ടിയേക്കാം. ലോക്ഡൗൺ മൂലം ആഗോളവ്യാപകമായി മനുഷ്യർ നേരിട്ട പ്രതികൂലമായ ആഘാതങ്ങളെ മാറ്റിനിർത്തിയാൽ അത് മനുഷ്യർക്ക് സമയവും സ്ഥലവും പ്രദാനം

ചെയ്തു എന്നതാണ് വാസ്തവം. വളരെക്കാലമായി, ഒരുപക്ഷേ വർഷങ്ങളായി അവർ ചെയ്യാനാഗ്രഹിച്ചവയും സമയം കിട്ടാത്തതിനാൽ സാധിക്കാത്തവയുമായ കാര്യങ്ങൾ ചെയ്തുതീർക്കാൻ വേണ്ടി. ആ പ്രക്രിയ പലരേയും തങ്ങളുടെ ജീവിതം പുനഃപരിശോധിക്കുന്നതിലേക്ക് നയിച്ചു, എങ്ങോട്ടാണ് പൊയ്ക്കൊണ്ടിരിക്കുന്നത്, ജീവിതം കൊണ്ട് എന്താണ് ചെയ്യേണ്ടത് എന്നീ കാര്യങ്ങൾ സ്വയം പരിശോധനയ്ക്ക് വിധേയമായി. ഇതുപോലെ പലർക്കും അവരുടെ തിരക്കുപിടിച്ച ജീവിതരീതിയിൽ വന്നുഭവിച്ച ഈ ആകസ്മികമായ തടസ്സം പ്രച്ഛന്നമായി എത്തിയ അനുഗ്രഹമായി മാറി. അതവർക്ക് വേഗത കുറയ്ക്കാനും ആത്മപരിശോധന നടത്താനും ഉള്ളിലേക്ക് നോട്ടം പായിക്കാനും അവസരം നൽകി.

നമുക്ക് സത്യത്തിൽ നിന്ന് പുറംതിരിയാതിരിക്കാം. കഴിഞ്ഞ ഏതാനും ദശവർഷങ്ങളായി ജീവിതം വളരെയേറെ തിരക്കുപിടിച്ചതായിരിക്കുന്നു. ഈ ഗതിവേഗം ഇനിയും തുടരും. എല്ലാം വേഗത്തിലായിരിക്കുന്നു. ജീവിതത്തിനാവശ്യമായ അടിസ്ഥാനകാര്യങ്ങൾക്കുവരെ സമയം കണ്ടെത്തി രേഖപ്പെടുത്തണം എന്ന നിലയിലേക്കാണ് കാര്യങ്ങൾ പോകുന്നത്. അത് ഭക്ഷണസമയമാകാം, വ്യായാമമാകാം, കുടുംബത്തോടൊപ്പം ചെലവഴിക്കാനുള്ള സമയവുമാകാം.

എന്റെ പ്രൈമറി സ്കൂൾ കാലം ഞാനോർക്കുകയാണ്. അന്ന് മൊബൈൽഫോണോ വോയ്സ്മേയ്ലോ മെസ്സെഞ്ചർ ആപ്പുകളോ ഇല്ലായിരുന്നു. ആരെയെങ്കിലും നിങ്ങൾക്ക് വിളിക്കണമെങ്കിൽ ലാൻഡ്ലൈൻ ഫോൺ എടുത്തു കറക്കിയാൽ നിങ്ങൾക്ക് ഭാഗ്യമുണ്ടെങ്കിൽ ഫോണിൽ ശബ്ദം വന്നിരുന്നു. ഫോണിൽ പ്രതികരണമൊന്നും ഉണ്ടായില്ലെങ്കിൽ ഫോൺ ബിസിയാണെന്നോ ലഭ്യമല്ല എന്നോ ഊഹിക്കേണ്ട സ്ഥിതിയായിരുന്നു. കുറച്ചു കഴിഞ്ഞ് വീണ്ടും ശ്രമിക്കേണ്ടതായും വന്നിരുന്നു. മൊബൈൽ ഫോണിന്റെ ആഗമനത്തോടെ ആൾക്കാർ എവിടെ പോകുമ്പോഴും മൊബൈൽ കൂടെക്കൊണ്ടു നടന്നു തുടങ്ങിപ്പോൾ കാര്യങ്ങളാകെ മാറി. ഇക്കാലത്ത് മിക്കവാറും എല്ലാ മെസ്സെഞ്ചർ ആപ്പുകളും ആരൊക്കെ ഓൺലൈൻ ആയി ഉണ്ടെന്ന് കാണിക്കും. നിങ്ങൾ ഫോണിൽ മറുപടി പറഞ്ഞില്ലെങ്കിൽ ആ വ്യക്തി മെസ്സേജ് ചെയ്യും. ഏതാനും നിമിഷങ്ങൾക്കകം നിങ്ങളതിന് മറുപടി കൊടുത്തില്ലെങ്കിൽ നിങ്ങൾ ഉടനെ മറുപടി അയയ്ക്കാതിരുന്നത് എന്തുകൊണ്ട് എന്നതിന് ന്യായീകരണം കൊടുക്കേണ്ടതായി പോലും വരും. നിങ്ങൾക്ക് ഫോർവേഡ് ചെയ്ത ഇ-മെയിലിന് ഒരു മണിക്കൂറിനുള്ളിൽ മറുപടി അയയ്ക്കണമെന്ന് നിങ്ങളുടെ ബോസ് പ്രതീക്ഷിക്കും. അവരുടെ കാൾ എടുക്കാൻ കഴിഞ്ഞില്ലെങ്കിൽ, ഉടനെ തിരിച്ച് വിളിച്ചില്ലെങ്കിൽ അത് ബോസ്സിന് ഇഷ്ടമാകുകയില്ല.

ആരും നിങ്ങൾ ആ സമയത്ത് തിരക്കിലായിരുന്നു എന്ന വസ്തുത പരിഗണിക്കുകയില്ല, നിങ്ങൾക്ക് നിങ്ങളുടേതായ ഒരു ജീവിതമുണ്ടെന്നതുപോലും അവർക്ക് വിഷയമല്ല. മുമ്പുണ്ടായിരുന്ന 24 മണിക്കൂറിനുള്ളിൽത്തന്നെ ഈ മരണപ്പാച്ചിലിന്റെ ഭാഗമായി നാം പരമാവധി പ്രവൃത്തികളും അനുഭവങ്ങളും കുത്തിനിറയ്ക്കുമ്പോൾ, സമാധാനവും സന്തോഷവും പ്രദാനം ചെയ്യുമെന്ന് നമുക്ക് ഉറപ്പ് തരുന്ന സംഗതികൾക്ക് പുറകെ നമ്മൾ ഓടാൻ നിർബ്ബന്ധിതരാകുന്നു. അതേസമയം നീണ്ടുനിൽക്കുന്ന ആനന്ദവും ചാരിതാർത്ഥ്യവും നമ്മുടെ വിരലുകൾക്കിടയിലൂടെ വഴുതിപ്പോകുന്നു. ഒരേസമയം നാം രണ്ടോ മൂന്നോ കാര്യങ്ങൾ ചെയ്യാൻ ശ്രമിക്കുന്നു, ഇപ്രകാരം ചെയ്യുമ്പോൾ ഒന്നും പൂർണ്ണമായി അനുഭവിക്കാനോ ആസ്വദിക്കാനോ നമുക്ക് സാധിക്കാതെ വരുന്നു. ലിയൊ ടോൾസ്റ്റോയിയുടെ മനോഹരമായ ഒരു അന്യാപദേശ കഥ ഈ ദുരവസ്ഥയെ ഉൾക്കൊള്ളുന്നുണ്ട്. അത് ഏകദേശം ഇങ്ങിനെ പോകുന്നു.

തന്റേതായുണ്ടായിരുന്ന സകലതും നഷ്ടപ്പെട്ട ഒരു വ്യക്തി പണ്ട് ഇന്ത്യയിൽ ജീവിച്ചിരുന്നു. മനസ്സ് മടുത്ത് ജീവിതപരാജയം സമ്മതിച്ചുകൊണ്ട് അയാൾ പട്ടണത്തിനു പുറത്തെ റോഡരുകിൽ ഒരു അമ്പലത്തിനു സമീപമിരുന്ന് പോകുന്നവരോടെല്ലാം നാണയത്തുട്ടുകൾ യാചിച്ചു കൊണ്ടിരുന്നു. ഒരൊറ്റദിവസം പോലും അയാളെയവിടെ അതേ സ്ഥലത്ത് കാണാതിരിക്കില്ല, ആ വഴി പോകുന്ന എല്ലാവരോടും എന്തെങ്കിലും തരാനായി യാചിച്ചുകൊണ്ട്. വർഷങ്ങൾ പോകെ യാചകന് വയസ്സായി. അവസാനം ഒരു ദിവസം അയാൾ മരിച്ചു പോയി.

അടുത്തുള്ള അമ്പലത്തിലെ ജോലിക്കാർ ദയാലുക്കളായിരുന്നതിനാൽ ഈ മനുഷ്യനു വേണ്ടി അന്ത്യകർമ്മങ്ങൾ നടത്താൻ തീരുമാനിച്ചു. അവരത് അനുഷ്ഠിക്കുകയും ചെയ്തു. അതിനുശേഷം വർഷങ്ങളായി യാചകൻ താമസിച്ചിരുന്ന സ്ഥലം വൃത്തിയാക്കാൻ അവർ തീരുമാനിച്ചു. അവർ കീറത്തുണികളും കുപ്പയും മാറ്റി അവിടം വൃത്തിയാക്കി. കൊണ്ടുപോകാനായി അവിടത്തെ കുറച്ച് മണ്ണ് കുഴിച്ചെടുക്കാനും അവർ തീരുമാനിച്ചു.

സ്ഥലം വൃത്തിയാക്കുന്നതിനിടെ അവരിലൊരാളുടെ കാൽ നിലത്ത് ഉറപ്പുള്ള എന്തിലോ തട്ടി. കുറച്ചുകൂടി മണ്ണ് മാറ്റിയപ്പോൾ അവിടെ കുഴിച്ചിട്ടിരുന്ന ഭാരമുള്ള കുടം അവർ കണ്ടുപിടിച്ചു. അതു തുറന്നപ്പോൾ അവർ കണ്ടത് കുടം നിറച്ച് സ്വർണ്ണനാണയങ്ങളായിരുന്നു. ഈ വിരോധാഭാസം കണ്ട് പകച്ച അവർക്ക് മനസ്സിലായി വർഷങ്ങളായി ആ വഴി പോകുന്നവരോട് ചെറുനാണയങ്ങൾ യാചിച്ചിരുന്നിരുന്ന

ആ മനുഷ്യൻ ഒരിക്കലും കണ്ടെത്താതിരുന്ന ഒരു നിധിയുടെ മുകളിലാണ് ഇരുന്നിരുന്നതെന്ന്. അങ്ങനെയുള്ള സമ്പത്തിനു മേൽ ഇരുന്നുകൊണ്ട് ആ മനുഷ്യൻ ദരിദ്രനും ദയനീയനുമായി മരിച്ചു.

ഈ മനുഷ്യനെക്കുറിച്ച് വിധിയെഴുതുന്നതിന് മുമ്പായി നമ്മളും പല കാര്യങ്ങളിലും വളരെ വ്യത്യസ്തരല്ലല്ലോ എന്ന് ആത്മപരിശോധന ചെയ്യേണ്ടതുണ്ട്. വീട്ടിനുള്ളിൽ നഷ്ടപ്പെട്ട താക്കോലിനായി വെളിയിൽ അന്വേഷിച്ചിരുന്ന മുല്ലയുടെ കഥ നിങ്ങൾ ഓർക്കുന്നില്ലേ? ധ്യാനിക്കാൻ, സ്വന്തം അന്തരംഗത്തിലേക്ക് നോക്കാൻ നമുക്ക് സമയമില്ലെന്ന് നാം പറയുന്നു. പക്ഷേ അതെന്തുകൊണ്ടാണ്? കാരണം നമ്മൾ എത്രയോ തിരക്കിലാണ്. എന്തിനാണെന്നല്ലേ? നാം തേടുന്ന സമാധാനവും ആനന്ദവും ചാരിതാർത്ഥ്യവും മൈത്രിയും സ്വാതന്ത്ര്യവും നമുക്ക് ലഭ്യമാക്കും എന്ന് ഉറപ്പുതരുന്ന വസ്തുക്കൾ നേടാനും അനുഭവിക്കാനും അത്തരം കാര്യങ്ങളിൽ വിജയിക്കാനും വേണ്ടിയുള്ള നെട്ടോട്ടം. പക്ഷേ മുൻ അദ്ധ്യായങ്ങളിൽ നാം പഠിച്ചതുപോലെ അവ ആത്യന്തികമായി വെറും വാഗ്ദാനങ്ങൾ മാത്രമാണ്. ഭാവിസന്തോഷത്തിന്റെ, ഇപ്പോഴത്തെ സന്തോഷത്തിന്റെ അല്ലേയല്ല. യഥാർത്ഥ സന്തോഷം പക്ഷേ സന്നിഹിതമായിരിക്കുന്നത് ഈ നിമിഷത്തിലാണ്, വർത്തമാനത്തിൽ, ഒരിക്കലും ഭാവിയിലല്ല എന്ന് നാം മനസ്സിലാക്കിക്കഴിഞ്ഞതാണ്. മാത്രമല്ല മനസ്സ് ശാന്തവും ഈ നിമിഷത്തിൽ സന്നിഹിതവും ഭൂതകാലത്തിന്റെ ഭാരങ്ങളിൽ നിന്നും ഭാവിയുടെ അനിശ്ചിതത്വങ്ങളിൽ നിന്നും സ്വതന്ത്രമായാലും മാത്രമേ സന്തോഷം അനുഭവിക്കാൻ സാധിക്കൂ.

സ്വിച്ച് ഉള്ളിലാണെന്ന് നാം മനസ്സിലാക്കണം, നമുക്കു മുന്നിലുള്ള എളുപ്പ വഴി നമ്മൾ അവഗണിക്കുകയാണെന്നും. വളരെ വളഞ്ഞ വഴിയിലൂടെ സഞ്ചരിച്ച് ലക്ഷ്യസ്ഥാനത്ത് എത്താനാണ് നാം ശ്രമിക്കുന്നത്. ആ വഴി നമ്മെ ലക്ഷ്യത്തിലേക്ക് നയിക്കുകയോ നയിക്കാതിരിക്കുകയോ ചെയ്യാം.

ചെറിയ കുട്ടികളായിരുന്നപ്പോൾ നാം അറിഞ്ഞിരുന്ന ആനന്ദവും സ്വാതന്ത്ര്യവും സമാധാനവും ഓർത്തു നോക്കൂ, അത് എന്നെന്നേക്കുമായി നഷ്ടമായിട്ടില്ല എന്ന് നമുക്കറിയാം. അതിപ്പോഴും അവിടെയുണ്ട്, അന്തരംഗത്തിൽ. പക്ഷേ അത് സമ്മർദ്ദത്തിന്റേയും ആഗ്രഹങ്ങളുടേയും തൃഷ്ണകളുടേയും വിപ്രതിപത്തികളുടേയും പരിധിയില്ലാത്ത അഭിലാഷങ്ങളുടേയും ചളിയിലും പൊടിയിലും മൂടി കിടക്കുകയാണ്. നിങ്ങൾ ആ മാലിന്യങ്ങൾ നീക്കിയാൽ മാത്രം മതി, ഇക്കാലമത്രയും അവിടെ മറഞ്ഞുകിടന്നിരുന്നതും എക്കാലവും നിങ്ങൾക്ക് എത്തിപ്പിടിക്കാൻ സാധിക്കുമായിരുന്നതുമായ നിധി

കണ്ടെത്താൻ. ഇത് നിങ്ങൾ കരുതുന്നതുപോലെ വിഷമമുള്ള കാര്യമല്ല, പക്ഷേ അതിന് കുറച്ചു പ്രതിബദ്ധതയോടുകൂടിയ അവബോധവും തിരിച്ചറിവും വേണം.

അവബോധം ഉദിച്ചു കഴിഞ്ഞു. ധ്യാനത്തെ ജീവിതത്തിന്റെ ഭാഗമാക്കുന്നത് എത്ര പ്രസക്തവും പ്രധാനവുമാണെന്ന് നാം കഴിഞ്ഞ അദ്ധ്യായങ്ങളിൽ കണ്ടെത്തിയിട്ടുമുണ്ട്. അതിനായി നാം ഒരു നിമിഷം വേഗത കുറച്ച് നാം എന്താണോ ചെയ്യുന്നത് അതിൽ പൂർണ്ണമായും സന്നിഹിതരാകുക എന്നത് ആവശ്യമാണെന്നും നാം കണ്ടു കഴിഞ്ഞു. അല്ലാതെ ധ്യാനതത്ത്വങ്ങൾക്ക് വിരുദ്ധമായി, ഫാസ്റ്റ് ഫുഡിന്റേയും മൾട്ടി ടാസ്കിന്റേയും ആയ സംസ്കാരത്തിന് തികച്ചും അനുരൂപമായ മൂന്ന് മിനിറ്റ് ധ്യാനപരിപാടികൾക്കുള്ള ആപ്പ് ഡൗൺലോഡ് ചെയ്യുകയല്ല വേണ്ടത്. അതിന്റെ അർത്ഥം, തിരക്കുപിടിച്ച ജീവിതം നയിക്കുന്നവർക്കും ശ്വാസം വിടാൻ പറ്റാത്ത വിധത്തിൽ തിരക്കേറിയ പരിപാടികൾ ഉള്ളവർക്കും ഉള്ളതല്ല ധ്യാനം എന്നല്ല. വാസ്തവം നേരെ മറിച്ചാണ്. തിരക്കുപിടിച്ചതും സമ്മർദ്ദമുള്ളതുമായ ജീവിതം നയിക്കുന്നവർക്ക് ധ്യാനം എല്ലാവരേക്കാൾ ആവശ്യമാണ്, അതൊരു ആഡംബരമല്ല, സന്തോഷവും ഉത്പാദനക്ഷമതയും ഒരു പരിധി വരെയെങ്കിലും നിലനിർത്താൻ ധ്യാനം ആവശ്യമാണ്.

പക്ഷേ പ്രശ്നത്തെക്കുറിച്ചും പരിഹാരത്തെക്കുറിച്ചുമുള്ള അവബോധം മാത്രം പോര. ധ്യാനം ചെയ്യാൻ തുടങ്ങുക എന്ന തലത്തിലേക്ക് നിങ്ങൾ എത്തണമെങ്കിൽ ഇതെന്തുകൊണ്ടാണ് നിർണ്ണായകമായിരിക്കുന്നത് എന്ന് നിങ്ങൾ മനസ്സിലാക്കണം. വിശദമായ വിവരണങ്ങളും മനോഹരമായ ചിത്രങ്ങളും, നിർദ്ദേശങ്ങളും സഹിതം സ്വാദിഷ്ഠമായ കേയ്ക്ക് ഉണ്ടാക്കുന്ന വിധം പ്രതിപാദിക്കുന്ന പുസ്തകം നിങ്ങൾ വായിച്ചിരിക്കും. പക്ഷേ ഒരു പ്രാവശ്യമെങ്കിലും അത് ഉണ്ടാക്കി കഴിക്കാതെ കേയ്ക്ക് കഴിക്കുന്ന അനുഭവം നിങ്ങൾക്ക് ഉണ്ടാകില്ല, നിങ്ങളുടെ വയറ് അത് നിറയ്ക്കുകയുമില്ല. ജീവിതം പരിവർത്തനപ്പെടുത്തുന്നതിനെക്കുറിച്ച് നിങ്ങളാഗ്രഹിക്കുന്ന എല്ലാ പുസ്തകങ്ങളും നിങ്ങൾക്ക് വായിക്കാം, പക്ഷേ നിങ്ങളവ ഗ്രഹിച്ച് പ്രാവർത്തികമാക്കാൻ തീരുമാനിക്കുന്ന വരേക്കും ഒന്നും സംഭവിക്കുന്നില്ല. ആ തീരുമാനം വരുന്നത് നിങ്ങളതിന്റെ പ്രാധാന്യം തിരിച്ചറിയുമ്പോഴാണ്. കാരണം ജീവിതം എന്നത് മുൻഗണനയേതെന്ന് കത്യമായി തീർച്ചപ്പെടുത്തലാണ്. വർത്തമാനകാലത്തിൽ സന്നിഹിതമാകുക, മനസ്സ് ശാന്തമാക്കുക, ഇവിടെ ഇപ്പോൾ എന്ന തിരിച്ചറിവ്, തൃഷ്ണകളിൽ നിന്നും വെറുപ്പിൽ നിന്നും മോചനം- ഇവയെല്ലാം എത്ര പ്രധാനമാണെന്ന് നിങ്ങൾ വായിച്ചു കഴിഞ്ഞു. പക്ഷേ അനുഭവിക്കാത്തേടത്തോളം അതെല്ലാം ഉപയോഗശൂന്യമാണ്. അതിനാലാണ് നാം

ധ്യാനിക്കേണ്ടത്- ആ മനോനില അനുഭവിക്കുവാൻ, സാക്ഷാത്ക്കരിക്കാൻ. അല്ലെങ്കിൽ മെനുകാർഡ് വായിച്ച് വയറുനിറയ്ക്കാം എന്ന് കരുതുന്ന പോലെയാകും അതൊരിക്കലും നടക്കുകയില്ല.

പുകവലി നിർത്തണമെന്നാഗ്രഹിക്കുന്ന ഒരുപാട് പേരെ എനിക്കറിയാം. പക്ഷേ കുറച്ച് പേർക്കേ അത് സാധിക്കുന്നുള്ളൂ. സിഗരറ്റ് ആരോഗ്യത്തിന് ഹാനികരമാണെന്നും ക്യാൻസർ വരെ ഉണ്ടാക്കാം എന്നും അവർക്കെല്ലാം അറിയാം. എന്നിട്ടും ഈ അറിവ് അവരെ അടുത്ത സിഗരറ്റ് കൊളുത്തുന്നതിൽ നിന്ന് പിന്മടക്കുന്നില്ല. എല്ലാവർക്കും അത് ആരോഗ്യത്തിന് ഹാനികരമാണെന്ന് അറിയാം, പക്ഷേ വളരെ കുറച്ചുപേർ മാത്രമേ അതിന്റെ അർത്ഥം മനസ്സിലാക്കിയിട്ടുള്ളു. അതുപോലെ രായ്ക്കുരാമാനം പകവലി ഉപേക്ഷിച്ചവരെ എനിക്കറിയാം, ശ്വാസകോശത്തിലെ ക്യാൻസറോ അതുപോലുള്ള വ്യാധികളോ പിടിപെട്ട് അവരുടെ അടുത്ത സ്നേഹിതരോ ബന്ധുക്കളോ മരിച്ച സാഹചര്യം അഭിമുഖീകരിച്ചപ്പോഴാണിത്. പെട്ടെന്ന് ഈ സാഹചര്യത്തിൽ യാതന അനുഭവിക്കുക എന്ന ആപത്ത് തികച്ചും യഥാർത്ഥമായി അവർക്കനുഭവപ്പെടുകയായിരുന്നു- അവസാനം അവർ മനസ്സിലാക്കുകയാണ്. ഈ ജ്ഞാനം ഉദിച്ചു കഴിഞ്ഞപ്പോൾ പുകവലി ഉപേക്ഷിക്കുന്നത് അവർക്ക് എളുപ്പമായി. അത് ചെയ്യേണ്ടതാണെന്നത് പകൽവെളിച്ചം പോലെ സ്പഷ്ടമായിരുന്നു എന്ന് ഇപ്പോൾ അവർക്ക് തോന്നുകയും ചെയ്തു.

ഇനിയും ധാരാളം ഉദാഹരണങ്ങൾ നിരത്താൻ കഴിയും- ഏതെങ്കിലും കാര്യം ചെയ്യുന്നതിന്റെ പ്രാധാന്യം ആൾക്കാർ പൊടുന്നനെ തിരിച്ചറിയുന്ന അനുഭവങ്ങൾ. അത് വ്യായാമം ചെയ്യുന്നതാകാം, ഭക്ഷണക്രമം മാറ്റുന്നതാകാം, ട്രാഫിക് നിയമങ്ങൾ പാലിക്കുന്നതാകാം, അല്ലെങ്കിൽ മറ്റെന്തെങ്കിലും. അതെല്ലാം തങ്ങളുടെ സ്വഭാവത്തേയും മുൻഗണനകളേയും ഒറ്റ ദിവസത്തിനകം മാറ്റാൻ അവരെ പ്രാപ്തരാക്കിയ സംഭവങ്ങളാണ്. നിങ്ങൾ ചെയ്യുന്നതിന്റെ നിർണ്ണായകത്വം തിരിച്ചറിയുന്ന പ്രക്രിയയാണത്. കുറച്ച് താമസിച്ചാലും നിങ്ങളുടെ ദിവസം എത്രമാത്രം തിരക്കതു പിടിച്ചതായിരുന്നാലും എന്തുകൊണ്ടാണ് എല്ലായ്പോഴും കുറച്ചെന്തെങ്കിലും ഭക്ഷിക്കാൻ നിങ്ങൾ സമയം കണ്ടെത്തുന്നത്? കാരണം അത് നിർണ്ണായകമാണെന്ന് നിങ്ങൾക്കറിയാം. അതുപോലെത്തന്നെ പ്രധാനപ്പെട്ട ഒരു മീറ്റിങ്ങിന് പോകുന്നതിന് മുമ്പ് കുളിക്കാനും പല്ലുകൾ ബ്രഷ് ചെയ്യാനും നിങ്ങൾ ശ്രദ്ധിക്കുന്നു, നിങ്ങളുടെ പരിപാടി എത്ര തിരക്കുള്ളതായാലും. ശരി, നിങ്ങളങ്ങിനെ ചെയ്യുമെന്ന് ഞാൻ ആത്മാർത്ഥമായും വിശ്വസിക്കുന്നു, നിങ്ങൾക്കുവേണ്ടിയും മീറ്റിങ്ങിൽ പങ്കെടുക്കുന്ന മറ്റുള്ളവർക്കു വേണ്ടിയും.

കുളിയും പല്ലുതേപ്പും നിങ്ങളൊരു പതിവാക്കാൻ കാരണം ജീവിതത്തിൽ ഏതോ ഒരു ഘട്ടത്തിൽ നിങ്ങളതിന്റെ പ്രാധാന്യം മനസ്സിലാക്കിയതാണ്. ചെറിയ കുട്ടിയായിരുന്നപ്പോൾ അമ്മ നിങ്ങളോട് പല്ല് തേക്കാൻ പറഞ്ഞിരിക്കും, നിർബന്ധിച്ചിരിക്കും, പക്ഷേ ഇന്ന് ആരുടേയും പ്രേരണയോ ഓർമ്മപ്പെടുത്തലോ നിങ്ങൾക്ക് ആവശ്യമില്ല. അതുപോലെ ഈ ആധുനിക കാലഘട്ടത്തിൽ ധ്യാനം ദിനചര്യയുടെ ഭാഗമാക്കുന്നത് ആവശ്യമാണെന്ന് നമ്മൾ മനസ്സിലാക്കേണ്ടതുണ്ട്. എന്റെ ഗുരു കൃത്യമായി പറയുന്ന പോലെ, ദന്താരോഗ്യത്തിന്റെ പ്രാധാന്യത്തെക്കുറിച്ച് നാം മനസ്സിലാക്കിയിട്ടുണ്ട്. പക്ഷേ മാനസികാരോഗ്യം നമ്മൾ പലപ്പോഴും അവഗണിക്കുന്നു. അതിനാൽ ശരീരശുദ്ധിക്കും ഉന്മേഷത്തിനുമായി നിങ്ങൾ ദിവസവും ഒന്നോ രണ്ടോ പ്രവശ്യം കുളിക്കുന്നതു പോലെ മനസ്സിനെ ശുദ്ധവും ഉന്മിഷത്തുമാക്കുവാൻ നമ്മൾ ദിവസവും ഒന്നോ രണ്ടോ തവണ ധ്യാനിക്കേണ്ടതാണ്. വിഷമിക്കേണ്ട, കുളിക്കാനെടുക്കുന്ന അതേ 15-20 മിനിറ്റ് ധാരാളം. നാം കുളിക്കാനും പല്ലുതേക്കാനും മണിക്കൂറുകൾ ചെലവഴിക്കുന്നില്ല. അതുപോലെ നമ്മൾ ധ്യാനിക്കാൻ ആഗ്രഹിക്കുന്നു എന്ന് കരുതി ജീവിതത്തിലെ മറ്റെല്ലാ കാര്യങ്ങളും ത്യജിക്കേണ്ടതില്ല. പക്ഷേ മുൻഗണനാക്രമങ്ങളെ പുനഃപരിശോധിക്കാൻ നിങ്ങൾ തയ്യാറാകണം. ഇത് അല്പം അച്ചടക്കവും പ്രതിബദ്ധതയും ആവശ്യമുള്ള കാര്യമാണ്.

അച്ചടക്കം, പ്രതിബദ്ധത തുടങ്ങിയ വാക്കുകൾ മനസ്സിൽ അസ്വതന്ത്രതയുടേയും സമയനഷ്ടത്തിന്റേയും അനുരണനമാണ് സൃഷ്ടിക്കുക. ഇതിനോട് പ്രതികരിച്ച് വിമതമനോഭാവം അവലംബിക്കുന്നതിന് മുമ്പായി നമുക്ക് ഈ തെറ്റിദ്ധാരണയെ അഭിസംബോധന ചെയ്യാം. നാം ധരിച്ചു വെച്ചിരിക്കുന്നത് അച്ചടക്കം അല്ലെങ്കിൽ കൃത്യമായ ദിനചര്യകൾ, നാം ചെയ്യാൻ തുടങ്ങുമ്പോൾ യഥേഷ്ടം ചെയ്യാനുള്ള സ്വാതന്ത്ര്യത്തെ ഹനിക്കുന്നു എന്നും അത് നമ്മെ കെട്ടിയിടുകയും നിയന്ത്രിക്കുകയും ചെയ്യുന്നു എന്നുമാണ് സംഭവിക്കുക. പക്ഷേ നേരെ മറിച്ചാണ് എന്നതാണ് രസകരമായ വസ്തുത.

നിങ്ങൾ പാലിക്കുന്ന അച്ചടക്കമാണ് നിങ്ങളെ കൂടുതൽ സ്വതന്ത്രരും സ്വസ്ഥരുമാക്കുന്നതെന്ന് ജീവിതത്തെ അടുത്ത് നിരീക്ഷിച്ചാൽ മനസ്സിലാകും. പല്ലുതേക്കുന്ന അച്ചടക്കം നിങ്ങളെ പല്ലുവേദനയിൽനിന്നും ദുർഗന്ധത്തിൽ നിന്നും മറ്റ് അസ്വാസ്ഥ്യങ്ങളിൽനിന്നും രക്ഷിക്കുന്നു. അത് നിങ്ങളെ സ്വതന്ത്രരാക്കുന്നു കാരണം പല്ല് വേദനയോ ദന്തക്ഷയമോ ഉള്ള ഒരാൾ ഒരിക്കലും സുഖകരമായ അവസ്ഥയിലായിരിക്കില്ല. ഭക്ഷണത്തിലുള്ള അച്ചടക്കം നിങ്ങളെ

കൂടുതൽ ആരോഗ്യവാനും ശരീരക്ഷമതയുള്ളവനുമാക്കുന്നു. ഭക്ഷണ കാര്യത്തിൽ അച്ചടക്കം പാലിക്കാത്ത ആൾക്കാർക്ക് ആരോഗ്യം ക്ഷയിക്കുകയും പലവിധ അസുഖങ്ങൾ അനുഭവിക്കേണ്ടി വരികയും ചെയ്യുന്നു, നിങ്ങളേക്കാൾ സമാധാനക്കുറവ് അവർക്ക് അനുഭവപ്പെടുകയും ചെയ്യും. അതേപോലെ വ്യായാമം ചെയ്യുന്ന അച്ചടക്കം പാലിക്കുന്നത് നിങ്ങളുടെ ശരീരത്തെ അരോഗദൃഢമാക്കുകയും മൊത്തത്തിലുള്ള സുഖദാവസ്ഥ ഉളവാക്കുകയും ചെയ്യുന്നു. ഓഫീസിൽ മണിക്കൂറുകൾ ഇരുന്ന് അല്പം പോലും വ്യയാമത്തിന് സമയം കണ്ടെത്താത്ത നിങ്ങളുടെ സ്നേഹിതർ അനുഭവിക്കുന്ന ശരീരത്തിന്റെ മരവിപ്പും വേദനയും മറ്റു അസുഖങ്ങളും നിങ്ങൾക്കുണ്ടാവുകയില്ല.

എന്നെക്കുറിച്ച് ആൾക്കാർ പരിതപിക്കുന്നത്, അവർ തങ്ങളുടെ പ്രഭാതം സുഖമായി ഉറങ്ങാൻ പ്രയോജനപ്പെടുത്തുമ്പോൾ എനിക്ക് ദിവസവും രാവിലെ നേരത്തെ എഴുന്നേറ്റ് വ്യായാമവും, യോഗയും ശ്വസനക്രിയയും ധ്യാനവും ഒക്കെ ചെയ്യേണ്ടതായി വരുന്നു എന്നാണ്. പക്ഷേ, പ്രഭാതങ്ങളിൽ ഞാൻ നടത്തുന്ന ഈ ചെറിയ നിക്ഷേപം എന്നെ കൂടുതൽ ആരോഗ്യവാനാക്കുക മാത്രമല്ല, പകൽ മുഴുവൻ അനായാസത കൈവരിക്കാനും ഞാൻ ചെയ്യുന്നതെന്തും ഫലപ്രദമാക്കുവാനും എന്നെ സഹായിക്കുകയാണെന്ന് അവർ മനസ്സിലാക്കുന്നില്ല. കുറച്ചു സമയം ധ്യാനത്തിനായി മാറ്റിവെക്കുന്നത് നിങ്ങളുടെ ദിവസത്തിൽ വളരെ കൂടുതൽ ഊർജ്ജസ്വലതയും കാര്യക്ഷമതയും നിറയ്ക്കുന്നു. അതുമാത്രമല്ല, ധ്യാനം നിങ്ങളുടെ മനസ്സിനെ പിരിമുറുക്കം ഇല്ലാതാക്കി റിലാക്സ് ചെയ്യാൻ സഹായിക്കുന്ന കാരണം നിങ്ങളുടെ ഉറക്കത്തിന്റെ ഗുണമേന്മ വർദ്ധിക്കുന്നതായും കാണാൻ സാധിക്കും.

എന്റെയൊപ്പം അനുഷ്ഠിച്ച ആദ്യത്തെ ധ്യാനത്തിൽ തന്നെ ഗാഢമായ സുഷുപ്തിയിലേക്ക് ആണ്ടുപോയവരുണ്ട്. അവരുടെ ശരീരം അത്രയധികം പരിക്ഷീണമായിരുന്നു. അതിനാൽ, കുറച്ചൊന്ന് റിലാക്സ്ഡ് ആയപ്പോൾ ശരീരം, അതിന് അത്രയധികം ആവശ്യമായിരുന്ന, വിശ്രമത്തിലേക്ക് പോകുകയായിരുന്നു. അതിൽ യാതൊരു പ്രശ്നവുമില്ല. അവർക്ക് തുടർന്ന് വളരെ സുഖം തോന്നി, ശരീരത്തിനും മനസ്സിനും കൂടുതൽ വിശ്രമം കിട്ടിയപ്പോൾ അവർക്ക് നന്നായി ധ്യാനിക്കുവാനും സാധിച്ചു.

അതുപോലെത്തന്നെ ധ്യാനം പതിവാക്കിയ ശേഷം ഉറക്കം ഗണ്യമായിത്തന്നെ മെച്ചപ്പെട്ടതായി പലരും സ്വാനുഭവം പങ്കുവെക്കുന്നുണ്ട്. മനസ്സ് ശാന്തമാകുകയും അലോസരപ്പെടുത്തുന്ന വിഷയങ്ങൾ രാത്രി

സമയം വിട്ടുകളയാൻ തയ്യാറാവുകയും ചെയ്യുന്നതാണ് ഈ ഗുണഫലത്തിന് ഹേതു. അലോസരപ്പെടുത്തുന്ന വിഷയങ്ങൾ മാത്രമല്ല, നിങ്ങൾ ചെയ്യുന്ന മറ്റെല്ലാം, നിങ്ങളുടെ പ്ലാനുകളും വേവലാതികളും അഭിലാഷങ്ങളുമടക്കം, വിട്ട് കളയുമ്പോഴാണ് യഥാർത്ഥത്തിൽ വിശ്രമം അനുഭവപ്പെടുന്നത്. അത് നിങ്ങൾക്ക് ചെയ്യാൻ സാധിക്കാതിരുന്നാൽ ഉറക്കം അത്രകണ്ട് ശാന്തമാകുകയില്ല. ഉറങ്ങാൻ കിടക്കുമ്പോൾ നിങ്ങളുടെ മനസ്സിനെ മഥിച്ചിരുന്ന വിഷയങ്ങളെപ്പറ്റി സ്വപ്നം കാണുന്ന അനുഭവം നമുക്കെല്ലാം ഉണ്ടായിരിക്കും. സർവ്വതും കുറച്ചു നേരത്തേക്കെങ്കിലും ശരിക്കും വിട്ടുകളയുന്നത് എങ്ങനെയാണെന്ന് ധ്യാനം ചെയ്യുമ്പോൾ നാം പഠിക്കുന്നു.

ഈ അച്ചടക്കം ദിനചര്യയുടെ ഭാഗമാക്കുന്നത് തികച്ചും ബുദ്ധിപൂർവ്വമായിരിക്കും എന്ന് നിങ്ങൾ ശരിക്കും മനസ്സിലാക്കിയെങ്കിൽ ഇനി ഒന്നു മാത്രമേ വേണ്ടു, അത് ആരംഭിക്കുക. പരിശീലനത്തിൽ കൃത്യനിഷ്ഠ പുലർത്തുക. പതിവ് തെറ്റാതെ പരിശീലിക്കുന്തോറും അത് എളുപ്പവും അനായാസവും ആയി വരും. യോഗയേയും ധ്യാനത്തേയുംകുറിച്ചുമുള്ള പുരാതനഗ്രന്ഥങ്ങളിലെല്ലാം തുടർച്ചയായ പരിശീലനത്തിന് വലിയ പ്രധാന്യം കൊടുത്തിട്ടുണ്ട്. കാരണം അതാണ് ധ്യാനത്തെ ജീവിതത്തിന്റെ ഭാഗമാക്കാൻ സഹായിക്കുന്നത്. പ്രത്യേകിച്ച് തുടക്കത്തിൽ. പതിവായി ചെയ്യുന്നത് പരമാവധി ഗുണം ലഭിക്കാനും സഹായകമാണ്. 48 ദിവസം തുടർച്ചയായി പരിശീലിക്കുന്നതെന്തും സ്വഭാവമാകുമെന്ന് പറയപ്പെടുന്നു. നിങ്ങളത് അഭംഗുരമായി ദീർഘകാലം തുടർന്നാൽ അത് നിങ്ങളുടെ പ്രകൃതത്തിന്റെ ഭാഗമാകും. പതിവായി വ്യായാമം ചെയ്യുന്ന ഒരു അത്‌ലറ്റിനോട് അവരുടെ പതിവ് രണ്ടാഴ്ചത്തേക്ക് നിർത്തിയാൽ എന്തു സംഭവിക്കുമെന്ന് ചോദിച്ചു നോക്കൂ. അവർ പറയും പഴയ പോലെ അനായാസമായി വ്യയാമം ചെയ്തു തുടങ്ങാൻ വീണ്ടും ഏതാനും ദിവസം വേണ്ടി വരുമെന്ന്. ഏറക്കുറെ ഇത് ധ്യാനത്തിന്റെ കാര്യത്തിലും ബാധകമാണ്.

പ്രധാനപ്പെട്ട മറ്റൊരു കാര്യം നിങ്ങളുടെ പരിശീലനത്തോട് പ്രതിബദ്ധരായി അത് തുടരണമെന്നതാണ്. പല ദിവസങ്ങളിലും മാറി മാറി പല കാര്യങ്ങൾ പരീക്ഷിച്ചു നോക്കരുത്. അല്ലെങ്കിൽ പല രീതികൾ കൂട്ടിക്കലർത്താൻ ശ്രമിക്കരുത്. ഗുരുക്കന്മാർ പലരും വിവിധങ്ങളായ രീതികൾ അല്ലെങ്കിൽ നിർദ്ദേശങ്ങൾ അതാത് കാലത്ത് അവരുടെ ശിഷ്യർക്ക് അനുരൂപമായ വിധത്തിൽ നൽകിയിരിക്കാം. പക്ഷേ അത് നിങ്ങളെ കുഴയ്ക്കരുത്. നിങ്ങൾക്ക് പ്രസക്തമായതും നിങ്ങൾക്ക് അനുയോജ്യമായതും എന്താണെന്ന് മനസ്സിലാക്കുക.

കുറേ കാലത്തേക്കെങ്കിലും ഒരേ അനുഷ്ഠാനരീതി തുടർന്നാൽ ക്രമപ്രവൃദ്ധമായ പുരോഗതി നേടി നിങ്ങൾ ഉദ്ദിഷ്ട നിലവാരത്തിൽ എത്തും. അതിനു പകരം ദിവസവും പുതിയതോ വ്യത്യസ്തമായതോ ആയ രീതി പരീക്ഷിക്കുന്നത് ഓരോ മീറ്റർ ആഴമുള്ള കുഴികൾ ആയിരം സ്ഥാനങ്ങളിൽ കുഴിച്ച ശേഷം എന്തുകൊണ്ടാണ് വെള്ളം കാണാത്തത് എന്ന് ചിന്തിക്കുന്നതു പോലെയാണ്. ഒരൊറ്റ സ്ഥാനത്ത് ആയിരം മീറ്റർ ആഴത്തിൽ കുഴിച്ചു നോക്കൂ, നിങ്ങൾ തീർച്ചയായും വെള്ളം കാണും. അപ്പോൾ ഒരു അനുഷ്ഠാനരീതി ആവലംബിക്കുക, പതിവ് തെറ്റാതെ പരിശീലിക്കുക, അനുഷ്ഠാനത്തോട് ആദരവ് പുലർത്തുക- ഇതെല്ലാം നിങ്ങളെ സ്വാന്തരംഗ യാത്രയിൽ വലിയ പുരോഗതി കൈവരിക്കാൻ സഹായിക്കും. സമയമില്ലെന്നാണ് ഇനിയും നിങ്ങൾ കരുതുന്നതെങ്കിൽ സമയമുണ്ടാക്കുക. നിങ്ങളുടെ സമയം ചിലവഴിക്കുന്ന അനേകം കാര്യങ്ങളേക്കാൾ നിങ്ങൾക്ക് ഇതുകൊണ്ട് പ്രയോജനമുണ്ടാകും. വേവലാതിപ്പെടാനും സമ്മർദ്ദമനുഭവിക്കാനും താറുമാറായും വിഷാദവാനായും സ്വയം തോന്നുവാനും നിങ്ങൾക്ക് സമയം ധാരാളമായി കിട്ടുന്നുണ്ടല്ലോ. നിങ്ങൾ ഉണരേണ്ടിയിരിക്കുന്നു. ധ്യാനത്തിനായി തീർച്ചയായും സമയമുണ്ടെന്ന് അല്ലെങ്കിൽ സമയം കണ്ടെത്താമെന്ന് മനസ്സിലാക്കുക.

തുടക്കത്തിൽ ധ്യാനം നിങ്ങൾക്ക് മുഷിപ്പനായി തോന്നുന്നുവെങ്കിൽ അത് നിങ്ങൾ കടന്നുപോയിക്കൊണ്ടിരിക്കുന്ന ഒരു ഘട്ടം മാത്രമാണെന്ന് തിരിച്ചറിയുക. നിങ്ങൾ വിശ്രമിക്കുന്നില്ല എന്നതാണ് കാരണം, എന്തോ സംഭവിക്കാനായി കാത്തിരിക്കുകയാണ്. അതായത് മനസ്സിനെ പ്രവർത്തിപ്പിച്ചുകൊണ്ടിരിക്കാൻ നിങ്ങൾ ആഗ്രഹിക്കുകയാണ്. ധ്യാനപരിശീലനം മനോഹരമായ ഒരു പഠനയാത്രയാണ് - നിശ്ശബ്ദതയേയും അല്പം നേരത്തേക്കുള്ള നിശ്ചലതയേയും സ്നേഹിക്കാൻ, ഒന്നും ചെയ്യാതിരിക്കുന്നത് ഇഷ്ടപ്പെടാൻ, വർത്തമാനനിമിഷത്തെ സ്നേഹിക്കാൻ, മനസ്സ് തിരകളടങ്ങി പൂർണ്ണമായും ശാന്തമാകാൻ, ഉള്ള പഠനം. ആനന്ദത്തിന്റേതായ പുതിയൊരു മാനം തന്നെ നിങ്ങൾക്കു മുമ്പിൽ തുറന്നു തരുന്ന യാത്രയാണത്. ഈ ആനന്ദമാകട്ടെ, ഇത്രയും കാലം നിങ്ങൾ പരിചയിച്ചതിനേക്കാൾ ഗഹനവും നീണ്ടു നിൽക്കുന്നതുമായ അനുഭവമായിരിക്കും.

ഓർക്കുക, പ്രതിബദ്ധതയോടു കൂടിയുള്ള പരിശീലനം കൊണ്ട് മാത്രം വഴങ്ങുന്ന വൈദഗ്ധ്യമാണ് ധ്യാനം, ബുദ്ധിപരമായി അറിഞ്ഞ് സ്വായത്തമാക്കാൻ സാധിക്കുന്നതല്ല. അക്കാരണത്താൽ ശ്രദ്ധാപൂർണ്ണതാ പരിശീലനത്തിന് വിപരീതമായി, മനസ്സിനെ എന്തിലെങ്കിലും കേന്ദ്രീകരിക്കാനോ ഏകാഗ്രമാക്കാനോ മനസ്സിൽ എന്തെങ്കിലും

ദൃശ്യവൽക്കരിക്കാനോ ശ്രമിക്കേണ്ടതില്ല. നിങ്ങളാകെ ചെയ്യേണ്ടത് കർമ്മത്തിൽ നിന്ന് വിരമിക്കുക എന്നതാണ്- ആയാസതയിൽനിന്ന് അനായസതയിലേക്ക് നീങ്ങുക. ബോധപൂർവ്വം നിങ്ങൾ മനസ്സിന് വേവലാതികളിൽ നിന്നൊരു ഇടവേള നൽകുകയാണ്, നിങ്ങളെപ്പോഴും ഏർപ്പെട്ടുകൊണ്ടിരിക്കുന്ന ചിന്തകളിൽ നിന്നും ആസൂത്രണങ്ങളിൽ നിന്നും ഉള്ള ഇടവേള. മാത്രമല്ല, നിങ്ങൾ മനസ്സിന് അതിന്റെ വേഗം കുറയ്ക്കാനും ഊർജ്ജം നിറക്കാനും സഹായിക്കുകയുമാണ്.

നിങ്ങൾ ധ്യാന പരിശീലനം തുടങ്ങിയ സ്ഥിതിക്ക് പ്രധാനമായ ഒരു കാര്യം ഓർക്കേണ്ടതാണ്: നിങ്ങളുടെ അനുഭവത്തെ മറ്റുള്ളവരുടേതുമായോ നിങ്ങളെവിടെയെങ്കിലും കേട്ടതോ വായിച്ചതോ ആയ ഒന്നിനോടും താരതമ്യം ചെയ്യരുത്. കാരണം അത്തരം അനുഭവങ്ങൾ (നിറങ്ങളോ തിളങ്ങുന്ന വെളിച്ചമോ കാണുക, ശബ്ദങ്ങൾ കേൾക്കുക എന്നിങ്ങനെ) ഉണ്ടാകാമെങ്കിലും അവ വെറും അനുഭവങ്ങൾ മാത്രമാണ്, മിക്കവാറും ആത്മനിഷ്ഠമായവ. അത്തരം അനുഭവങ്ങൾ സൃഷ്ടിക്കാൻ ശ്രമിക്കുന്നതും അവയോട് അഭിനിവേശം പുലർത്തുന്നതും ധ്യാനപുരോഗതി അളക്കാനുള്ള ഉപാധിയായി കാണുന്നതും നിങ്ങളെ ആശയക്കുഴപ്പത്തിൽ ചാടിക്കുകയും ശ്രദ്ധയെ വഴിതെറ്റിക്കുകയും ചെയ്യും, അതിലുപരി നിങ്ങളെ ഹതാശരാക്കുകയും പരിശീലനം തന്നെ അപ്പാടെ നിർത്തുന്ന അവസ്ഥയിലെത്തിക്കുകയും ചെയ്യും. ഓർക്കുക, ധ്യാനം അനുഭവങ്ങളെക്കുറിച്ചുള്ളതല്ല, അനുഭവിക്കുന്ന വ്യക്തിയെ സംബന്ധിച്ചുള്ളതാണ്.

അങ്ങനെയെങ്കിൽ ധ്യാനത്തിൽ നിങ്ങൾ പുരോഗമിക്കുന്നുണ്ടോ എന്ന് എങ്ങനെയാണ് അറിയാൻ സാധിക്കുക എന്ന് നിങ്ങൾ ന്യായമായി സംശയിക്കാം. നിങ്ങൾ ലക്ഷ്യത്തിലേക്കെത്തുകയാണെന്നും ധ്യാനപരിശീലനം ഫലവത്താകാൻ തുടങ്ങുകയാണെന്നും അറിയുന്നതിനുള്ള സൂചനകൾ എന്തൊക്കെ? ധ്യാനാനുഷ്ഠാനത്തിനു ശേഷം ഉന്മേഷം വർദ്ധിച്ചതായി തോന്നുമ്പോഴും സൂക്ഷ്മമായ വിധത്തിൽ ആനന്ദവും ഉത്സാഹവും അനുഭവപ്പെടുമ്പോഴും ജീവിതത്തിൽ സമാധാനവും സ്വാതന്ത്ര്യവും വർദ്ധിക്കുന്നതായി കാണാം.

നിങ്ങളെപ്പോളെങ്കിലും യഥാർത്ഥ ശാന്തി എന്തെന്ന് ചിന്തിച്ചിട്ടുണ്ടോ? എന്താണ് ഉണ്മയായ മനശ്ശാന്തി? സ്വാഭാവികമായ വിധത്തിൽ ശ്രദ്ധ കേന്ദ്രീകരിക്കൻ സാധിക്കുന്ന, വ്യക്തതയുള്ള, അതായത് ചിതറിപ്പോകാത്ത മനസ്സാണ് അത്. വർത്തമാനത്തിലെ ഈ നിമിഷത്തിൽ, ഇപ്പോൾ സംഭവിച്ചുകൊണ്ടിരിക്കുന്നതിൽ മനസ്സ് അനായാസമായി കേന്ദ്രീകരിച്ച അവസ്ഥ. ഇപ്പോൾ സംഭവിച്ചുകൊണ്ടിരിക്കുന്നതിൽ നിങ്ങൾ പരിപൂർണ്ണമായി സന്നിഹിതനാണെങ്കിൽ അതാണ്

യഥാർത്ഥമായ ശാന്തി. ഈ നിമിഷം എന്തോ ശരിയല്ലെന്ന അവ്യക്ത ബോധം എവിടേയോ നിങ്ങൾക്കുണ്ടാകുമ്പോഴാണ് മനസ്സ് ഭൂതകാലത്തിലേക്കും ഭാവിയിലേക്കും ചരിക്കുന്നത്. നിങ്ങൾ ഇവിടെ ഇപ്പോൾ സന്നിഹിതനാകുന്നതാണ് ശരിയായ ശാന്തി, കാരണം അതാണ് തൃപ്തികരമായ അവസ്ഥ.

അതുപോലെ യഥാർത്ഥ സ്വാതന്ത്ര്യം ഭൂതകാലത്തിൽനിന്നും ഭാവിയിൽ നിന്നുമുള്ള മോചനമാണ്, വർത്തമാനം നിങ്ങൾക്ക് സുഖപ്രദമായി തോന്നുന്ന അവസ്ഥയാണ്. വർത്തമാനത്തിലെ ഈ നിമിഷം തൃപ്തികരമല്ലെങ്കിൽ, എല്ലാം തികഞ്ഞതല്ലെങ്കിൽ ചില ആഗ്രഹങ്ങൾ പൊന്തി വന്നു കൊണ്ടിരിക്കും. എന്തൊക്കെയായാലും ആഗ്രഹമെന്നതിന്റെ ലളിതമായ അർത്ഥം ഇതാണ്: ഈ വർത്തമാന നിമിഷം, ഇപ്പോൾ ഇവിടെയുള്ളത്, വേണ്ട വിധത്തിലല്ല. ഏതൊരാഗ്രഹവും, അതെന്തോ ആകട്ടെ, നിങ്ങളെ ആഴത്തിൽ ധ്യാനിക്കാൻ അനുവദിക്കില്ല, ശാന്തിക്കായുള്ള നിങ്ങളുടെ അന്വേഷണത്തിന് അത് പ്രതിബന്ധം സൃഷ്ടിക്കുകയും ചെയ്യും. നിങ്ങൾക്ക് കണ്ണടച്ചിരിക്കാൻ സാധിച്ചേക്കും, പക്ഷേ മനസ്സ് അതിനിഷ്ടമുള്ള വഴികളിലൂടെ പോയിക്കൊണ്ടിരിക്കും, ധ്യാനം നടക്കുകയുമില്ല. ധ്യാനവേളയിൽ ആഗ്രഹങ്ങളെ അതിജീവിക്കുന്നതിനെപ്പറ്റി ഇതുവരെ പഠിച്ച തത്ത്വങ്ങൾ പ്രയോഗിക്കുമ്പോൾ ഒരു കാര്യം നമുക്ക് മനസ്സിലാകും. ഈ പൊരുത്തപ്പെടാനുള്ള അഭിവാഞ്ഛ, ശാന്തി, സ്വാതന്ത്ര്യം, ആനന്ദം ഇവയെല്ലാം നിങ്ങളുടെ ജീവിതത്തിന്റെ മറ്റ് ഭാഗങ്ങളിലേക്കും പരക്കുന്നു. ദൈനംദിന ജീവിതത്തിൽപോലും അത് നിങ്ങളുടെ ഭാഗമാകുന്നത് നിങ്ങൾക്ക് കാണാൻ കഴിയും.

സാധാരണഗതിയിൽ പകൽ സമയം നാം ഉണർന്നിരിക്കുമ്പോൾ നാം ബാഹ്യലോകത്തിലേക്ക് നോക്കിക്കൊണ്ടിരിക്കുന്നു. നമ്മൾ എല്ലാതരം പ്രവൃത്തികളിലും ഏർപ്പെട്ടുകൊണ്ടിരിക്കുന്നു. അത് ജോലി ചെയ്യുന്നതാകാം, സംസാരിക്കുന്നതാകാം, അനുഭവിക്കുകയോ ചിന്തിക്കുകയോ ആകാം, ഇതെല്ലാം എത്രത്തോളം രസകരമാണെങ്കിലും നമ്മെ ക്ഷീണിപ്പിക്കുകയും ഊർജ്ജനഷ്ടം ഉണ്ടാക്കുകയും ചെയ്യുന്നു. ധ്യാനം മാത്രം നടക്കില്ല. ധ്യാനവേളയിൽ ശരീരത്തിന്റേയും മനസ്സിന്റേയും ഇത്തരം പ്രവർത്തനങ്ങളിൽ നിന്ന് നാമൊരു ഇടവേളയെടുക്കുകയും ആ നേരത്തേക്ക് നമ്മുടെ അന്തരംഗത്തിലേക്ക് നോക്കാൻ തുടങ്ങുകയും ചെയ്യുന്നു. നമ്മൾ നമ്മുടെ അന്തരംഗത്തിലേക്ക് നോക്കുമ്പോൾ നമുക്ക് വിശ്രാന്തിയും അയവും ആശ്വാസവും തോന്നുന്നു. ലോകത്തിന് ഇന്ന് ആവശ്യം കൃത്യമായും ഇത് തന്നെയാണ്.

ഇന്ന് ലോകത്തിൽ ഭീതിദായകമായ വിധത്തിൽ അനിശ്ചിതത്വവും ഭയവും, സംഘർഷവും വിഷാദാത്മകതയും ഉണ്ട്. വ്യസനകരമെന്ന് പറയട്ടെ ഇടക്കാലത്തുണ്ടായ മഹാമാരി പല ഘടകങ്ങളിൽ ഒന്ന് മാത്രമാണ്. ലോകവും വ്യക്തിതലത്തിൽ നാമും അഭിമുഖീകരിക്കുന്ന വെല്ലുവിളികൾക്കിടയിൽ പൊന്തിക്കിടക്കാൻ നമുക്കൊരു ഉപകരണം ആവശ്യമാണ്, നാം വീണ്ടും ഉറച്ച നിലം കാണുന്നതുവരെ കടന്നുപോകാൻ സഹായിക്കുന്ന ഒരു ഉപകരണം. അതിജീവനത്തിനായി ധ്യാനത്തെ ഈ ഉപകരണമായി വരിക്കാം. നമ്മുടെ മനസ്സിന്റെ ഗഹനതയിലേക്ക് ആണ്ടിറങ്ങി നമ്മുടെ ആന്തരികമായ ആത്മീയശക്തി കണ്ടെത്താൻ അത് സഹായിക്കുന്നു.

ആയിരത്താണ്ടുകളുടെ പാരമ്പര്യം വഴി പൗരാണികമായ ജ്ഞാനം നമ്മിലേക്ക് എത്തിച്ചേർന്ന ഒരു കാലത്ത് ജീവിക്കാൻ ഭാഗ്യം സിദ്ധിച്ചവരാണ് നമ്മൾ. ആ ജ്ഞാനത്തിന് പ്രമാണമായി ധർമ്മശാസ്ത്ര ഗ്രന്ഥങ്ങളും നിരവധി ഗുരുക്കളും പരിശീലകരും ആർജ്ജിച്ച അനുഭവങ്ങളും ലഭ്യമാണ്. ഈ പൗരാണികമായ ജ്ഞാനം നമുടെ ജീവിതത്തെ എപ്രകാരം മമെച്ചപ്പെടുത്തുമെന്ന് തുറന്ന മനസ്സോടേയും ശാസ്ത്രീയാവബോധത്തോടേയും നോക്കിക്കാണാൻ ഉന്നത സ്ഥാപനങ്ങളിലെ ധാരാളം ഗവേഷകർ പ്രചോദിതരാകുന്നുണ്ട്. ധ്യാനം കൊണ്ടുള്ള പ്രയോജനങ്ങൾ ഇവിടെ നിരത്താനാവുന്നതിലധികമാണ്. ഹാവാർഡ്, യേൽ തുടങ്ങി നിരവധി ഗവേഷണ സ്ഥാപനങ്ങൾ ധ്യാനത്തെക്കുറിച്ച് ആഴത്തിൽ പഠിച്ച് ഗവേഷണ പ്രബന്ധങ്ങൾ പ്രസിദ്ധീകരിച്ചിട്ടുണ്ട്. ചുരുക്കത്തിൽ ഇത്രമാത്രം പറഞ്ഞ് നിർത്താം: ധ്യാനം പുതുകാലത്തെ സമസ്യകൾക്ക് പരിഹാരമായി പുരാതനകാലത്തു നിന്നുള്ള വരപ്രസാദമാണ്. നമ്മുടെ മനസ്സിനേയും വികാരങ്ങളേയും കൈകാര്യം ചെയ്യുന്നതിന്റെ പ്രാധാന്യവും ഇതിന് നമ്മുടെ ജീവിതത്തിലുള്ള മർമ്മപ്രധാനമായ പങ്കും വളരെക്കാലമായി നാം അവഗണച്ചു വരികയാണ്.

2004ൽ ക്രിസ്തുമസ്സിന്റെ പിറ്റേന്ന് സമീപകാലചരിത്രത്തിൽ സംഭവിച്ച ഏറ്റവും മാരകമായ സുനാമി ഞാനോർക്കുന്നു ഇന്ത്യയിലും ശ്രീലങ്കയിലും ഏറ്റവും ബാധിക്കപ്പെട്ട സ്ഥലങ്ങളിലേക്ക് ആർട്ട് ഓഫ് ലിവിങിന്റേയും സഹോദര സംഘടനയായ ഇന്റർനാഷണൽ അസോസ്സിയേഷൻ ഫോർ ഹ്യൂമൻ വാല്യൂസിന്റേയും സന്നദ്ധസേവകർ തിരക്കിട്ട് ചെന്നെത്തി. അവർക്കിടയിൽ എന്റെ ചില സ്നേഹിതരും ഉണ്ടായിരുന്നു. തുടർന്നു വന്ന ആഴ്ചകളിലും മാസങ്ങളിലും സുനാമി അതിജീവിച്ചവർക്കായി ഞങ്ങൾ നടത്തിയ പരിപാടികളും സംരംഭങ്ങളും അവർ എന്നോട് പങ്കുവെച്ചു. അവർ പറഞ്ഞ ഒരു കാര്യം പക്ഷേ എന്റെ മനസ്സിനെ സ്പർശിച്ചു.

പീഡിതർക്ക് സഹായമേകാൻ ദേശിയവും അന്തർദേശീയവുമായ മാനവസേവാ സംഘടനകൾ വന്നെത്തിയതിനാൽ ഭക്ഷണം, വസ്ത്രം, മരുന്ന് തുടങ്ങിയ സാധനങ്ങളായിട്ടുള്ള സഹായം അവർക്ക് പെട്ടെന്നുതന്നെ ലഭിച്ചു. പക്ഷേ ആവശ്യമായ ഭക്ഷണവും മരുന്നും ലഭിച്ചെങ്കിലും അപ്പോഴത്തെ മാനസികാവസ്ഥയിൽ അവർക്ക് ഭക്ഷണം വായിൽനിന്നും ഇറക്കാൻ സാധിച്ചിരുന്നില്ല. സുനാമി സൃഷ്ടിച്ച മാനസികാഘാതം കാരണം അവർക്ക് രാത്രി ഉറങ്ങാൻ പോലും പറ്റിയിരുന്നില്ല. സഹായം നൽകുമ്പോൾ പലപ്പോഴും കാണാതെ പോകുന്ന ഒരു വശമാണിത്. ഇവിടെയാണ് ആർട്ട് ഓഫ് ലിവിങ് പോലുള്ള സംഘടനകൾ വ്യത്യസ്ഥതയോടു കൂടിയ സേവനം നടത്തുന്നത്.

അതിജീവിച്ചവരിൽ മിക്കവരും ജീവിതം മുഴുവൻ കടപ്പുറത്ത് കഴിഞ്ഞു കൂടിയവരാണ്. കടലിനെ ആശ്രയിച്ചായിരുന്നു അവരുടെ ജീവിതവും ജീവനോപാധികളും. അവരിലധികവും മുക്കുവരോ അല്ലെങ്കിൽ മത്സ്യവ്യാപാരവുമായി ബന്ധപ്പെട്ട ജോലികളിൽ ഏർപ്പെട്ടവരോ ആയിരുന്നു. ഇപ്പോഴാകട്ടെ, അമ്മയെപ്പോലെ സർവ്വതും നൽകിയിരുന്ന കടൽ പെട്ടെന്ന് തങ്ങളുടെ ഏറ്റവും വലിയ ശത്രുവായി പരിണമിച്ചത് അവർക്ക് ഉൾക്കൊള്ളാൻ പറ്റുന്നതിനപ്പുറമായിരുന്നു. ഇത്രകാലം അവരുടെ ജീവിതത്തിന് താങ്ങായിരുന്നതെന്തോ അത് തന്നെ പൊടുന്നനെ അവരുടെ വീടും തോണിയും ഉറ്റവരേയും അവരിൽനിന്ന് അപഹരിച്ചിരിക്കുന്നു. വിനാശത്തിന്റെ ആ ഒരൊറ്റ നിമിഷത്തിനുള്ളിൽ പലർക്കും അവരുടെ അച്ഛനെ, അമ്മയെ, മക്കളെ, ബന്ധുക്കളെ ഒക്കെ നഷ്ടപ്പെട്ടിരുന്നു. ഇതെല്ലാം സൃഷ്ടിച്ച മാനസികാഘാതം കാരണം അവർക്ക് രാത്രി ഉറങ്ങാൻ പോലും സാധിച്ചിരുന്നില്ല. ഒരു കാലത്ത് താരാട്ട് പാട്ടായി തോന്നിയിരുന്ന തിരകളുടെ ശബ്ദം ഇപ്പോൾ സുനാമിയുടെ ഭീകരതയും തുടർച്ചയായി അവർക്കുണ്ടായ നഷ്ടങ്ങളുടെ ഓർമ്മകളും മാത്രമാണ് മനസ്സിലേക്ക് കൊണ്ടുവന്നിരുന്നത്.

അവർക്കാവശ്യമായ എല്ലാ ഭൗതികസഹായങ്ങളും പിന്തുണയും നൽകപ്പെട്ടിരുന്നു എങ്കിലും അവയെല്ലാം പ്രയോജനരഹിതമായ പോലെയായിരുന്നു. ആൾക്കാർക്ക് ഭക്ഷിക്കാൻ സാധിച്ചിരുന്നില്ല, ഉറങ്ങാൻ പറ്റിയിരുന്നില്ല, അവരുടെ ജീവിതം വീണ്ടും കരുപ്പിടിപ്പിക്കാനും സാധിച്ചിരുന്നില്ല. പക്ഷേ ശ്വസനക്രിയയും ധ്യാനവും ഏതാനും വട്ടം ചെയ്തുകഴിഞ്ഞപ്പോൾ പലരും അവരുടെ അനുഭവം പങ്കുവെച്ചു, അവർക്ക് വീണ്ടും രാത്രി ഉറങ്ങാൻ സാധിച്ചു തുടങ്ങിയിരുന്നു. തിരമാലകളുടേയും കടലിന്റേയും ശബ്ദങ്ങൾ അവരെ ഇപ്പോൾ അലോസരപ്പെടുത്തുന്നില്ല. അധികം വൈകാതെ തന്നെ

അവർക്ക് കടലിലേക്ക് തിരിച്ച് പോകാനും മീൻപിടുത്തക്കാർ എന്ന നിലയിലുള്ള അവരുടെ ജീവിതം വീണ്ടും തുടങ്ങാനും സാധിച്ചു. അവർക്ക് തങ്ങളുടെ ആന്തരികമായ ശക്തി വീണ്ടെടുക്കുവാനും സഹജമായി ഉണ്ടായിരുന്നതും ആർക്കും അവരിൽനിന്ന് അടർത്തി മാറ്റാനാകാത്തതുമായ ആത്മവിശ്വാസവും സ്ഥൈര്യവും ശാന്തിയും ആയി പുനർബന്ധം സ്ഥാപിക്കാനും അവർക്ക് സാധിച്ചു. അവരെ പൂർണ്ണമായി കീഴടക്കിയിരുന്ന മാനസികാഘാതത്തേയും ഭയത്തേയും നിരാശതയേയും കോപത്തേയും അവർക്ക് വിട്ടുകളയാൻ കഴിഞ്ഞിരുന്നു.

സുരക്ഷിതത്ത്വത്തിനും, സ്ഥിരതയ്ക്കുമായി അവർ അതുവരെ ആശ്രയിച്ചിരുന്ന സർവ്വവും - കുടുംബം, സാമൂഹത്തിൽ നിന്നുള്ള പിന്തുണ, സമ്പാദ്യം, വീട്, ജോലി- അവർക്ക് നഷ്ടപ്പെട്ടിരിക്കാം. പക്ഷേ, അവരുടെ ഉള്ളിനുള്ളിൽ സുരക്ഷിതമായിട്ടുണ്ടായിരുന്ന യഥാർത്ഥ ശക്തിയും ശാന്തിയും കോട്ടമില്ലാതെ നിലനിന്നു. എങ്കിലും അത് കണ്ടെത്താനും അതുപയോഗപ്പെടുത്തുന്നതിനും അവർക്ക് സ്വന്തം ഉള്ളിന്റെ ഉള്ളിലേക്ക് നോക്കേണ്ടതായി വന്നു. ഉൾക്കണ്ണിലേക്കുള്ള കണ്ണ് തുറക്കേണ്ടി വന്നു. അതുപോലെത്തന്നെയാണ് നമ്മുടേയും കാര്യം.

ജ്ഞാനസൂത്രങ്ങൾ

* അനുഷ്ഠാനത്തിന്റെ പ്രാധാന്യം മനസ്സിലാക്കി അതനുസരിച്ച് പ്രവർത്തിക്കുന്നതാണ് വിവേകം
* അനുഷ്ഠാനം ഫലവത്താകാൻ അത് പതിവായി ആദരവോടേയും പ്രതിബദ്ധതയോടുംകൂടി ശീലിക്കണ്ടതുണ്ട്.

10 മിനിറ്റ് അഭ്യാസം

നാളെത്തന്നെ ധ്യാനാനുഷ്ഠാനം ആരംഭിക്കുമെന്ന് ഉറച്ച പ്രതിജ്ഞ എടുക്കുക. അനുഷ്ഠാനം രണ്ടുനേരം ചെയ്യുന്നതാണ് ഉത്തമം, പ്രാതലിനു മുമ്പായിട്ട് ഒരിക്കൽ, അത്താഴത്തിന് മുമ്പായി രണ്ടാമത്. എന്തെങ്കിലും കാരണത്താൽ അത് നടന്നില്ലെങ്കിൽ ധ്യാനം ചെയ്യാതിരിക്കാനുള്ള ഒഴികഴിവായി അതിനെ ഉപയോഗിക്കാതിരിക്കുക. ഏത് നേരവും ധ്യാനത്തിന് നല്ലതാണ്, നിറവയറോടെ പാടില്ലെന്നു മാത്രം. തുടക്കത്തിൽ രണ്ടുതവണ എന്നത് വിഷമമായി തോന്നിയാൽ ഒരിക്കലെങ്കിലും ചെയ്യാൻ ശ്രദ്ധിക്കുക, അങ്ങനെ ക്രമേണ പതിവാക്കി അനുഷ്ഠാനത്തിൽ പുരോഗതി നേടുക.

പരിശീലനം കൂടുതൽ ഫലപ്രദമാകാൻ ധ്യാനത്തിനുള്ള സമയം നിശ്ചയിച്ച് പരമാവധി അത് പാലിക്കുവാൻ ശ്രമിക്കുക, പ്രത്യേകിച്ച് തുടക്കത്തിൽ. കാലത്ത് പ്രാതലിനു മുമ്പായി ധ്യാനം അനുഷ്ഠിച്ച ശേഷം ഓഫീസിൽ പോകേണ്ടതുണ്ടെങ്കിൽ കുറച്ച് നേരത്തെ അലാറം വെച്ച് എഴുന്നേൽക്കുക. അതല്ല, നിങ്ങൾ മറ്റേതെങ്കിലും സമയമാണ് ധ്യാനം നടത്താൻ ഉദ്ദേശിക്കുന്നതെങ്കിലും നിങ്ങൾക്ക് സമയം കണ്ടെത്താൻ വിഷമമുണ്ടെങ്കിലും (അഥവാ സമയം ഒട്ടുമില്ലെന്ന് നിങ്ങൾക്ക് തോന്നുന്നു എങ്കിൽ), അടുത്ത ഒന്നോ രണ്ടോ ദിവസം സമയമെങ്ങനെയാണ് നിങ്ങൾ ചിലവഴിക്കുന്നതെന്ന് കുറിച്ചു വെക്കുക. ഇത് വളരെ രസകരമായ ഒരഭ്യാസമാണ്, ഇത് നിങ്ങളുടെ കണ്ണ് ശരിക്കും തുറപ്പിക്കും. നിങ്ങൾ ഇന്റർനെറ്റ്, ഫേയ്സ്ബുക്, ഇൻസ്റ്റാഗ്രാം, ട്വിറ്റർ, യൂട്യൂബ് തുടങ്ങിയവ നോക്കുന്നതിന് നിങ്ങൾ സങ്കൽപ്പിച്ചതിനേക്കാളധികം സമയം യഥാർത്ഥത്തിൽ ചെലവഴിക്കുന്നതായി കാണാം. ഇതിനൊപ്പം ടി.വി കാണുന്ന സമയവും പരദൂഷണത്തിനായി ഉപയോഗിക്കുന്ന സമയവും പരാതിപ്പെട്ടും വേവലാതിപ്പെട്ടും തീർക്കുന്ന സമയും കൂടി ചേർക്കുക. ഈ സമയത്തിന്റെ ആകത്തുക കണക്കാക്കി അത് 20–30 മിനിറ്റ് കുറക്കാനായി തീരുമാനിക്കുക. ആ സമയം നിങ്ങൾ യഥാർത്ഥത്തിലുള്ള സുഖാനുഭവത്തിനും സന്തോഷത്തിനും വിശ്രാന്തിക്കും വേണ്ടി വിനിയോഗിക്കുക. മറ്റൊരു വിധത്തിൽ പറയുകയാണെങ്കിൽ ധ്യാനപരിശീലനത്തിനായി ഉപയോഗിക്കുക.

സൗന്ദര്യവും ആനന്ദവും ശാന്തിയും നിറഞ്ഞ ഒരു യാത്രയുടെ തുടക്കമാകട്ടെ ഇത്. ഒരിക്കലും പുതുമ നഷ്ടപ്പെടാത്ത, എവിടേയും കൊണ്ടുനടക്കാവുന്ന, കണ്ടുമുട്ടുന്ന ആരുമായും പങ്കുവെക്കാൻ സാധിക്കുന്നതുമായ ആനന്ദത്തിന്റെ യാത്ര.

■

യാത്ര തുടരുന്നു - ഇനിയെന്ത്?

ഈ പുസ്തകം കയ്യിലെടുത്ത് വായന വിജയകരമായി പൂർത്തിയാക്കി ഇതിൽ പരാമർശിച്ച അഭ്യാസങ്ങൾ മുഴുവനായോ ഭാഗികമായോ ചെയ്ത വായനക്കാരെ താഴെ പറയുന്ന മൂന്ന് വിഭാഗങ്ങളിലാക്കിയാൽ, നിങ്ങൾ അതിലൊന്നിൽ പെടാനാണ് സാദ്ധ്യത.

ആദ്യവിഭാഗത്തിൽ വരുന്നത് ധ്യാനം പുതുതായി തുടങ്ങിയ ആളാണ്. നിങ്ങൾ അനുഷ്ഠാനം തുടങ്ങിയിരിക്കുന്നു, പക്ഷേ അതിലേക്ക് പ്രവേശിക്കുവാനും അല്പംകൂടി വേഗത്തിലും അനായാസമായും പ്രക്രിയ തുടരാൻ ഒരു ബാഹ്യസഹായം വേണ്ടി വരുമെന്ന് നിങ്ങൾ വിചാരിക്കുന്നു.

ഇക്കാര്യത്തിൽ നിങ്ങൾക്ക് ശരിക്കും ഗുണം ചെയ്യുക പ്രാണായാമമാണ് (ശ്വസനക്രിയകൾ). കഴിഞ്ഞ ഇരുപത് വർഷമായി ഞാനിത് ശീലിക്കുന്നുണ്ട്. ആർട്ട് ഓഫ് ലിവിങിന്റെ മെഡിറ്റേഷൻ ആൻഡ് ബ്രീത് വർക്ക് ഷോപ്പിൽ ഞങ്ങൾ പഠിപ്പിക്കുന്ന ഫലപ്രദമായ ചില രീതികളിൽ നിന്ന് തിരഞ്ഞെടുത്തവയാണ് അത്. ശ്രീ ശ്രീ രവിശങ്കർ പഠിപ്പിച്ച താളാത്മകമായ ശ്വസനക്രിയയാണ് സുദർശനക്രിയ. ഇത് എന്റെ രണ്ട് ദശാബ്ദകാലത്തെ ധ്യാനപരിശീലനത്തിന് സഹായിച്ച വിലമതിക്കാനാകാത്ത ഉപാധിയായിരുന്നു. ആഗോളതലത്തിൽ ഈ അനുഷ്ഠാനപരിപാടി നടത്താനായി സാക്ഷ്യപ്പെടുത്തിയ പരിശീലകരുണ്ട്. നിങ്ങളുടെ സമീപപ്രദേശത്ത് അടുത്ത് നടക്കാൻപോകുന്ന വർക്ഷോപ്പിനെക്കുറിച്ച് അറിയാൻ ആർട്ട് ഓഫ് ലിവിങിന്റെ വെബ്സൈറ്റ് നിങ്ങൾക്ക് സന്ദർശിക്കാം.

ഞാനും ഈ പ്രോഗ്രാം നടത്തുന്നുണ്ട്. വരാനിരിക്കുന്ന വർക്ക്ഷോപ്പുകളുടെ വിവരം അറിയാൻ എന്റെ വെബ്സൈറ്റിലെ കലണ്ടർ നോക്കിയാൽ മതി. ഞാനീ പുസ്തകത്തിൽ മുമ്പ് നിരീക്ഷിച്ചതുപോലെ, മനസ്സിനെ ശാന്തമാക്കുവാനും ഊർജ്ജഭരിതമാക്കുവാനും ശ്വസനത്തിന്റെ ബലത്തെ പ്രയോജനപ്പെടുത്തുന്നത് വളരെ ഫല

പ്രദമാണ്. ധ്യാനപരിശീലനം ദ്രുതഗതിയിലാക്കുവാനും ധ്യാനത്തെ കൂടുതൽ ആഴമുള്ളതാക്കുവാനും ബലപ്പെടുത്താനും മേൽപ്പറഞ്ഞ ശക്തിമത്തായ ശ്വസനക്രിയാ രീതികൾ ധ്യാനം പരിശീലിക്കുന്നവർ അഭ്യസിക്കുന്നത് ഉചിതമായിരിക്കും.

ഈ പുസ്തകവായനക്കാരിൽ രണ്ടാമത്തെ വിഭാഗം ശ്രദ്ധാ പൂർണ്ണതയും ധ്യാനവും അത്രയൊന്നും ഗൗരത്തിലെടുക്കാതെ അല്പസ്വല്പം ശ്രമിച്ചു കഴിഞ്ഞവരാണ്. അവരിൽ ചിലരാകട്ടെ, ഇപ്പോഴും ഫലപ്രദവും ആധികാരികതയുള്ളതുമായ ധ്യാനരീതി കൾ അന്വേഷിക്കുന്നവരാണ്. ഈ പുസ്തകം നിങ്ങൾക്ക് ധാരാളം പ്രായോഗിക ജ്ഞാനവും അനുഷ്ഠാനം തുടങ്ങാൻ ആവശ്യമായ ഉപാധികളും നൽകിയിരിക്കും. ഇപ്പോഴേക്കും ഒരുപക്ഷേ പഠിച്ച കാര്യങ്ങൾ പ്രയോഗിച്ചു കൊണ്ട് നിങ്ങൾ ധ്യാനം അഭ്യസിക്കുന്നു മുണ്ടാകാം. എന്നിരിക്കിലും വ്യക്തിഗതമായ തലത്തിൽ, അനുഷ്ഠാന ത്തോടും പൗരാണിക പാരമ്പര്യത്തോടും ചേർന്ന് നിന്ന് ധ്യാനാ നുഭവത്തിന്റെ കൂടുതൽ ആഴങ്ങളിലേക്ക് പോകണമെന്ന് നിങ്ങൾക്ക് തോന്നുന്നുണ്ടായിരിക്കാം. അങ്ങനെയെങ്കിൽ ആർട്ട് ഓഫ് ലിവിങ് നടത്തുന്ന സഹജ് സമാധി മെഡിറ്റേഷൻ വർക്ക് ഷോപ്പിൽ ചേരു ന്നത് നന്നായിരിക്കുമെന്നാണ് എന്റെ അഭിപ്രായം.

നിങ്ങൾക്ക് പ്രത്യേകമായി വ്യക്തിപരമായ ഒരു മന്ത്രം അതിൽ നല്കപ്പെടുന്നുണ്ട്. ഈ പൗരാണിക പാരമ്പര്യത്തിൽ കാലങ്ങളായി കൈമാറി വരുന്നതാണ് ഈ മന്ത്രങ്ങൾ. നിങ്ങൾക്കായി നല്കപ്പെടുന്ന മന്ത്രം കൂടുതൽ അനായാസകരമായി മനസ്സിനെ അതിജീവിക്കു വാനും കൂടുതൽ ഗഹനമായ ധ്യാനത്തിലേക്ക് നയിക്കാനും സഹായി ക്കുന്ന നിങ്ങളുടെ മാത്രമായ ഒരു ഉപാധിയാണ്. ആത്മീയപാതയിൽ നിങ്ങൾക്ക് മുന്നോട്ട് പോകാൻ അത് സഹായിക്കുന്നു. ഞാൻ വ്യക്തി പരമായിത്തന്നെ ഈ ധ്യാനരീതി പരിശീലിച്ചിട്ടുണ്ട്. ഇതുവരേയും ഇത്രയും അനായാസകരവും ഫലപ്രദവുമായ മറ്റൊരു രീതി ഞാൻ കാണുകയുണ്ടായിട്ടില്ല. നിങ്ങൾ അനന്യമായ ഒരു മന്ത്രമാണ് സ്വീകരി ക്കുന്നത് എന്നതിനാൽ അത് ശരിയായ വിധത്തിൽ യോഗ്യനായ, പുരാതനപാരമ്പര്യത്തിന്റെ ഭാഗമായ ഗുരുവിൽ നിന്നായിരിക്കണം സ്വീകരിക്കുന്നത്. അക്കാര്യത്തെക്കുറിച്ച് കൂടുതൽ മനസ്സിലാക്കാൻ ഉത്സുകരായവർക്കും ഈ അനുഷ്ഠാനത്തിലേക്ക് വരാൻ തൽപര രായവർക്കും ആവശ്യമായ വിവരങ്ങൾ ആർട്ട് ഓഫ് ലിവിങിന്റെ വെബ്സൈറ്റിൽ ലഭ്യമാണ്. ധ്യാനത്തിന്റെ പൗരാണികമായ ഈ പാരമ്പര്യത്തിലേക്ക് ഞാനും അനുഷ്ഠാനതൽപ്പരരെ ചേർക്കുന്നുണ്ട്. ഞാൻ നടത്തുന്ന പരിപാടികളുടെ വിവരങ്ങൾ എന്റെ വെബ്സൈറ്റിലും കാണാവുന്നതാണ്.

മൂന്നാം വിഭാഗത്തിലുള്ളവർ നിലവിൽ ധ്യാനം ഏതെങ്കിലും രീതിയിലായി അഭ്യസിക്കുന്നവരും ജീവിതത്തിലേക്ക് അതിന്റെ മൂല്യം ചേർത്ത് വെക്കുന്നവരുമാണ്. എന്നാലും നിങ്ങൾക്കും കുടുംബത്തിന്റേയും ജോലിയുടേയും ദൈനംദിന തിരക്കുകളിൽ നിന്ന് വിട്ട് മാറി ധ്യാനത്തിന്റെ കൂടുതൽ ഗഹനമായ തലങ്ങളിലേക്ക് പോകുവാനും നിങ്ങളുടെ ബോധത്തിന്റേയും അസ്തിത്വത്തിന്റേയും സൂക്ഷ്മമായ അടരുകൾ പരിശോധിക്കുവാനും തോന്നുന്നുണ്ടാവാം. നിങ്ങളുടെ ഭവനത്തിൽ സ്വന്തം ഇടത്തിന്റേതായ സുഖസൗകര്യങ്ങളുണ്ടാകും, നിങ്ങൾക്ക് തോന്നുന്ന മട്ടിൽ സൗകര്യപ്രദമായ സമയത്തിൽ പരിശീലിക്കാൻ സാധിക്കുന്നുമുണ്ടാകും.പക്ഷേ അപ്പോഴും അത് നിങ്ങളുടെ വീടാണ്, അതിന്റേതായ പരിമിതികളും ശ്രദ്ധ പതറിപ്പോകുന്ന സന്ദർഭങ്ങളും അനിവാര്യമാണ്.

ഇക്കാരണത്താലാണ് ഒരു ഗ്രൂപ്പിൽ ഒരുമിച്ച് അനുയോജ്യമായ ഒരു സ്ഥലത്ത് വെച്ച് അഭ്യസിക്കുന്നതിന് മിക്കവാറും പാരമ്പര്യങ്ങളെല്ലാം ഊന്നൽ കൊടുക്കുന്നത്. അനുഷ്ഠാനത്തിന്റെ ആഴമേറ്റാനും ധ്യാനത്തിന്റെ ഘടനയും ശിക്ഷണബോധവും ഉൾക്കൊള്ളാനും അവനവന്റെ പുരോഗതി ത്വരിതപ്പെടുത്താനും ഗ്രൂപ്പിൽ പരിശീലിക്കുന്നതാണ് ഗുണകരം. നിങ്ങളുടെ വീടിന്റേയും ഓഫീസിന്റേയും തിരക്കാർന്ന ചുറ്റുപാടിനേക്കാൾ ധ്യാനത്തിന് അനുയോജ്യമായ അന്തരീക്ഷത്തിലാണ് വിഹാരങ്ങളും ആശ്രമങ്ങളും ധ്യാനകേന്ദ്രങ്ങളും ഉള്ളത്. മനസ്സ് അതിന്റെ വാലാട്ടാൻ തുടങ്ങുമ്പോൾത്തന്നെ, അഥവാ നിങ്ങളുടെ പ്രതിബദ്ധത ഒരൽപ്പം കുറയുമ്പോഴേക്കും നിങ്ങൾ ഒരു ഗ്രൂപ്പിലാണെങ്കിൽ ആ സംഘം നിങ്ങൾക്ക് താങ്ങാവുകയും മൃദുവായി പുറത്ത് സ്പർശിച്ചുകൊണ്ട് കൃത്യനിഷ്ഠയിലേക്ക് പുനരാനയിക്കുകയും ചെയ്യുന്നു. പ്രത്യേകിച്ച് ചില ദിവസങ്ങളിൽ നിങ്ങൾക്ക് എന്തു ചെയ്യണമെന്ന് വ്യക്തത ഉണ്ടായിട്ടും അത് ചെയ്യാൻ തോന്നാത്ത ദിവസങ്ങളിൽ. ബുദ്ധഭഗവാൻ സംഘത്തിന് ഇത്രമാത്രം പ്രാധാന്യം കൽപ്പിക്കാനും കാരണം മറ്റൊന്നല്ല. അനുഷ്ഠാനനിരതരായ ഒരു സമൂഹത്തിന് അംഗങ്ങളായ ഓരോരുത്തരുടെ അനുഷ്ഠാനത്തിനും താങ്ങാകാൻ സാധിക്കും.

ഈയൊരു ആവശ്യത്തെ മാനിച്ചുകൊണ്ടാണ് ആർട്ട് ഓഫ് ലിവിങിന്റെ ആഭിമുഖ്യത്തിൽ അഡ്വാൻസ്ഡ് മെഡിറ്റേഷൻ പ്രോഗ്രാം നടത്തുന്നത്. ഈ പ്രോഗ്രാം നടത്തുന്നത് പ്രത്യേകമായ ഏകാന്ത സ്ഥലങ്ങളിലാണ് (റിട്രീറ്റുകൾ). ധ്യാനത്തിന് അനുയോജ്യമായ ആ റിട്രീറ്റുകളിൽ നിങ്ങളുടെ എല്ലാ ആവശ്യങ്ങളും നിറവേറാനുള്ള സൗകര്യമൊരുക്കിയിട്ടുണ്ട്. ലഘുവായതും പോഷകമൂല്യമുള്ളതുമായ ഭക്ഷണവും സുഖപ്രദമായ താമസസൗകര്യവും ശ്രദ്ധ പതറിപ്പോകാത്ത ചുറ്റുപാടുകളും പരിപൂർണ്ണമായി വന്ന കാര്യത്തിൽ

ശ്രദ്ധയൂന്നാൻ നിങ്ങളെ സഹായിക്കുന്നു, അതായത് ഏതാനും ദിവസം മാറി നിന്ന് ധ്യാനത്തിന്റെ ആഴങ്ങളിലേക്ക് പോകുക എന്നത്. എന്നെപ്പോലുള്ള അനുഭവസ്ഥരായ പരിശീലകർ അഗാധവും ശക്തവുമായ ധ്യാനാനുഭവങ്ങളിലൂടേയും മറ്റ് പ്രക്രിയകളിലൂടേയും നിങ്ങളെ മാർഗ്ഗദർശനം ചെയ്ത് കൊണ്ട് നയിക്കും. ഒപ്പം തന്നെ നിങ്ങൾക്ക് ധർമ്മശാസ്ത്രങ്ങളിൽ പരാമർശിക്കപ്പെട്ട പുരാതന ജ്ഞാനത്തെക്കുറിച്ച് മനസ്സിലാക്കാനും അവസരം ലഭിക്കും. ഇത് ധ്യാനത്തെക്കുറിച്ചും മാർഗ്ഗത്തെക്കുറിച്ചും കൂടുതൽ അറിവും പ്രദാനം ചെയ്യും. ഞങ്ങൾക്കിടയിൽ ധ്യാനത്തിൽ വളരെ മുന്നേറിയ അനവധി പ്രയോക്താക്കളുണ്ട്. അവർ വർഷത്തിൽ രണ്ടോ മൂന്നോ പ്രാവശ്യം ഇത്തരം ധ്യാനപരിപാടികളിൽ പങ്കെടുക്കാൻ ശ്രദ്ധിക്കുന്നവരാണ്. അവർ അതിനു വേണ്ടി തങ്ങളുടെ തിരക്കേറിയ പരിപാടികൾക്കിടയിൽ, പുനരുജ്ജീവനത്തിനായും ഉന്മേഷം കൈവരാനും തങ്ങളുടെ ധ്യാനാനുഭവത്തിന് ആഴം കൂട്ടാനുമായി ഏതാനും ദിവസങ്ങൾ കണ്ടെത്തുന്നു.

നിങ്ങളെവിടെയാണെങ്കിലും നിങ്ങളുടെ ധ്യാനയാത്രയിൽ ഞാൻ നിങ്ങൾക്ക് സർവ്വാശംസകളും നേരുന്നു. ഒരു ദിവസം നിങ്ങളെ നേരിൽ കാണാനും നിങ്ങളുടെ ധ്യാനാനുഭവം കേൾക്കാനും ഞാൻ കാത്തിരിക്കുകയാണ്. ഈ മനോഹരമായതും അത്യന്തം ജനോപകാരപ്രദമായതുമായ ഈ ജ്ഞാനം കൂടുതൽ കൂടുതൽ ആളുകളിലേക്ക് എത്തിച്ചേരേണ്ടതുണ്ട്. നമ്മൾ അതിനായി മുന്നിട്ടിറങ്ങുക തന്നെ വേണം. കാരണം ഇത് ക്ലേശങ്ങളുടെ കാലമാണ്. മനുഷ്യർ ആശ്വാസത്തിന്റെ കണിക തേടി, അതിജീവനത്തിന്റെ മാർഗ്ഗം തേടി ഉഴലുകയാണ്.

■

ഗ്ലോബൽ ആർട്ട് ഓഫ് ലിവിങ് ഫൗണ്ടേഷന്റെ
പ്രോഗ്രാമുകളെക്കറിച്ച് കൂടുതൽ അറിയാൻ സന്ദർശിക്കുക,
www.artofliving.org

എന്റെ കോഴ്സുകളെക്കുറിച്ച് അറിയുവാനോ
എന്നോട് ബന്ധപ്പെടാനോ സന്ദർശിക്കുക,
www.swamipurnachaitanya.com

നോബൽ സമ്മാന ജേതാവും ആഫ്രിക്കൻ ബിഷപ്പും ദൈവ ശാസ്ത്രപണ്ഡിതനും മനുഷ്യാവകാശ പ്രവർത്തകനുമായ ഡെസ്മണ്ട് ടുട്ടു ഈ കൃതിയെക്കുറിച്ച് തന്റെ അവസാന നാളുകളിൽ മകനോട് പറഞ്ഞ വാക്കുകൾ:

Dated: 17th February 2022

Dear Swami Purnachaitanya,

My father, had received a copy of your book "Looking Inward", and was immersed in it when illness overtook him.

I know that, other than his Bible, his Book of Common Prayer, missal and hymn book, this was the only book that he took with him to the hospice where his life ended.

The prayer book, missal, hymnal and Bible are what he needed to be able to complete his daily cycle of prayers that we, in the family knew as his office. The saying of the office was a routine in which he had engaged twice daily since he was ordained a priest in 1961. It was a habit that he continued throughout his life, and even severe illness had never prevented him from carrying it out.

He had prepared himself for death, and in many ways was looking forward to it, as he had turned more and more to the spiritual aspects of his being. I think that this book, that you gave him, made him accept the end with equanimity and complete nonchalance. He knew where he was going, and was ready to take the final steps. He was of good cheer, and I think that this book helped him to achieve that peace of mind, and ready his spirit / soul for its new adventure.

Thank you for having given him this great gift, and for having helped him in his last days.

Kind regards,

Trevor Tutu, son of Archbishop Desmond Tutu

ഒരാളുടെ ശാരീരികാരോഗ്യകാര്യങ്ങളിൽ അയാളുടെ മാനസികാവസ്ഥയ്ക്ക് ഗണ്യമായ പങ്കുണ്ട്. 'ഉൾക്കണ്ണിലേക്കൊരു കണ്ണ്' എന്ന ഈ പുസ്തകം നിങ്ങളുടെ മനഃക്ലേശങ്ങൾ, ഉൽക്കണ്ഠകൾ, പ്രതികൂലവികാരങ്ങൾ എന്നിവയെ ധ്യാനത്തിലൂടെ ഫലപ്രദമായി നേരിടാനുള്ള വഴി തുറന്നുതരുന്നു. ഈ പുസ്തകത്തിന്റെ മനോഹാരിത, അതിന്റെ ലാളിത്യവും ആശയവ്യക്തതയുള്ള ഭാഷയുമാണ്. ധ്യാനത്തിന്റെ വഴികൾ കൃത്യമായി മനസ്സിലാക്കണമെന്ന് ആഗ്രഹമുള്ളവർ അവശ്യം വായിച്ചിരിക്കേണ്ട പുസ്തകം.

Luke Coutinho, author and wellness guru

'ഉൾക്കണ്ണിലേക്കൊരു കണ്ണ്' എന്ന പുസ്തകത്തിലൂടെ സ്വാമി പൂർണ്ണചൈതന്യ സ്വന്തം വീടുകളിലിരുന്നുതന്നെ എളുപ്പത്തിലും സുരക്ഷിതമായും ധ്യാനാവസ്ഥയിലേക്ക് എത്തിച്ചേരുവാനുള്ള വഴി മനോഹരമായി പറഞ്ഞുതരുന്നു. ലോകത്തിന്റെ ഇന്നത്തെ അവസ്ഥയിൽ പ്രാചീനകാലത്തെ അമൂല്യജ്ഞാനം പകർന്നുതരുന്ന, എളുപ്പത്തിൽ മനസ്സിലാക്കാൻ കഴിയുന്ന ഈ ഗ്രന്ഥം എല്ലാവരും വായിച്ചിരിക്കേണ്ടതാണ്.

Yash Birla, Indian industrialist